Đông Duy Hoàng Kiếm Nam * 1

ĐÔNG DUY
HOÀNG KIẾM NAM

ĐẤT CÓ THẦN

NXB VĂN HỌC MỚI

2024

ĐẤT CÓ THẦN

Chương 1

Mấy người đàn ông nhậu từ chiều đã bắt đầu hơi xỉn. Vân nhận ra điều đó vì giọng nói cuả họ trầm hẳn xuống, nhiều lúc ngớ ra, ngập ngừng như mấy cậu con trai tán gái chưa có kinh nghiệm định mở miệng hùng hổ sẽ nói hết nhưng rồi nín thinh, chỉ còn lại nụ cười nửa khờ khạo, nửa như liều lĩnh, ngượng nghịu… rồi cầm ly lên, làm một hớp nhỏ, rồi đặt ly xuống, quay cái ly vòng vòng, ngắm nghía đã đời, rồi lại cười mỉm chi, ngẩng lên tiếp câu nói đang bỏ dở.

Những vấn đề được nói tới lúc ngà ngà say cũng trầm trọng hơn. Không còn cái vẻ vui nhộn diễu cợt lúc mới ngồi vào bàn nhậu. Người ta nói lúc Đức Phật nhập niết bàn mọi vật xung quanh đều tan thành tro bụi. Nếu vậy mấy ông đệ tử cũng tiêu luôn sao?

- Chỉ là ẩn dụ thôi, Khiêm lủ dủ lù dù nói. Có lẽ họ muốn nói tới tiếng nổ bùng khởi đầu của vũ trụ mà ông Phật thấy được, tuệ được, nhưng không diễn tả được vì thời đó chúng sanh còn u mê quá… Có lẽ người ta chỉ muốn nói tới cái lý khởi đầu cuả mọi việc vì khi đạt được tới cái lý “vô thuỷ vô chung” của mọi hiện hữu thì có cũng là không mà không cũng là có... Khi Phật nhập niết bàn thì cũng tương tự như đã nhập vào nơi mà khoa học hiện nay gọi là điểm “nhất nguyên” hay singularity trong một “lỗ đen” Black Hole , khởi đầu tiềm chứa cả có và không, thời gian quyện vào không gian

- Ừa, cũng có lý chứ… Con cóc mở miệng cuả chị Vân sắp thành chính quả rồi chị Vân ơi!

Vân nhận thấy Khiêm thay đổi rất nhiều từ lúc chơi thân với mấy ông bạn nhậu Việt Nam này. Trước đây không có chuyện khề khà lai rai ba sợi tới đâu hay tới đó. Đời sống của Khiêm, kể từ trước và cả sau này khi đã cưới Vân, luôn là chương trình của máy computer được soạn thảo kỹ lưỡng, không có một lỗi nhỏ nào…, có lẽ chỉ còn chuyện ngủ với vợ là hơi bất tử một chút. Vân có lúc trêu Khiêm như vậy. Đến thăm ai Khiêm phải gọi điện thoại báo trước, áng chừng thời gian, nếu Ok thì phải xếp đặt chương trình từ mấy giờ tới mấy giờ. Bạn muốn đến thăm cũng tương tự, đúng giờ, nếu khách chưa đứng dậy ra về thì coi đồng hồ như nhắc nhở hoặc nín thinh để câu chuyện nhạt thếch ra, lạnh như nước đá.

Ban đầu Khiêm rất khó chịu trước chuyện thân tình bất kể giờ giấc của mấy ông bạn người Việt, nhất là anh chàng Quang, muốn đến giờ nào thì đến, muốn đi giờ nào thì đi, nhấn chuông một lần không ai mở cửa, nhấn hai lần, ba lần, lỳ ra tới lúc Khiêm phải cuống cuồng nhảy bổ xuống giường khoác vội áo ngủ chạy ra.
Thậm chí, Khiêm chỉ hé cửa như chặn lại không muốn tiếp khách vậy mà anh chàng vẫn tỉnh bơ xô cửa bước vào, tay xách nách mang đủ thứ gói lớn, gói nhỏ. Vẫn điệu cũ, coi như "pha" mọi tín hiệu cự tuyệt của Khiêm, cười cười, nói nói, khơi khơi sấn vào

- Cái này hay lắm, phải tới ông bà liền, thằng đệ tử mới câu được con cá bông lau. Để tôi biểu diễn cho ông món cá hấp Mao Trạch Đông, bà chủ đâu..., phải nhờ bà ấy phụ một tay…

Khiêm lẽo đẽo theo ông khách quý vào bếp, nghĩ đến Vân còn đang loàng quàng trong phòng ngủ, vừa bực vừa tức cười nhưng cũng đành chịu biết sao hơn. Khiêm cất tiếng gọi:

- Vân ơi, anh Quang...

Lúc sau Vân ra, hello anh Quang... nụ cười còn cứng, thoáng nét ngơ ngác.

- Có cái này đặc sắc, phải nhờ bà một tay... con cá này còn tươi rói, đã nhờ chợ nó làm sạch láng rồi... Chỉ một đống đồ trên counter, Quang nói:

- Củ kiệu này, tương tầu này, nấm hương, mộc nhĩ, thịt ba chỉ… nhờ bà thái nhỏ cho tôi, thái thành sợi dài nhé còn miến tầu thì phải luộc lên trước... có hạt tiêu hột chứ?

Khiêm đứng như trời trồng trong cái áo ngủ khoác ngoài, lòi hai cái cẳng chân không mặc quần dài đúng là ông táo trong lúc Vân lặng lẽ lo xếp đồ nấu nướng phụ Quang....

Móc trong túi ra hai chai tequila nhỏ tí xíu, Quang xuýt xoa:

- Trong lúc chờ đợi, tôi với ông làm cái này cho ấm bụng đã. Anh ta bỏ muối lên chảo rang nóng, lấy ra tán nhỏ, thấm ướt miệng ly với chút nước chanh rồi xoay miệng cho ly dính đầy muối trước khi rót rượu vào, không quên cắt hai miếng chanh mỏng cắm vào thành ly. Nào, mời ông… à quên để tôi gọi Vinh lại cho vui nhé, mời cả vợ chồng ông Mỹ nữa... Cha này nhậu tới cữ đánh đàn mới ngọt. Vậy là thành bữa nhậu, chẳng hẹn hò gì trước...

Chương trình đi ăn ngoài và lên núi ngắm sao của hai vợ chồng Khiêm kể như đi đong.

Thậm chí nhiều bữa nhậu tới mức, ngó quanh ngó

quất rồi phóng đại lên sopha phòng khách ngủ ngon ơ. Chủ nhà nửa ngạc nhiên nửa bối rối cầm tay lắc lắc nhắc nhở:

- Ông lái xe được không, hay để tôi chở ông về. Khách chỉ ầm ừ, miệng cười ngù ngờ, nói lè nhè:

- Nằm đây sướng chán, khỏi đi đâu nữa.

Khiêm chịu thua, chỉ biết ngơ ngác lắc đầu nhìn Vân xách chăn gối ra kê đầu, đắp chăn và cởi giầy cho ông bạn quá quý.

Buổi sáng tỉnh dậy, Khiêm nghĩ bụng anh chàng sẽ ngượng lắm nhưng hắn ta vẫn tỉnh bơ, lại đang tự ý lui cui pha trà trong bếp mời chủ nhà.

- Tôi với ông ra đây làm một vài ly trà đậm cho sảng khoái, buổi sáng nay dễ thương quá... Ông biết không, nó làm tôi nhớ thời đi lính, một bữa tụi nó đánh đồn của tôi hai ngày liền, vưà mệt vừa bực, tôi kêu thằng tà lọc nướng mấy con mực rồi cùng thằng đại đội phó vừa nhậu vừa uýnh nhau. Gần sáng tự nhiên êm, tôi chui vào góc hầm làm một giấc miết cù đẹo, tỉnh dậy vừa ngáp vừa chui ra khỏi hầm, bỗng nhiên êm ả và thơ mộng như sáng hôm nay vậy… như mình chỉ vừa mới sinh ra đời.

....Ngồi xuống đây, ngồi xuống đây… tôi phải mời ông ly trà đặc biệt này để ăn mừng ngày sinh nhật môùi của tôi mới được. Chút nữa bà ấy dậy mời ông bà ra biển ăn sáng...

Vậy mà Khiêm ngồi xuống thật, hai người uống trà, nói chuyện viển vông cho tới lúc Vân trang điểm xong rồi cả ba kéo nhau đi ăn sáng.

Con đường vòng theo bờ biển một sáng thứ bảy nhàn hạ, không ràng buộc, rực lên trong nắng sớm đẹp như một bức tranh hiện thực được nắn nót tỉ mỉ, những cụm nhà mái đỏ, kiểu cọ kỳ lạ, xây cất leo cheo trên sườn đồi trông từ xa như những căn nhà tí hon trong truyện "Bạch tuyết và bảy chú lùn".

Tháng bẩy mà như muà xuân, hoa cỏ xanh mướt rực rỡ. Họ ngồi trong một nhà hàng sang trọng vùng Laguna Beach, sát ngay bờ biển. Trong lúc chờ đồ ăn tới, Vân một mình chân trần đi bộ dọc theo bờ nước. Trở lại bàn Vân nói:

- Chạm chân vào sóng, nhắm mắt lại, trong một giây lạc lối tưởng đã trôi tuốt về bên kia bờ Ô Cấp…

Vân cười nheo mắt…, "không gặp mấy anh, sống theo cái ông thần Mỹ da vàng này", chæ Khiêm, "tôi quên bẵng có lúc mình đã là người Viêt Nam"

Khiêm cười hiền, vòng tay ôm vai vợ siết nhẹ như chia sẻ. Trên mười năm chung sống, Khiêm thầm hiểu sự thiếu vắng hụt hẫng nào đó vẫn lẩn khuất trong tâm hồn vợ nhưng bất lực không thể bù đắp, không thể chia sẻ. Vân lớn lên ở Việt Nam, Khiêm hiểu đằng sau lưng vợ và cuộc đổi đời năm 1975 hẳn phải nặng trĩu niềm bí mật mà anh không thể đặt chân vào.

Khiêm theo mẹ sang Mỹ từ lúc còn là một đứa trẻ lên 8. Kỷ niệm chỉ còn lại mơ hồ một xóm lao động, lối vào ngoằn ngoèo đầy rác bẩn, những đứa trẻ con bận quần xà lỏn cởi trần đùa nghịch bên những cống rãnh hôi hám đầy muỗi mòng. Bà mẹ… và những đêm khuya khoắt mới về tới nhà, mùi nước hoa sực nức như mùi hoa lài gắt gao và những thỏi kẹo chocolat, những hộp mứt mà những đứa bạn trong xóm nhìn ngắm với tất cả sự thèm thuồng.

Mẹ làm việc gì khuya khoắt như vậy? Khiêm thực sự không biết nhưng chắc phải hẳn phải là công việc kiếm được nhiều tiền và được kính trọng vì chòm xóm rất thương mẹ, chỉ thấy những lời khen tặng, những lời cám ơn rất chân thành khi họ đến vay tiền... Cô Tư ơi, tụi tôi không biết nói sao để cảm tạ cô... Không có cô thằng Năm Lé nhà tôi tiêu rồi... chạy cho nó về được Biên Hoà tôi cũng yên bụng, xém chút nữa nó máng áo ở Phước Long rồi... Cô Tư ơi, cô thương cho tụi tôi vay mười ngàn sửa lại cái mái nhà dột quá…

Cha ruột mình là ai, Khiêm không hề biết, ngay cả tấm hình cũng chưa được một lần nhìn thấy. Khiêm không dám gặng hỏi dù thấy mình có hơi khác những đứa bạn trong xóm, chúng đều có cha hoặc không thì cũng có một lý do nào đó… thằng cha trời đánh thánh đâm theo vợ bé, chả chết vì pháo kích. Ba thằng Năm lé sửa xe tăng ai dè xe tăng lùi lại cán chết bẹp dí...

Riết rồi cũng thành chuyện đương nhiên. Hiện diện cuả Khiêm trên cuộc đời này nhất thiết không cần có sự đóng góp của một người đàn ông và cứ như thế, cho đến một lúc nào đó, một người ngoại quốc bỗng nhiên xuất hiện trong đời mẹ.

Khiêm thấy mẹ nói chuyện với ông ta bằng một thứ ngôn ngữ kỳ lạ và trong âm thầm Khiêm không khỏi cảm phục sự tài giỏi của mẹ mình. Người đàn ông xa lạ đối xử với mẹ con Khiêm thật tử tế, ông ta đưa hai mẹ con đến nơi toàn người ngoại quốc lạ hoắc. Lần đầu tiên Khiêm được ăn một thứ bánh mỳ mềm có cặp ở giữa một miếng thịt nướng lớn thơm ngon chưa từng thấy. Người đàn ông ngoại quốc chỉ đến nhà Khiêm một lần, đó là lần phụ dọn dẹp đồ đạc cuả hai mẹ con lên chiếc xe jeep. Chòm xóm bu kín quanh nhà chỉ chỏ bàn tán. Nhà đầy người, mỗi người xin một món đồ của mẹ… cô Tư cho em cái áo ngực cũ này nhé, thím Sáu lấy cái máy sịt tóc này đi... Khiêm nghe có người nói "Cô Tư đi Mỹ".

Vài người sụt sùi khóc

- Cô đi nhớ đường về xóm này nghe cô!

Dường như mẹ cũng rớm nước mắt trong yên lặng, rồi mọi việc như bỗng cắt dời ở khúc đó. Bỗng nhiên Khiêm thấy mình ở Mỹ. Người đàn ông ngoại quốc được mẹ biểu gọi là Dady. Dady chỉ là một tên gọi, một tên gọi trống rỗng như tên một người nào đó như John, như Smith, tên ông hàng xóm… không thể tạo cho Khiêm cái ý thức về một người bố như sự mường tượng hoang mang từ thơ ấu mặc dù đây là lần đầu tiên trong cuộc đời, Khiêm có cái ảo giác được sống trong một gia đình trọn vẹn. Mẹ không còn phải đi làm đêm, ban ngày khi bà ngủ Khiêm đi học. Ở đây, hai mẹ con suốt ngày bám chặt vào nhau.

Vô siêu thị, coi vô tuyến truyền hình màu, cái gì cũng lạ. Một vài tháng đầu trôi qua thật mau, sau đó thì cuộc đời lại như rơi vào cảnh cũ, mẹ phải đi làm đêm ở một xưởng may, ông Dady đã giải ngũ, ban ngày làm gác gian ở một kho hàng.

Khiêm cũng đã đi học lại, ngơ ngác giữa một đám người xa lạ, lạnh lùng. Chấn động mới làm Khiêm co lại trong cái pháo đài thầm lặng của mình và chỉ còn biết sách vở.

Khiêm học thật xuất sắc, mười bảy tuổi tốt nghiệp thủ khoa danh dự ở trung học và được nhận học bổng toàn diện của trường MIT về điện tử. Xa nhà, xa mẹ càng làm anh câm nín hơn, cô đọng lại trong nụ cöời đôi lúc vẫn nháng lên nhưng tàn héo thật mau.

Khiêm đi học xa được hơn một năm thì mẹ bệnh. Nghỉ hè trở về nhà, Khiêm hoảng hốt hiểu rằng bà chỉ còn sống được vài tháng nữa. Bệnh ung thư vú, kết quả của việc giải phẫu thẩm mỹ với kỹ thuật thời đó, người ta nhét một miếng nhựa plastic cứng đơ trong cơ thể con người.

Đang vào đợt thi cuối kỳ nên không nghỉ được, Khiêm cố trở lại trường và lần trở lại sau cùng, máy bay trễ hai tiếng, không kịp gặp mẹ lần cuối.

Sau tang lễ, Khiêm để lại hết mọi thứ cho người bố dượng, chỉ gói ghém vài món vật dụng cá nhân cuả mẹ trong đó có tấm thẻ căn cước, vài tấm hình cũ và một chiếc kiềng bằng vàng trạm trổ tỉ mỉ. Chiếc kiềng thấy bà đeo trên cổ trong tấm hình đen trắng nhỏ, ngoài dìa cắt răng cưa như một con tem. Hình chụp một người thiếu nữ khoảng ngoài 20, tóc uốn dài, thả xuôi, một tờ giấy học trò có vẻ là một lá thư khá mộc mạc của một người đàn ông với những lời hứa hẹn hôn nhân, yêu đương, nhớ nhung và một giấy khai sinh mang tên Khiêm, ghi tên mẹ Nguyễn Thị Út Tư, cha vô danh... Mấy thứ này cột chung với nhau bằng một sợi dây thung đã chảy nhão ra với năm tháng. Còn có một tấm hình màu chụp bằng máy polaroi, nước ảnh vàng ố nhợt nhạt, mẹ mặc váy, tóc búi cao cuốn nhọn như đuôi một con ốc khổng lồ chụp lên đầu, ông Daddy đứng bên cạnh mặc đồ lính Mỹ. Hình có lẽ chụp ở một phố lớn của Sài Gòn, trước cửa một nơi có bảng hiệu bằng đèn neon đỏ rực mang tên Lovely Bar.

Tấm hình màu này coi giống mẹ hơn nhưng lại quá nhạt nhòe, hoen ố không sao lại được. Tấm hình đen trắng tuy nhỏ nhưng rõ, Khiêm đưa cho studio chụp lại và phóng lớn lên làm kỷ niệm.

Dĩ vãng Khiêm thu gọn trong chừng đó, chiếc kiềng vàng và tấm ảnh đều được lồng trong khung kính, lúc nào cũng có trên bàn làm việc cuả Khiêm, im lặng, không lời, như những ẩn ngữ trong một cổ mộ. Ngay cả với vợ, Khiêm cũng không một lời giải thích.

Khiêm quen với cái ý niệm riêng tư tuyệt đối của người Hoa Kỳ.

Con người có hai bộ mặt. Bộ mặt tươi cười qua ngày "Hi honey, I'am fine" ở chỗ làm việc và cái thế giới bọc kín của từng gia đình. Trong những gia đình này mỗi người lại có quyền xây một bức tường cao vây quanh đời sống riêng. Vợ, chồng, con cái, mỗi người đều có quyền cố thủ trong một pháo đài riêng. Vân có giờ riêng để đi shoping, Khiêm có giờ riêng để đi đánh tenis, đi spa, đọc sách trong cái "đen" nhỏ bé cuả anh. Chỗ duy nhất có lẽ chỉ còn những diện tích da thịt tiếp xúc của hai người khi ăn nằm với nhau. Khiêm tôn trọng tuyệt đối sự riêng tư này như một thứ tôn giáo. Gia đình là bỏ những thứ chung vào với nhau trong những điều kiện giới hạn rõ ràng, như kiểu ăn potluck trong những party ở sở làm, mỗi người mang đến một món, khẩu vị loạn xà ngầu nhưng gọi chung vẫn kể là một phút vui.

Nhà rộng, phòng ngủ thì chung nhưng cả hai đều sinh hoạt nghề nghiệp đặc biệt nên đều có phòng làm việc riêng để khỏi làm phiền nhau khi cần thức khuya. Khiêm tôn trọng một cách lạnh lùng những riêng tư này, luôn luôn gõ cửa "anh vào được không"... và chờ đợi Vân đáp ứng tương tự.

Hồi mới lấy nhau Vân không thắc mắc lắm, chỉ nghĩ Khiêm sống ở Mỹ từ nhỏ nên quen cách lịch sự của ngươi Hoa kỳ nhưng dần dần nàng nhận ra là cái bức tường ngăn cách giữa hai vợ chồng nó trầm trọng hơn thế nhiều. Vân cứ ngỡ một khi lấy chồng là hết... Hết theo cái ý nghĩ chúng ta là sở hữu của nhau. Cái ý nghĩ mình hoàn toàn thuộc về Khiêm không làm Vân thấy mất tự do, trái lại nàng cảm thấy yên ổn và hạnh phúc hơn. Nhiều năm sống độc thân từ naøy qua Mỹ và vài năm sống đơn độc từ ngày mẹ chết, có một cái gì thôi thúc trong Vân muốn mình thuộc về một cái gì đó, một nơi chốn... một mái nhà... một người đàn ông, một nụ cười...Vân mỉm cöời hát nhẹ trong đầu bài hát cũ "…và xe tơ kết tóc giam anh vào lòng thôi....". Có một ngục tù nào thân thiết quá vừa dấy động trong lòng khiến làm ứa nước mắt.

Cả hai vợ chồng đều đi làm, công việc tốt, lương cao, tiền bạc và sinh kế không là vấn đề. Khiêm trang trải hầu hết những chi phí chính của gia đình. Mới đầu Vân không để ý chuyện hai người vẫn giữ hai chương mục riêng. Vân muốn làm gì với tiền lương của mình, Khiêm không bao giờ hỏi. Vân cũng không thắc mắc, cứ nghĩ chẳng có gì quan trọng. Của chồng công vợ. Thấy áo đẹp hoặc những vật dụng mà chồng thích Vân tự ý mua cho Khiêm, sung sướng thấy Khiêm thích, hí hửng nắn lại cái cổ áo, ướm thử cái cravate cho chồng. Một bữa đi shopping quên ví ở nhà, Khiêm nói đưa anh ba chục mua một món đồ gì đó. Vân tự nhiên móc ví lấy tiền đưa cho chồng. Bẵng đi vài hôm, một bữa Khiêm cầm ba chục bạc đưa Vân nói:

- Trả em này...

Cầm tiền trên tay, Vân ngơ ngác chưa hiểu.

- Tiền gì vậy anh?

- Hôm nọ vay em mua cái sơ mi...

Nghe Khiêm trả lời, Vân lặng người trong giây lát, một cơn hờn tủi không cầm giữ được chợt ùa lên như cơn bão làm tê dại mọi phản ứng.

Vân ngồi yên, cầm trên tay mấy chục bạc, thờ thẫn, nước mắt ứa ra lúc nào không biết. Cơn xúc động mãnh liệt không kiềm chế nổi, Vân khóc run rẩy cả người. Bỗng nhiên nàng thấy mình bơ vơ, lạc lõng như ngày nào mẹ mới mất, một mình lưu lạc nơi đất lạ không còn biết tựa vào đâu… Người đàn ông đang đứng trước mặt nàng là ai đây, bỗng nhiên nàng thấy Khiêm xa lạ một cách đáng sợ.

Phản ứng bất ngờ cuả vợ làm Khiêm hoảng hốt, anh vụt ôm vợ vào lòng.

- Em sao vậy...Vân... sao vậy em?

Vân khóc lả đi trong con hờn tủi, cầm mấy tờ giấy bạc vứt xuống đất bỏ chạy vào phòng khoá trái cửa lại...

Nàng giận Khiêm cả tuần, không thèm nói chuyện, buổi tối mang chăn gối ra salong ngủ mặc Khiêm bồn chồn ngồi đứng không yên... Khiêm không hiểu rõ nhưng có lẽ cũng đoán sơ và sự lý đoán này càng làm Khiêm hoang mang hơn.

Khiêm nói:

- Cuối tuần này mình đi chơi rồi lên núi uống rượu... có chuyện gì, anh lầm lỗi gì cho anh biết... vợ chồng với nhau mà.

Suốt một tuần lễ căng thẳng làm Vân mệt mỏi, một ngày nghỉ cuối tuần bên một bờ biển vắng vùng Monterey, buổi sáng hai vợ chồng chỉ cách nhau một ly cà fê, buổi chiều gần hơn chút nữa sau một vài ly champagne, Khiêm rụt rè nói:

- Anyway… anh không hiểu… nhưng dầu sao cũng xin lỗi em...

Vẻ lúng túng, ngại ngùng của Khiêm nhất là nụ cười tắt vội làm Vân bỗng thấy mình quá đáng. Tại sao lại giận khi mà Khiêm chỉ cư xử như phản xạ của đời sống một gia đình Hoa kỳ. Nhìn Khiêm câm lặng chờ đợi câu trả lời của vợ, Vân thấy rõ hơn sự vô lý cuả mình.

- Anh chẳng có lỗi gì cả… có chăng là những khoảng cách không gian và thời gian giữa anh và em... Làm sao nói được phải không, ngày mình mới quen, tên anh đâu phải là Khiêm và em đâu có là Vân... Phải không... Anh là Kevin Kim còn em là Cindy Cloud mà... Nhớ không... Thực sự thì em vẫn là Lê Thị Vân… vì thế… từ ngày mình lấy nhau, em vẫn đinh ninh là từ phút đó, ngay từ hơi thở của em, đời sống của em cũng là của anh… cầm mấy chục bạc trả nợ cuả anh em hoảng sợ và bơ vơ quá…Vân muốn nhắc anh một điều là đối với em, ngày nào mình còn là vợ chồng thì bất cứ cái gì của anh là của em… một sợi tóc của anh cũng là của em...

Câu nói vô tình đột nhiên làm Vân chao đảo trong một cảm giác kỳ lạ bừng bừng như muốn nhắm chặt đôi mắt lại và cứ thế, để niềm rung động này cuốn nàng đi mãi mãi... đồng thời cũng muốn chống cự lại một cách quyết liệt. Ở một nơi nào đó, một lần nào đó, có những tiếng cười nhỏ thẹn thùng đuổi theo những phiến cảm xúc lướt trên thân thể nàng và câu hỏi thầm thì... của ai... của ai... của anh… của anh....của anh... Của anh tất cả...

Như một người chết đuối chợt nắm được chiếc phao bất ngờ Vân nghe tiếng Khiêm chậm rãi và bối rối.

- Sorry… anh cứ nghĩ…đàn bà Mỹ như vậy, họ thank you liền... Lần tới…

Câu bào chữa ngập ngừng, thoáng ngô nghê của Khiêm làm tan đi những đám mây đen cuối cùng của cơn hờn giận…Vân ngó chồng cười hiền hậu.

- ... Còn lần tới thì em giết anh…

Khiêm đổi ghế ngồi lại gần sát bên Vân, nắm tay vợ.

- No more...anh hứa...

Phần còn lại của buổi chiều, Vân uống hơi nhiều chỉ còn nhớ được một màu nắng rất mềm, xa xôi và bình lặng bên ngoài khung cửa, trên một nền trời xanh thẫm có vài cánh hải âu trắng toát tinh sạch lướt qua những cột buồm lô nhô. Vân dụi đầu vào ngực chồng ngủ thiếp đi lúc nào không biết... lao xao trôi dạt từng đợt hơi ấm từ ngọn lửa trong lò sưởi căn phòng làm việc của Khiêm dưới một tầng hầm basement, một trời tuyết lạnh bên ngoài, buổi tối ngày hợp cẩn, tiếng ông mục sư Mỹ rầm rì ngày đám cưới, Will you take Kim for husband…yes… rồi tiếp những tiếng rì rào và yes… xa nữa, xa nữa, ngày Vân gặp Khiêm lần đầu.

Nụ cười… chợt nháng lên rồi co rút lại, tan đi, chỉ còn một vẻ chịu đựng, bất cần.

Có lẽ nụ cười và cái vẻ nửa ngập ngừng nửa như cam chịu hơn là cái dáng dấp của một người đàn ông cao lớn, tóc cắt ngắn như một võ sĩ Đại Hàn làm Vân chú ý tới Khiêm giữa một buổi thuyết trình mà thính giả toàn người da trắng.

Vân làm cho một hãng bảo hiểm lớn ở New York. Lần đó nàng phải đến thuyết trình về một chương trình Group Insurance cho các nhân viên hãng điện tử của Khiêm. Vân nói đùa vui mở đầu buổi nói chuyện…

- Làm nghề bảo hiểm nhưng tôi chống lại chuyện bảo hiểm sinh mạng. Bảo hiểm sinh mạng là đánh bạc với chính cuộc đời mình, người thắng lớn nhất sẽ là người thua to nhất… trái lại, bảo hiểm sức khoẻ cuả hãng chúng tôi… quý vị chỉ thắng hoặc huề…

Lối mở đầu khôn khéo và thành thật của Vân làm mọi người đều bật cười. Khiêm là VIP nên ngồi ngay hàng ghế đầu nhưng Vân không bắt kịp nụ cười của Khiêm. Điều này làm Vân thoáng lo ngại vì Khiêm là một trong những người có tiếng nói quyết định. Tuy nhiên Vân vẫn cố gắng hoàn tất phần trình bầy chương trình bảo hiểm cuả hãng mình. Lâu lâu chợt hướng về phía Khiêm, Vân bắt gặp chiều sâu tia mắt nhìn của chàng.

Tới giờ nghỉ, trong lúc người phụ tá phân phát tài liệu cho nhân viên đọc qua để đặt câu hỏi, Vân kiếm một bàn ngoài patio của phòng ăn, ngồi uống cafe để kiểm điểm lại những gì cần bổ túc, quay lại, Khiêm đã đứng bên cạnh, tay cầm một đĩa đồ ăn.

- Tôi ngồi với cô được không... Khiêm hỏi và tự động ngồi xuống, tự nhiên mở gói đồ ăn... ăn gần hết chiếc hamburger Khiêm mới lùng bùng mở miệng.

- Tôi đồng ý......

Vân ngó anh chàng không khỏi tức cười… Đồng ý cái gì đây... không biết...

Phải đợi ăn hết chiếc bánh, lau miệng kỹ lưỡng gọn gàng, phủi sạch mặt bàn, chặp sau Khiêm mới nói nốt được câu nói bỏ dở...

....Well... cái chuyện life insurance... như tôi độc thân mà vẫn cứ mua bảo hiểm sinh mạng... sound stupid... right… nhưng đó là đời sống Mỹ,

Câu chuyện mở đầu nhạt nhẽo, có lẽ anh chàng chỉ muốn nói là mình còn available...Còn "quởn"

Vân cũng chỉ đối đáp qua loa.

Người đàn ông Á châu này nói tiếng Mỹ như một người bản xứ nhưng lạ thay trong cái âm hướng vẫn có một cái gì đó làm Vân ngờ ngợ, môt cái gì quen thuộc lắm.

Trước khi đứng dậy, cũng vẫn cái bộ tịch lùng bùng đó Khiêm ngập ngừng hỏi.

Are you.....???

Vân nghĩ chắc anh chàng định hỏi có phải nàng người Viêt hay không... Vân đoán thế vì chính nàng cũng định hỏi câu hỏi này nhưng rồi giữ lại được vì hỏi như vậy có vẻ kỳ thị quá, dù là kỳ thị ngược, người Mỹ họ rất kỵ. Khiêm cũng vậy, câu hỏi bỏ nửa chừng rồi thôi, rồi nụ cười chịu đựng bít kín mọi chuyện vào bên trong...

Vậy thôi...

Hai tuần sau, ở đằng kia đầu giây, một giọng nói ngập ngừng…

Miss Cloud... Cindy Cloud…

Kim... tôi là Kim đây, Kelvin Kim...

Vân ngớ ra vài giây trong bất ngờ nhưng bắt lại được ngay…. Anh chàng Đại Hàn... đúng rồi…

Tôi có dịp ghé New York... how about diner?

Làm nghề bán bảo hiểm Vân giao thiệp đãi đằng cũng nhiều nhưng cái đề nghị bất ngờ này làm nàng hơi ngại... nhất là ở cái thành phố hỗn mang này... Lần tới được không ông Kim... mấy bữa này chương trình của tôi đầy rồi... sorry... Im lặng rồi tiếng Khiêm ngập ngừng... Cũng được... lần tới vậy...

Bốn giờ chiều tan sở, vừa ló ra khỏi cửa Vân bỗng khựng lại... Anh chàng Đại Hàn...

Khiêm tươi cười nói...

- Tôi muốn gặp cô vì có hai chuyện để nói... Thứ nhất, chương trình group insurance cuả cô đã được approved và... một điều nữa... cô phát âm tên tôi hơi sai... thực ra tên tôi phải đọc là Khiêm...

Chữ Khiêm nổi bật lên giữa câu tiếng Anh nghe bất ngờ và duyên giáng.Vân hơi khựng lại một cách thích thú nhưng trấn tĩnh lại ngay.... nàng cười.

- Tôi cũng đoán vậy... nhưng muốn để ông tự thú... tôi tên là Vân...

Hôm đó, lúc cô về rồi tôi cứ trách mình sao ngu quá không nói ngay với cô... Có lẽ lâu quá không nói tiếng Việt nên sợ mình ngọng nghịu... sợ cô cười...

- Tôi cũng linh cảm ông là người Việt nhưng kẹt cái tên Kim... và coi ông cũng giống Đại Hàn thật...

- Kelvin là họ ông bố dượng... còn đổi thành Kim vì Mỹ nó không đọc được chữ Khiêm...

- Tôi cũng vậy, đàn bà mà tên Vân.... gợi lên hình ảnh cái xe van chở đồ cồng kềnh, chẳng thơ mộng chút nào nên dịch đại thành Cloud…

Mẩu đối thoai pha trộn vừa tiếng Việt và tiếng Anh bắt đầu thân mật hơn... Khiêm cười thoải mái.

Mời cô đùng cơm tối nhé... May I pay for my mistake?... Tôi không quen thuộc New York, nhờ cô hướng dẫn.

Thoáng ngập ngừng phản xạ rồi Vân gật đầu...

Sau bữa ăn, Vân hiểu thêm chút ít về Khiêm và biết chắc một điều là cả hai đều như những cánh bèo trôi dạt trên moät dòng sông lạ, cả hai cùng chia sẻ những nỗi cô đơn tương tự trong mảnh đời riêng. Nhận xét này làm họ gần nhau hơn.

Từ tối đó, mỗi tuần Vân đều nhận được một bó hoa của Khiêm gửi tới Sở. Anh chàng cũng dí dỏm ra phết. Bó hoa đầu tiên chỉ có tấm thiệp với chữ K, bó hoa thứ nhì thêm chữ H. Cứ thế cho đến đủ tên Khiêm... với hàng chữ... Hy vọng cô không còn đọc sai tên tôi.

Trừ những lúc phải đi công tác, Khiêm lên New York thường hơn và Vân nhận ra cùng với một nỗi vui vu vơ là nàng bắt đầu thấy bồn chồn, bứt rứt trong những ngày cuối tuần Khiêm không tới. Phải chăng đã là tình yêu hay chỉ là thói quen. Vân không biết nữa nhưng nàng bắt đầu biết chờ đợi.

Vân nói:

“Em đưa anh tới khách sạn thăm mẹ “

Khiêm không giấu được vẻ ngạc nhiên

- Bà cụ mất rồi mà...

Vân cười bí mật... có lẽ như vậy với mọi người nhưng với em, mẹ chưa bao giờ chết cả... anh chẳng từng nói vậy sao... Hiện hữu chỉ có và chỉ có tương đối khi được quan sát... đúng vậy không? Chúng ta cần có nhau để biết mình hiện hữu... em còn thuộc bài học cuả anh mà... ”một cánh lá rung giữa rừng Trường Sơn không hề hiện hữu đối với chúng ta nhưng nó hiện hữu tương đối giữa cỏ cây, đồi núi và trong mắt nhìn cuả con nai đứng gần đó..."

Vân cãi lại...nếu không có con nai thì sao?

Khiêm hơi bí nhưng trả lời ngay:

- Sao em biết chắc chúng ta không bị quan sát từ một tinh cầu nào đó trong vũ trụ vô tận này... hay từ một cảnh giới khác mà chúng ta không cảm nhận được... mọi chuyện đều như có sẵn cả, có, không, còn, mất chỉ tuỳ cách nhìn ngắm..

Vân tròn xoe mắt ngó Khiêm ngạc nhiên... Cái ngọn núi lửa câm này thứ dữ à...

Từ ngày quen nhau, Khiêm bắt lại chỗ mất mát của mình mau chóng, anh gửi mua tất cả sách báo Việt Nam về đọc ngấu nghiến, cả kinh sách Phật giáo nữa, Kinh Thủ Lăn Nghiêm, kinh Kim Cang, những thứ mà chính Vân cũng nuốt không trôi. Sau này có lần đang làm bếp, Khiêm chạy lại ôm chầm lấy Vân, ôm hôn tới tấp rồi nói... Hay quá, hay quá... ông Phật có bằng tiến sỹ vật lý em ạ. Vân lườm chồng.

Đừng nói bậy tội chết bây giờ.

Thật mà... Einstein là một ông Phật tái sanh...

Vân đưa Khiêm tới nghĩa địa chỗ tạm an táng mẹ. Bà cụ không muốn chôn, nói không muốn gửi xương nơi đất lạ, đòi thiêu và dặn Vân một ngày nào đó mang tro về chôn chung với ông cụ ở quê nhà.

Người Mỹ rất thực tế, không choĩn thì thiêu, họ có một chỗ như những chiếc hộp bỏ áo quan vào, kiểu như một chung cư nhiều tầng cho người chết. Giản tiện và thoả mãn mọi tôn giáo. Vân gọi đó là cái khách sạn của mẹ chờ ngày về quê. Mà cũng lạ, để trong cái hộp đó, nhiều lúc Vân nghĩ như mẹ chưa hề chết, chỉ nằm ngủ thôi. Những lúc buồn Vân thường tới đây, có khi thơ thẩn cả buổi, độc thoại trong đầu như đang nói chuyện với mẹ vậy... Mẹ coi anh ấy được không... học giỏi... có bằng tiến sỹ đấy... nhưng cù lần lắm ... Tiếng mẹ vọng trong đầu... Thôi cô ơi... ế đến nơi rồi, con gái 25, 26 tuổi rồi non yếu gì nữa, kiếm được một nơi nương tựa như vậy còn muốn gì hơn... Anh ấy cao lòng nhòng còn con lùn tịt... Đàn ông trượng phu vậy tốt chứ sao... Lấy chồng hiền lành là phúc đó con...Vậy là con chiều mẹ đó...

Mẩu đối thoại tiếp diễn lòng dòng trong đầu, mùi trầm nhang thơm bay phảng phất trong không gian vắng lặng, Vân đứng trước "căn phòng" của mẹ với nụ cười thơ thẩn trong lúc Khiêm nghiêm chỉnh đứng bên cạnh ngơ ngác không dám cựa mạnh.

Buổi chiều, khuôn viên nghĩa khu nghĩa trang vắng lặng trong màu nắng vàng hoe, đẹp buồn bã và thanh tịnh khiến cảm thấy như lạc hướng không gian rơi vào một thế giơi khác. Hàng cây Mapple lá rụng vàng ngập lối, đuổi nhau trên những thảm cỏ xanh mướt mịn màng, cả thế giới như chỉ còn hai ta. Đi bên Khiêm trong yên lặng, bàn tay nàng nắm lấy tay Khiêm từ lúc nào không biết. Vân chợt nhớ ra, quen nhau đã lâu, đây là lần đầu tiên nàng nắm tay Khiêm mà không vướng bận một suy nghĩ nào, chỉ thấy một cảm giác êm ấm và bình ổn. Vân nhích lại gần hơn chút nữa và nghe tay Khiêm vừa choàng qua vai mình...

Buổi tối mời Vân đi ăn ở một nhà hàng Pháp, Chez Albert, candle light diner, trong ánh nến ấm cúng và riêng tư... Khiêm ấp úng :

- Em "cuới" anh không ? Vân cười hiền, lắc đầu...

- Không...

Bàn tay nàng với tới nắm tay Khiêm siết nhẹ, ve vuốt... Không... em không cưới anh nhưng anh có cưới em không…?

Đám cưới quá mức của sự đơn sơ, không họ hàng, bạn bè quen biết chỉ có hai người, ông mục sư Tin lành, những lời cam kết trước Thiên chúa... và nụ hôn cuả Khiêm. Tối tân hôn, một thoáng lợn cợn vướng mắc vu vơ chợt loé lên trong lòng Vân, có một chuyện gì đó nàng định nói với Khiêm nhưng rồi quên đi trong hơi ấm cuả chiếc lò suởi, những ly sâm banh lâng lâng, sự đắm say nồng nhiệt của Khiêm, môi hôn cuả chàng, vòng tay cuả chàng choán ngợp tất cả, chỉ còn nhớ một buổi sáng tuyết phủ trắng đầy trời, thoáng hoang mang lúc vừa thức giấc trong một nơi hoàn toàn xa lạ rồi một nhận biết đột nhiên nổi lên rõ ràng là nàng đã thực sự thành vợ Khiêm. Một nhận biết không thể dời chuyển, đoạn tuyệt, mãi mãi, bất khả hồi tố... như sự chết... nhưng đồng thời cũng rất êm dịu vỗ về...

Tuần trăng mật lướt qua những đại lục, những thành phố xa lạ, Hạ uy di, Paris, Hồng Kông, Cairo… Vân như con chim nhỏ nép trong cánh đại bàng trong một chuyến viễn du kỳ thú... nhưng chỉ vài ngày sau khi trở vễ Mỹ, lúc đó mới thực sự là đời sống cuả một cặp vợ chồng Hoa kỳ ở giai cấp trung lưu.

Cả hai đều đi làm lại. Một ngày Khiêm lái xe vừa đi vừa về trên 200 miles, guồng máy dầu mỡ cuûa xã hội tư bản chạy trơn tru không ma xát mà mòn mỏi lúc nào không hay.

Vân cố về nhà sớm làm cơm nhưng không mấy khi Khiêm về đúng giờ. Hôm nay anh có họp, ngày mai xe kẹt, bão tuyết, ngày mốt về đến nhà đã quá mệt, cơm nhà không đủ hấp lực, nóng sốt để nuốt trôi, thôi mình đi ăn tiệm...

Những lần ăn cơm ở nhà, ăn xong, Khiêm vội vã đứng lên thu dọn bát dĩa mang rửa. Vân cản lại... Chuyện đó của đàn bà, anh để em, coi anh rửa chén em bất nhẫn chịu không chịu đươc... Khiêm cãi lại, như thế không fair... không công bằng... Quần áo Khiêm bỏ giặt ở tiệm, một tuần lấy về một lần... Cuối tuần dậy sớm đeo chì vào chân chạy bộ để khỏi mập, đi SPA, cắt cỏ, hút bụi, đọc sách, coi vô tuyến truyền hình...

Những tháp Eiffel ngà ngà say trong thơ Trần Hồng Châu, những bến Cửu Long, những Cairo với bóng chiếc kim tự tháp mênh mang sừng sững vẻ huyền nhiệm hoang vu, phủ chụp bóng dáng ngàn năm của những bạo chúa uy quyền, những mảnh đời nô lệ oằn vai kéo đá ngay chỗ nàng đang đứng như réo gọi hồn ma làm Vân run sợ nắm chặt tay Khiêm... tất cả... đã mờ dần mau chóng, quên bẵng...

Có một lúc nào đó, Vân chợt nhớ ra, lâu lắm rồi, lâu lắm, như ở một tiền kiếp, Vân từng lôi ra từ góc nhà, dưới gầm giường, trong kẹt cửa những chiếc áo lính nhầu nát, những đôi bít tất bèo nhèo hôi mốc, bàn tay Vân nhúng lâu trong nước xà bông đã nhợt nhạt, nhăn nhó, đã vò, rũ và ủi thẳng nếp, xếp lại ngay ngắn trong tủ..."Anh bê bối quá..." Vân muốn nói câu đó với Khiêm mà sao chưa hề có dịp...

Đời sống vợ chồng trên nước Mỹ, giữa những dư thừa, vẫn có một một cái gì đánh mất, thiếu hụt mà chưa thể tìm ra... Ngay cả những bó hoa hồng rực rỡ ngày Valentine hoặc hàng chữ Love you dearly... cũng không khỏa lấp được. Những chiếc bít tất hôi hám, những kẹt tủ, xó nhà. "Anh bê bối quá..." Vân thảng hốt nhận ra điều đó cùng một nỗi bàng hoàng run rẩy khiến nàng phải vội vã cắm chiếc máy hút bụi vào ổ điện... Nàng cuống quýt và yếu đuối cần trốn vào tiếng động ù ù cuả chiếc máy.

- Tối rồi Vân... hút bụi làm gì em.

Đã 9 giờ tối, Khiêm vưà coi xong tin tức.... Vân ơi... em ơi...

Đời sống vợ chồng giản lược còn chiếc giường ngủ... Chiếc giường ngủ... Tự nhiên Vân nghĩ tới chiếc Hamburger khổng lồ Khiêm ăn sạch banh ngày đầu tiên gặp chàng. Một miếng thịt lớn double deck, những lát cà chua, những lát rau, hành sống, nhễ nhại chất sauce vàng, béo ngậy, ứa dàn rụa ra ngoài mà Khiêm ăn gọn gàng, tỉnh bơ mút những ngón tay dính chất sauce. Những chiếc Hamburger đủ lớn để ăn xong nguoi ta lú lẫn không còn thể nhớ mình vừa ăn gì và ngày mai lại ăn tiếp... Vân ơi... em ơi... Ngày mai, ... 9 giờ tối... Vân ơi... em ơi...

Tối nay mình đi ăn cơm Ấn Độ nhé... một nguơi bạn mới giôùi thieäu anh tiệm này, có cà ri dê ngon lắm.

- Em không đi... anh đi một mình đi.

- Thôi... hay cơm Thái vậy... ăn xong đi cine.

- Em không đi đâu..

Khiêm khựng lại, anh bất chợt bắt gặp một điều gì không ổn... vẻ mặt trầm ngâm, rầu rầu pha nét dửng dưng cuả Vân.

- Em sao vậy... .Khiêm cúi xuống ôm vai vợ...

- Không sao cả...

Không sao cả nhưng rõ ràng là không ổn rồi vì như Vân sắp phát khóc đến nơi.

Khiêm kéo ghế ngồi xuống bên vợ, bối rối trong im lặng.

Rất lâu sau mới trấn tĩnh lại được, Vân nói, giọng nghiêm và bình tĩnh, đầu cúi thấp như một kẻ đi xưng tội.

- Anh có nhớ cái phim mình coi hôm nọ không... cái đoạn người vợ đến thăm chồng trong tù đó, họ nói chuyện qua một màn kính, qua chiếc máy điện thoại... một người ở trong, một người ở ngoài, khoảng cách mỏng manh, trong suốt. Họ để hai bàn tay áp vào nhau qua màn kính và nói anh yêu em... và khóc…

Nhiều lúc em nghĩ mình chẳng khác gì cặp vợ chồng tù tội đó... chúng ta đang ở trong một nhà tù không chấn song, trong những lồng kính trong suốt, mỏng manh hơn cả tấm kính nữa.

Khiêm ngồi đối diện Vân, gần kề, hai tay tì chống nhẹ trên chân vợ, lắng nghe trong im lặng. Rồi Khiêm vụt đứng dậy, lại tủ lạnh lấy một chai bia ngửa cổ tu một hơi cạn, bóp dẹp chiếc lon vứt vào sọt rác. Khiêm đi lại trong phòng, quay ngược lưng ghế lại ngồi xuống, hai tay bọc ôm đỡ dưới cằm, vẻ đăm chiêu khốn khổ... rồi Khiêm bật nói....

- Mình làm gì hơn được em... tell me... em nói đi. Mình đang ở trong một guồng máy và không thể nào cưỡng lại được... Em không nghĩ những gì mình đang có là giấc mơ của hai phần ba dân số Hoa Kỳ sao... Ở cái nước này, người ta có... có thêm, ... more... more... có thêm nữa hoặc không có gì cả. Cái nước này dựa trên sự tham lam... greed... Anh tưởng em hiểu điều đó. Ở xứ này người ta không ca ngợi lòng khiêm tốn, bình dị. Tham lam làm thành anh hùng, làm thành tiến bộ, làm thành giấc mơ mà năm tỷ con người trên trái đất này khao khát. Em bán đưôïc những policy lớn, hoa hồng cao, anh leo lên làm VP cuả hãng... và còn phải leo nữa, leo tới chết... Mọi thứ trên đất nước này đều trên bánh xe, để lăn đi, lăn mãi, quicker and quicker... bảo nó là hạnh phúc hay địa ngục, anh không biết. You name it... Em nói đi...

Khiêm mở thêm một chai bia nữa...

- Vân... em tưởng anh không nghĩ về những điều đó hay sao... Anh không muốn nghĩ đến thì đúng hơn... anh thả trôi theo nó để khỏi chóng mặt... để khỏi bị dầy vò như em...

Khiêm giơ hai tay lên cao, vẻ tuyệt vọng, nước bia bắn vung tung tóe cả vào người Vân.

Tự do... Người ta nói ở đây có tự do... con kiến cũng có tự do, cũng có quyền sống... Sống như thế này hay sống như những thằng bump không nhà co ro trên trời, dưới tuyết, sưởi ấm bên những thùng rác đốt giấy làm lò sưởi...

Em... anh không biết, phần anh không còn mảnh đất nào để về nữa... Anh không có chỗ nào để bám vào cả, anh là cái cây bứng rễ trồng trong chậu cảnh sống bằng phân bón hoá học... có lẽ chỉ còn có em... anh sang đây từ lúc tám tuổi đầu, một thân một mình năm anh 20... Quê hương, nếu bảo còn quê hương thì em là quê hương của anh... những lúc gần gũi bên em, nhìn em, nắm tay em, anh quên hết được mọi thứ... quên ngày mai phải dậy từ sáu giờ sáng để đi làm và cố leo nốt những bậc thang còn lại... ngoài nỗ lực đó anh chịu thua...

Đến đây thì Vân không nhịn được nữa, nàng bật khóc bù lu bù loa... khóc tức tưởi như con nít... Khiêm hoảng hốt vứt vội lon bia lên bàn...

- Em xin lỗi anh...Vân nói trong tiếng nấc.....

Có lẽ Khiêm nói đúng, chính nàng mới là người không tỉnh táo, chính Vân đang chui đầu trong cát như con đà điểu để khỏi phải đối diện với cuộc đời thực tế đang bủa vây quanh nàng nhưng làm sao mà trốn chạy được mãi. Chẳng ai sống được hai lần một cuộc đời, chính nàng cũng bị cuốn hút vào cuộc đời này như một kẻ mộng du. Giữa thực và mộng cũng mỏng manh trong suốt như tấm màn kính ngăn cách cặp tình nhân tù tội của nàng. Mộng và thực người ta không thể có đồng lúc... nhưng cũng không thể thiếu thứ nào.

Vân chợt nhớ có lần một người bạn Khiêm từng nói... Đời sống là thế, khi mộng thì mình muốn mộng thành thực và khi thực thì lại muốn thực thành mộng... nhưng chúng ta thì lại cứ luôn muốn ăn gian...

Vân cũng nhớ lại, chỉ mới vài hôm trước, chính nàng đã hí hửng khoe với Khiêm về một hợp đồng bảo hiểm lớn mà nàng vừa bán được, lúc đó nàng chọn mộng hay thực...

Sau lần cãi nhau đó, Vân thấy mình vững vàng hẳn lên, lòng bình thản và êm dịu trong một thứ tự do chân thật mà Vân chưa hề được chứng nghiệm. Lần đầu tiên từ ngày lấy chồng, Vân nghiệm ra nàng có thể buông thả tron vẹn và rung theo từng bắp thịt rộn ràng náo nức cuả Khiêm... sau đó nào ai biết, cõi âm u mộng mị sâu thẳm của mỗi con người... Bất giác, Vân đưa tay lên mân mê chiếc mề đay đang đeo trên cổ... nhận rõ những cạnh cứng in hằn cuả một ngôi sao bằng vàng nổi trên nền mặt ngọc thạch mịn màng. Chiếc mề đay này Vân đã đặt thợ làm riêng từ ngày sang Mỹ. Hiện tại và dĩ vàng vẫn trùng phùng mà vẫn cách biệt... cũng là lần đầu tiên Vân dám nhìn ngắm thân thể cuả một người đàn ông dù đó là chồng mình…

- Em nghĩ gì vậy.....

Vân cười e thẹn

- Hay mình dọn về Cali đi... dưới đó có nhiều ngươi Việt... em vẫn tham lam muốn cả mộng lẫn thưc đồng loạt… biết đâu về dưới đó mình vẫn sống đời Mỹ mà...vẫn tưởng còn là Việt Nam.

Khiêm cũng bật cười gật đầu

Ok...vậy thì mình đi.

Vân thu xếp với sở đổi được về Cali còn Khiêm đành chịu thất nghiệp vài tháng nhưng sau đó kiếm được một việc trong hãng Huges Aircraft, một việc hoàn toàn về nghiên cứu, một mình một project, công việc thích hợp hơn với cái bản tính thu vào trong của Khiêm. Với tiền dành dụm, Vân mua đươc một căn nhà rất đẹp ở vùng Yorba Linda, một khu vực mới phát triển còn chập chùng đồi núi hoang sơ. Những người bạn mới người Việt bắt đầu đến với hai người làm cuộc sống trơ trụi không con cái bớt phần nào vẻ cô quạnh. Bớt thôi vì Vân vẫn than thở.

- Giá mà có tiếng trẻ cười đuà trong nhà thì chẳng còn thiếu gì nữa...

Khiêm đuà trêu vợ.

- Thì anh cũng đã cố kiệt lực rồi... cả em nữa...

Quả thực Vân cũng đã tìm đủ cách nhưng chẳng có kết quả nào. Có người xui uống vitamin E vì vitamin E tạo tế bào mới cần cho sự sinh sản, có nguoi xui là phải chữa mẹo, kiếm ăn những trái cây sinh đôi sẽ làm nàng mắn đẻ.

Đến nhà một người quen gặp mấy trái chanh dính xà nẹo vào nhau, Vân mừng quýnh xin về nhăn nhó chấm muối ăn lấy ăn để. Mấy ông bạn nhậu thì xui là trước khi gần vợ Khiêm phải tắm nước lạnh vì mấy con lăng quăng của ông ấy nóng quá nó chết hết. Ngày xưa, mấy người làm nghề luyện kim hoặc phu đốt lò trên tầu đều không có con vì suốt ngày đứng gần lửa.

Vân ngượng, gạt ngang cho là nói bậy nhưng sau đó cũng nhắc khéo Khiêm chuyện tắm nước lạnh. Khiêm chiều vợ nhưng cũng không kết quả. Thậm chí một bà còn nói là cái tử cung của Vân bị lệch, tới bác sỹ để xô thẳng lại là sẽ có con liền.

Khiêm không nhịn được cười

- Thằng cha bác sỹ nào đòi xô tử cung của em chắc anh cho nó một thoi mất...

Vân cười nhưng đồng thời cũng nhận ra là niềm khao khát có một đứa con cũng vô vọng và phi lý như chuyện xô tử cung vậy... Hôm ngồi trong khu chuyên khoa về hiếm muộn cuả bệnh viện UCI, Vân chợt linh cảm rõ điều đó khi điền vào ô ngày sinh tháng đẻ và tuổi tác. Hơn mười năm rồi còn gì nữa thoáng một cái Vân đã gần 40... Khiêm cũng đã làm thử nghiệm Seminal Analysis. Vân hỏi họ làm test gì vậy, Khiêm chỉ cười mủm mỉm làm Vân vừa tức vừa lo. Mãi sau Khiêm mới ngập ngừng:

- Mình cố mãi mà không có được đứa con... mà em biết không chỉ hai phân khối trong cái ống nghiệm đó có tới hơn năm trăm triệu triệu thằng Khiêm con, sống trọn một đời anh sẽ tạo được 500 tỷ thằng Khiêm con... Thật là kỳ lạ... Nhiều lúc anh tự hỏi đời sống đâu nhỉ... giữa những tình cờ, duyên khởi...

Bác sỹ Sygan là bạn học với Khiêm từ thời trung học nên cuộc thảo luận rất cởi mở và thân tình. Ông cho biết Vân ở trong số rất rất hiếm từ 5 tới 10 phần trăm những người đàn bà không thụ thai được vì màng nhầy trong khu cổ tử cung không thích hợp hoặc khắc nghiệt cho việc thụ thai thiên nhiên... trong trường hợp này, thụ thai bán nhân tạo bằng cách cho trứng thụ tinh bên ngoài rồi đặt trở lại tử cung là chuyện có thể làm được. Tôi có thảo luận giải pháp này với Doctor Kim... tuy nhiên tuổi tác cũng có thể là một trở ngại bất ngờ đối với cái trứng của người phụ nữ... Ông cười cho biết... Chúng tôi là những người của khoa học nên cái nhu cầu truyền giống không khẩn thiết và hạn hẹp như mọi người, lựa chọn là ở phía bà...

Khiêm đồng ý nói với Vân:

- Đối với anh, mọi đứa trẻ đều giống nhau nếu nhìn qua hình ảnh những con nòng nọc bơi lội nhởn nhơ trong thị trường của cái kính hiển vi mà bác sỹ Sygan cho anh coi. Anh thấy nó chẳng liên hệ gì tới anh cả... như một đám đông xa lạ trên đường phố.

Khiêm không cản nhưng những thủ tục y khoa phiền toái, tốn kém nhất là sau lần thử thách thất bại đầu tiên, Vân thực sự bỏ cuộc... Vân lầu bầu nói với Khiêm:

- Em không biết về cái nhu cầu truyền giống cuả mấy anh nhưng đàn bà tụi em lúc nào cũng có cái nhu cầu nuôi dưỡng, anh không nghe người ta nói sao, cây độc không trái người độc không con, chắc là em phải độc địa lắm...

Khiêm nắm tay vợ dỗ dành:

-Thôi để anh kể cho em một câu chuyện cổ tích nhé, ngày xưa... lâu lắm rồi...

Vân tròn xoe mặt dõi theo Khiêm, thực sự chưa biết anh chàng định diễn vở gì đây nhưng nàng ngạc nhiên thấy Khiêm không có vẻ gì diễu cợt, trái lại anh nói với một vẻ nghiêm trang và thành khẩn kỳ lạ...

Ngày xưa... lâu lắm rồi... lâu hơn bất cứ một khoảng thời gian nào mà em có thể nghĩ tới, có một cái chấm nhỏ, nhỏ hơn bất cứ một chấm nào mà em có thể nghĩ tới... bỗng nổ bùng ra, kể từ đó mới bắt đầu tách riêng thành cái có cái không, cái trong cái ngoài, ánh sáng và bóng tối, động và tĩnh... Đó cũng là lúc mà thiên cổ chợt tách rời khỏi ngàn thu để biến thành hạnh phúc và khổ đau và cứ thế trôi dạt mãi...

Cho dù em có đem suốt cuộc đời này và nhiều đời sau này nữa, cũng không hết những khoảng thời gian đã trôi qua nhưng cũng từ phút đó... và như bài hát của ông Phạm Duy mà em vẫn thích... Thiên cổ vẫn miệt mài đi tìm ngàn thu, vì khi thiên cổ gặp ngàn thu thì chính là vĩnh cữu, mà đạt tới vĩnh cửu là không còn gì nữa... Không có Khiêm, không có Vân...

Con người ta, cái tôi, cái ngã, lạ thay, dù chỉ là bóng hình của mất còn vẫn cứ muốn cố đạt tới cái vĩnh cửu, cứ muốn tồn tại mãi... Con sâu cái kiến, cây cỏ đều cùng chung khát vọng này nên vẫn cố phải tạo ra những hậu duệ nối dõi. Nếu nghĩ như khoa học, người ta nói cách đây 300.000 năm là thời cuả ông Adam bà Eva, lùi xa hơn nữa một tỷ năm, vài tỷ tỷ năm thì cũnglà một hư không mà thôi... Nếu nhìn như mấy ông Phật thì cả thế gian này cũng là ta rồi còn gì nữa... Nghĩ được như vậy thì mình vẫn làm đủ mọi chuyện, mưu cầu đủ mọi thứ mà lại chẳng mưu cầu gì... Tại sao cứ phải con của chúng ta thì mới thương yêu. Nói cho cùng, cây cỏ sỏi đá chẳng là chúng ta hay sao....Tất cả chỉ là những tình cờ thị hiện bởi những duyên khởi trùng phùng, vậy thì hãy trôi nổi theo những tình cờ này...

Khiêm cười

- Mỗi lần mình gần nhau, trong năm trăm triệu lẻ một con tinh trùng nếu có một con may mắn đạt thành người, năm trăm triệu con còn lại sẽ ra sao... em có thương, có nuôi dưỡng đủ cả được không....

Vân nghe chăm chú nhưng cự nự yếu đuối:

- Mặc anh, anh sắp thành ông sư cụ rồi nhưng bà vãi này vẫn thèm có tiếng trẻ trong căn nhà này... anh hơn em hơn một con giáp, vài năm anh già khụ vẫn còn có em... chừng em già nữa, em có ai? Có lần anh nói cô đơn là sinh lực của người đàn ông, còn em... đàn bà, em sợ sự cô đơn lắm. Mẹ có nói, đàn bà con gái cần phải có nơi nương tựa...

“Từ ngày bố mày...” …Mẹ bỏ lửng câu nói, lững thững lại ban thờ thắp ba cây nhang rồi ra ngồi ở bậc cửa ngó lung câm lặng... Vân lại ngồi gần mẹ nhổ mấy cọng tóc bạc.

"Mẹ có con này..."

Trong bất ngờ Vân sửng sốt nghe mẹ nói...giá mà cô là con trai nhỉ...Vân không giận mẹ. Một đứa con trai, một hình bóng nào hiện thân của dĩ vãng... một bờ dậu đỡ hàng bầu bí như mẹ từng nói.

Mẹ có bầu Vân năm di cư và sanh Vân trên một chiến hạm Mỹ. Người ta nói theo luật hàng hải thì Vân tự nhiên đã có quốc tịch Hoa Kỳ... Chuyện đó Vân không biết, có lẽ khi lên bờ mẹ làm giấy khai sanh cho Vân ở Sài Gòn. Theo mẹ kể thì lúc di cư vào Nam, hai mẹ con đi trước, bố tìm về quê ở Ý Yên Nam Định, tính mang theo ông bà nội. Vùng này đã trong sự kiểm soát của Việt Minh.

Bố lần về quê, cố thuyết phục nhưng ông nội nhất định không chịu di cư. Ông chỉ nói... Còn mồ mả ông cha, làm sao mà tôi đi được... mấy anh người tỉnh thành quen thói lưu lạc, thần thánh ông bà cũng không nỡ quở trách....tôi già rồi, mang thân tới đất khách quê người cũng chả lợi ích gì. Ở quê, có vài mẫu đất hương hoả chắc họ cũng chẳng đụng gì tới tôi đâu...

Bố chịu thua bỏ đi nhưng bị công an bắt lại ngay vì có lẽ ông nội vô tình mang chuyện bố khuyên di cư ra bàn với họ hàng. Ông nội ở lại với hai mẫu đất bị mang ra đấu tố.

Bố bị nhốt sáu tháng ở Trại Đầm Đun, lúc về đến Hà Nội thì cuộc di cư đã chấm dứt, phải hai năm sau mới vượt tuyến vào được miền Nam tìm vợ con.

Bố đưa hai mẹ con về Cai Lậy lập nghiệp và được làm xã trưởng tại một làng nhỏ hẻo lánh. Hồi đó nghe nói có phong trào ấp chiến lược cách ly Cộng Sản, bố hoạt đông tích cực và rất có uy tín. Một buổi tối, lúc đó Vân mới lên năm, đang ngủ bỗng nghe có vài tiếng súng nổ, tiếng kẻng khua ồn ã, chưa kịp chui xuống hầm đã thấy nhà đầy người, đèn đuốc nhấp nháng... Một lúc sau một số người lạ mặt mã tấu súng đạn đầy mình trói bố dẫn đi. Sáng hôm sau lính trên đồn về cho biết bố đã bị giết chết.

Mẹ đầu còn quấn khăn tang dắt con về Sài Gòn tính xin ở đợ sống qua ngày nhưng mẹ bẩm sinh yếu đuối, suốt đời chỉ tựa vào chồng, nay góa bụa lại thêm một nách con mọn nên tiêu hết tiền dành dụm mà chưa biết xoay sở ra sao. Một bữa mẹ vui miệng kể chuyện đẻ Vân trên tầu Mỹ cho một người hàng xóm, ông ta hỏi có giấy tờ gì không, mẹ nghĩ mãi mà không nhớ ra. Cuối cùng sau khi lục hết giấy tờ cũ bất ngờ kiếm được lá bùa cứu tử, tấm giấy chứng nhận cuả ông y sỹ đã đỡ đẻ Vân. Mảnh giấy tình cờ như một phép lạ, mẹ xin được vào làm nhân công quét dọn cho một sở Mỹ.

Cuộc sống bỗng nhiên thay đổi đột ngột. Đồng lương cao so với mức sống của những người xung quanh. Vân đi học lại và được mẹ nuông chiều hết sức. Hạnh phúc bỗng nở hoa bất ngờ, làm nhạt mờ thật mau những tang thương cũ. Mẹ sẽ chẳng bao giờ quên nhưng với Vân những kỷ niệm hãi hùng thời thơ ấu chỉ còn nán lại hư hư thưc thực và xa lạ như chuyện cuả người nào khác.

1975, sang Mỹ đươc ít lâu, mẹ tự nhiên mập phì ra kêu mệt và nhức đầu thường xuyên. Vân đùa nói mẹ hợp đồ ăn Mỹ. Cho đến một ngày đi học về Vân hốt hoảng thấy mẹ ngất xỉu trong bếp, mang vào nhà thương mới biết bà bị xuất huyết não, mê man ba ngày liền rồi mất.

Suốt cuộc đời, kể cả ngày bố bị giết chưa bao giờ

Vân thấy hoang mang và mất mát như lần này. Có lẽ ở tuổi thơ người ta trôi theo những biến cố, như trẻ con đi biển không hề say sóng vì bồng bềnh theo những đợt nhấp nhô nhưng ở tuổi nàng bây giờ, ngươi ta trì kéo, níu lại trong tuyệt vọng những biến cố đang vùn vụt trôi qua nên khoảng cách giữa mình và cuộc đời càng mau hơn đến độ làm run rẩy, chóng mặt.

Một mình Vân lủi thủi đi học rồi đi làm. Có lúc Vân thấy mình cứng lạnh như mặt đaù, có lúc mềm nhũn ra tưởng không còn đủ sức đứng dậy nữa.

Vân bắt được tần số này ngay từ ngày đầu gặp Khiêm nhất là những ngày mới lấy nhau. Có lần mở cửa phòng làm việc của Khiêm, nàng thấy Khiêm ngồi trong đó, trầm ngâm, câm lặng như tấm ảnh người đàn bà đeo chiếc kiềng chạm trổ, đuôi mắt dài hơi nheo lại như đang quan sát nàng...

Vân lẳng lặng bước vào, ôm cổ chồng hỏi nhỏ:

- Hình má phải không anh?

Khiêm chỉ trả lời ngắn gọn, lạnh lùng

- Ừa...

Vậy thôi, Vân cũng không muốn hỏi tiếp nhưng nói:

- Má đẹp quá anh nhỉ.

- Ư... ừ...

Lần này thì câu trả lời còn nhỏ hơn, như chỉ là tiếng khò khè trong cổ...

Mười năm đời chồng vợ, Vân linh cảm đâu đó có một ngõ ngách heo hút trong lòng Khiêm mà nàng chẳng nên đụng vào, như chính Khiêm, không một lần dò hỏi dĩ vãng cuả nàng.

Lớn lên ở nước Mỹ, cái quan niệm riêng tư này đã trở thành một bản năng không thể xoá nhoà.

Vân ngập ngừng nói:

- Em tính lập một bàn thờ má và mẹ, anh nghĩ sao... nhà có cái bàn thờ tổ tiên em thấy nó ấm lòng hơn. Có thể anh nói đúng, tương lai thì chả biết nhưng chẳng lẽ dĩ vãng cũng không có sao...

Rồi Vân cố làm điệu vui:

- Để hai bà sui nhận nhau, rước hai bà về ở chung cho nó vui... mình có cãi nhau hai bà ngồi trên đó quắc mắt là yên liền. Em nghĩ hai bà sẽ hợp nhau...

Lần đầu tiên Vân thấy Khiêm hơi cười khi đề cập đến người đã khuất...

- Để cuối tuần, em lục dưới garage, hồi mẹ mất em có gói một bộ đồ thờ nhỏ, một bộ đồ trà cổ tí hon nữa... lâu quá quên bẵng cả rồi... chắc không mất đâu, em nhớ tất cả đồ của mẹ em bỏ trong môt cái va li màu nâu...

Buổi trưa đi chơi biển với anh Quang về, nhớ đến chuyện bàn thờ Vân quyết định làm liền.

Ở nước Mỹ này, cái garge cũng tiện thật, những thứ gì muốn tạm quên đi, muốn né tránh không nghĩ tới thì bỏ xuống garage, tích luỹ theo ngày tháng đôi lúc trở thành niềm bí mật của riêng từng gia đình, từng con người. Có những người đàn bà Mỹ lấy cả chục đời chồng. Gia đình mới, hạnh phúc mới, người ta cần một nơi tạm chôn sống những hạnh phúc cũ dù vẫn tự nhủ sẽ có ngày coi lại nhưng chẳng bao giờ có thì giờ... Có gã điên giết người tình chặt ra từng khúc nhỏ bỏ vào freezer giấu dưới garage, có người mua được chiếc đàn cổ, bụi dầy cả thước, mở ra bên trong có vài chục ngàn đô. Đằng sau cây đàn này là chân dung cả một cuộc đời, một anh thợ hớt tóc cô đơn không có ai, không có gì ngoài cây đàn và những đồng tiền bỏ vào cây đàn như gia tài gửi gắm cho người vợ hiền…

- Đó là chân dung của nhân loại...

Một anh bạn Vân nói thế, anh ta nghiện đi mua đồ garage sale, rẻ tiền không là vấn đề nhưng cái thú nhất là được dự vào một cuộc phiêu lưu không thể dự liệu trong những bí mật li kỳ riêng tư cuả con người... Anh ta đưa ra cả một triết lý và luận rằng biểu tượng của nước Mỹ, đời sống Mỹ không phải là những toà nhà chọc trời mà chính là ở trong những garage này, nó thể hiện sự dư thừa phung phí của hiện tại bên cạnh nỗi khát khao dĩ vãng nhưng không bao giờ có đủ thì giờ cho dĩ vãng... người ta trượt mau tới tương lai khiến hiện tại chưa kịp thành hình đã thành dĩ vãng mà tương lai thì thật là hư ảo...

Nhận xét này làm Vân động lòng. Có lẽ như vậy thật, mười năm qua từ ngày lấy chồng, cuộc sống lúc nào cũng như một người hụt hơi đuổi theo cái bóng mình, cái bóng của hạnh phúc.....

Buổi trưa đi chơi biển về Vân lẩm bẩm một mình:

- Bậy thật, đã bao nhiêu lần định soạn mấy món đồ của mẹ ra mà chưa bao giờ làm được.

Ngó quanh quất, Vân bắt đầu thấy ngán, mấy cái kệ quanh tường chật cứng đủ thứ đồ, theo thứ tự thời gian cái mới thải ra đè lên cái cũ, góc này những thùng sách cũ của Khiêm, mấy cái vợt tenis, dụng cụ tập thể thao, góc kia cái thùng đựng đồ nghề sửa xe, mấy thùng đồ cũ cứ định gọi cho Goodwill rồi lại quên. Cái vali cũ cuả mẹ không biết vùi ở góc nào. Mà càng dọn càng rối.

Buổi trưa trời bắt đầu nóng, mồ hôi đã rịn ra trên trán. Đúng lúc Vân định bỏ cuộc thì cái va li nhỏ xíu của mẹ lù lù hiện ra trước mắt, bộ đồ cúng, bộ ấm trà còn nguyên, hai cái áo cánh hàng phin mỏng bà cụ tha đi từ Sài gòn và một hộp bánh bích quy hiệu LU...

Trời nóng quá, Vân ôm cái va li ra ngồi tựa ở bậc cửa sau garage chậm rãi kiểm điểm và lựa ra từng món.

Chiếc hộp bánh LU nhỏ bé như cây đèn thần chuyển dịch không gian lui lại cả một thế kỷ, hình mẹ chụp hồi còn trẻ ở Hà Nội trong một chợ phiên, áo dài nhung, cuốn khăn. Hình bố bận âu phục nhưng quần vén lên tới gối đang chỉ trỏ mấy người đào hào ấp chiến lược, bên cạnh tổng thống Diệm âu phục trắng toát, tay cầm ba toong, tay điếu thuốc lá. Những thẻ căn cước của mẹ ngay cả căn cước từ thời Pháp thuộc bìa cứng bọc vải đen, có một sơi dây thun mầu trắng gàng ra hai góc đóng lại như một cái ví nhỏ ngoài đề chữ Carte d'identitée... vài tấm hình của Vân hồi học đệ nhị chụp trước cửa trường Gia Long, đang dắt chiếc Honda dame, tay đeo găng trắng, nụ cười hồn nhiên ngờ nghệch. Phía sau tấm hình một hàng chữ ngắn ghi...Vân1973...

Chương 2

Bỗng nháng lên như một ánh chớp, Vân tưởng như thấy được cả một hình bóng ở phía bên kia mặt trái của tấm hình...một chiếc xe Jeep nhà binh mui trần, hai ba ngươi lính lao xao cười cợt. Một người lính dáng gầy gầy, chiếc nón nhà binh không đội mà cầm trên tay, vẻ như đang đợi một người nào đó.

Gài đuôi chiếc áo dài vào sơi dây thun sau chiếc Honda, liếc trong kính chiếu hậu, Vân nhận ra chiếc xe nhà binh cũng rồ máy quay đầu chậm rãi theo bên hông xe nàng. Anh chàng trung uý ngồi trên xe cười tươi nói:

- Lần trước gặp cô Vân, vậy mà ba tháng hơn rồi đó...

Chiếc xe Jeep vẫn cà rề bên cạnh, một vài người bạn vưà vượt qua quay lại ngó làm Vân ngượng chín cả người...

Bây giờ thì Vân nhớ ra rồi, anh chàng trung uý chỉ huy đại đội địa phương quân của tiểu khu Bến Cát Vân gặp trong một lần đi úy lạo chiến sỹ. Vân ở trong đoàn sinh hoạt thanh niên học sinh Thằng Bờm. Đoàn này thường tổ chức những sinh hoạt xã hội cứu tế hoặc cộng tác với Tổng cục chiến tranh chính trị đi thăm binh lính ngoài tiền tuyến, mang sách báo, thuốc lá quân tiếp vụ, nước ngọt phân phát cho binh sỹ ở những tiền đồn hẻo lánh hoặc tham dự liên hoan sau một chiến thắng... Cũng có khi tổ chức văn nghệ dã chiến ngay ngoài mặt trận

Mẹ cự nự hoài, con gái mà cứ ra vào chỗ bom đạn lính tráng...

Chính Vân cũng không hiểu tại sao nàng có cảm tình với đám lính tráng hơn là những thanh niên láng lẩy ở thành phố.

Cuộc chiến keó dài triền miên, ngày qua ngày thêm phần dữ dội, bò dần vào gần hơn vaøo thành phố nhưng đồng thời lại mất đi cái vẻ đe doạ dù quanh mình người ta vẫn chết đều đều, chết khơi khơi. Sự chết không đáng sợ như trong trí tưởng tượng của một người con gái thành phố, cũng không đau đớn bi thương bằng những cái chết trong tiểu thuyết hoăc phim cine... Sự chết được giản lược, được trừu tượng hoá trong những con số thương vong cuả đôi bên, được đăng trên mặt báo, đọc hàng ngày trên đài phát thanh mà không gợi được một chút xúc động... "Tổng kết hành quân Lam Sơn 714, 200 cộng quân bị loại, ta tổn thất trung bình. Cộng quân pháo kích ngoại ô Đà Nẵnd, 30 thường dân tử thương, 10 nhà bị tiêu hủy..."

Người nào đó vừa chết nhưng chắc chắn không phải là người thân của mình. Vậy là đủ. Chết trên giấy tờ hoặc chết thực tình có kèn đám ma ỉ ôi mới hôm nào ở căn nhà cách nhà nàng vài bước. Những chiếc áo xô trắng phếu, lèo bèo, người ta chạy tới chạy lui náo nhiệt, bà mẹ ngồi bệt ở bậc cửa trong chiếc áo tang trắng cháo lòng, mấy đứa em nhỏ tớn tác, nhiều lúc như một ngày hội, người đi, kẻ về trong con ngõ hẹp, chaäm lại một chút để lách đám đông, lơ đãng liếc vội vào bên trong căn nhà chật hẹp có cỗ áo quan chình ình chiếm gần hết căn phòng, có quả trứng trắng phếu dính đầy tàn nhang đặt trước hình một người lính rất trẻ...

Rồi thôi, chẳng thấy ai nhắc tới nữa. Bà mẹ lĩnh tiền tử, ít lâu sau xây thêm môt tầng lầu. Ngươi ta vẫn phải sống mà còn sống thì vẫn phải tìm cho mình những gì thoải mái nhất... sắm một chiếc tivi, bộ máy hát... Chiến tranh cũng mang đến nhiều tiện ích thật mới lạ và hấp dẫn.

Cuộc chiến lớn lên cùng với Vân, lẫn vào hơi thở của mọi người, trở nên quen thuộc từ lúc nào không hay, như một ngày trong phòng tắm, sững sờ chợt nhận ra mình đã trở thành một người đàn bà... Cảm nhận một chút ghê sợ và kích thích gai gai trên da thịt như lần đầu tiên được nhìn thấy người ta chết trong chiến tranh.

Lần đó Vân theo đoàn đi công tác uý lạo chiến sỹ ở Bến Cát. Trận chiến chưa tàn hẳn nhưng có ông tướng xuống thăm nên người ta vội vã tổ chức một phái đoàn học sinh đi uỷ lạo chiến sỹ và mừng chiến thắng.

Đại đội cuả trung úy Tuấn vừa nhổ xong cái chốt tử thủ cuối cùng. Ông trung úy ở tổng cục nói thế. Chút nữa ông tướng sẽ đích thân gắn huy chương cho những chiến sĩ có công, mấy cô cứ đi theo choàng vòng hoa, có vậy thôi...

Ông tướng vừa đáp trực thăng xuống, người to lớn, bệ vệ, chân đi đôi bốt cao cổ có chạm trổ như cao bồi trong cine, đeo súng lục báng ngà, bắt tay, gắn huy chương và cho mỗi người một cái đồng hồ có khắc chữ lưu niệm “trung tướng… thân tặng”

Bắt tay Tuấn ông ta nói:

- Mấy em ngon lắm! Còn mấy cái chốt lẻ tẻ tối nay làm nốt cho “qua” nghe, cố lên...

Ông tướng đã bỏ đi, đám nữ sinh bắt đầu mang quà ra phát. Trời nắng gắt, đứng gần có thể ngửi được mùi cháy khét trên da thịt và quần áo những người lính lẫn trong mùi thuốc đạn và mùi cây cháy còn âm ỉ, mùi khói thuốc thơm thơm.

Vân để ý thấy Tuấn đã gỡ ngay vòng hoa ra móc lên một cành cây gần đó. Vân cười tươi chỉ vòng hoa nói đùa:

- Tụi tôi dậy từ năm giờ sáng làm mấy vòng hoa, rồi từ Sài Gòn lên đây... coi bộ trung úy không thích gì lắm...

Nhận xét cuả Vân làm Tuấn hơi sửng sốt, thấy anh nhăn mũi lại như muốn cười nhưng rồi chỉ nhún vai, móc túi châm điếu thuốc, hít một hơi dài hóp cả má lại... Khói bay tản mát phà vào mặt Vân thơm nhẹ.

- Tôi đang bận chỉ mấy thằng em đi lượm xác, cô nghĩ coi, đi lượm xác mà đeo vòng hoa này có tiện không?

Vân ngó theo tay trỏ của Tuấn, không xa chỗ nàng đứng, mấy người lính đang lượm súng chất thành một đống, cạnh đó là những gói bọc bằng thứ áo mưa nhà binh mầu cỏ héo xếp thành một dẫy ngay ngắn bên cạnh nhau...

Vân áy náy hỏi:

- Lính mình chết nhiều không trung uý?

Tuấn cầm một cành cây khô chỉ về chỗ mấy người lính đang đi tới đi lui.

- Cô thấy cái hầm kia không, chỗ có mấy cọng lá nhô lên đó, nguyên chỗ đó tối hôm qua tôi mất hai thằng con.

- Hai thằng con?

- Nhà binh tụi tôi gọi lính là con. Tuấn cười, có ba thằng thôi mà ủi hoài không xong, tụi nó xiềng chân vào súng... cô muốn lên coi không?

Vân khựng lại lắc đầu nhưng Tuấn khuyến khích

- Cũng nên coi một lần để biết tận mặt thế nào là chiến tranh. Chỗ cô đang đứng bây giờ vững chãi an toàn quá. Vậy mà mới đêm trước, tụi tôi bò rạp không ngóc đầu lên được, giành nhau từng bụi cây, từng mô đất. Nhiều lúc nhích từ đây tới cái gò đằng kia là cái giá một hai mạng người, bây giờ mình bước thong dong tha hồ, tội gì không đi cho thỏa thích...

Tuấn cười......

- Tôi nghĩ, những bước chân thong dong này giá trị hơn cái đồng hồ của ông tướng vì nó đươc trả giá bằng đời sống của mình. Nhiều lần đánh nhau xong tôi vẫn muốn nán lại, đi loanh quanh tự hỏi nhưng không thấy câu trả lời. Những mô đất này, những bụi cây kia, ngày mốt lại là một nơi khác... Nói vậy để cô thông cảm mấy thằng lính tụi tôi.

Tuấn vừa đi vưà kể lại trận đánh đêm trước, bình thường và dửng dưng. Vân líu ríu đi bên cạnh. Chỉ mấy khẩu súng Tuấn giải thích, cái này là súng ngựa trời, cái cục giống củ chuối kia là đạn B40 bắn xe tăng, mấy khẩu kia là Ak, đây là M16... Tuấn cúi xuống lợm một khẩu Ak, lên đạn rất nhanh, nổ một tràng ngắn vào không khí...

Tiếng cốc cốc dòn tan làm mọi người nhốn nháo. Đứng gần, Vân có cảm tưởng như những ngọn roi nóng rát quất vào mặt làm nàng cuống quýt níu chặt cánh tay Tuấn. Da thịt cứng rắn cuả ngươi đàn ông tạo một xúc động bất ngờ. Trong máy tuyền tin của người lính đứng gần khọt khẹt một giọng nói:

- Gì vậy thẩm quyền, có tiếng gõ mõ...

Tuấn cầm máy cười cợt.

- Thiếu tá lố hả, một bầy bà vãi mới lên thăm, sư cụ hứng hoảng bắn bậy vài viên, xong việc về sớm mà hưởng...

Quay sang Vân, Tuấn nói:

- Lính tráng tụi tôi quen giỡn như vậy đó, cô đừng giận... mà cô có giận cũng huề thôi, chút nữa mấy cô về rồi lấy ai mà giỡn. Cô coi năm bẩy cái Poncho nằm kia... tối hôm qua chúng nó cũng thích giỡn lắm đó.

Bây giờ Vân đã hiểu mấy cái gói mà nàng thấy từ xa là xác chết cuả mấy người lính đang được chuyển dần lên xe GMC để chở về hậu cứ tiểu đoàn. Một số xác chết của lính Cộng Sản cũng được lượm về vứt đại ở một góc gần đó. Những xác chết phơi nắng vài ngày bắt đầu bay mùi, những xác người vương vãi, vàng khè, đã trương mọng lên cứng nhắc, những cái miệng há hốc ra như cố gắng hớp vội hơi thở cuối cùng cuả cuộc sống. Có xác của một người lính Cộng Sản còn rất trẻ, mắt mở to khờ khạo như đang nghỉ mệt, ngó đăm vào khoảng không xa xăm trước mặt. Một người nào đó tinh nghịch dựa anh ta vào một lùm cây nhỏ, còn gắn trên môi một điếu thuốc nữa.

Vân hoảng hốt nói:

- Trung úy, mấy người chết không nhắm mắt như vậy là chết oan đó, họ thiêng lắm...

Tuấn cười:

- Chiến tranh, chết nào mà chẳng oan.... trong hàng

ngàn viên đạn bắn ra không hò hẹn, người bóp cò không thắc mắc, cao một chút, thấp một chút… kẻ sống người chết chẳng ai thù ai.Tôi không thù nó, nó cũng chẳng oán tôi. Nếu biết chắc viên đạn của mình xuyên vào người thằng nhỏ này chắc tôi cũng...

Tuấn bỏ lửng câu nói...

- Thấy anh ta như đang ngồi chơi...

Tuấn cúi xuống móc túi áo người chết lấy mấy giấy tờ tuỳ thân ra coi và chỉ cho Vân một vết máu loang trên bộ đồ kaki mầu vàng héo.

- Đạn M16... vậy đó, phía trước nhỏ như đầu đũa, trổ ra khía sau như cái bát, vào người rồi viên đạn xoáy, nguậy tùm lum, thầy thuốc chê.

Tuấn lơ đãng lật coi mấy giấy tờ rồi đưa cho Vân nói:

- Thư tình, nhật ký, sách chép nhạc Vàng... tụi nó gọi nhạc miền Nam là nhạc vàng.

Vân cầm cuốn sách trong tay, lật qua vài trang... một vài bài hát loại bình dân sao chép câu được câu không nhưng phần đầu trang giấy và đề tựa của bài hát được tô điểm kỹ lưỡng, nét vẽ mộc mạc. Một chiếc cầu, những cánh chim nhỏ bay trong một buổi chiều, có gương mặt một người con gái. Tựa bài hát Vân còn nhớ... Hoa trinh nữ

Kẹp trong cuốn sách là một lá thư tình chưa viết hết có trích một câu trong bài hát: ... anh chỉ là người lính xa nhà...thấy hoa nhớ người yêu cách xa...ngày nào đánh tan giặc Mỹ...

Có một hai lá thư nhà của người vợ và bà mẹ viết ké vào rìa trang giấy, chuyện hộ khẩu, chuyện bom Mỹ thả ở khu Khâm Thiên... người sống kẻ chết, bác Cả Hương bị bom cụt hai chân...Vân đứng lặng người trong nắng đọc những lá thư và những dòng nhật ký. Nắng chói chang, nhảy múa chập chờn trên trang giấy, hắt lên làm cay xè đôi mắt, choáng váng nhưng nàng vẫn cố đọc. Những riêng tư cuả một đời người vun lại từ hư không như vừa trả lại cho xác chết trước mặt nàng một đời sống mới.

Bất chợt ngước lên, Vân chạm vào đôi mắt của người lính Cộng Sản, trong khoảng khắc mong manh Vân như thấy chợt nháng lên trong đôi mắt mở trừng trừng đó một nét linh hoạt, tưởng như hắn ta sắp cầm khẩu súng vùng đứng dậy tiến về phía nàng. Vân bật kêu lên thảng thốt:

- Trung uý...

Tuấn quay lại vẻ ngạc nhiên thoáng nét giễu cợt....

- Khóc rồi...

- Đâu có, Vân chống chế yếu đuối, đọc dưới nắng chói cay mắt quá trung uý... Thôi mình về, tối nay chắc ngủ mơ quá!

Hai người lững thững trở về chỗ sinh hoạt, Vân rụt rè hỏi:

- Tối nay còn đánh nhau nữa không Trung úy?

- Hy vọng là không, chỉ còn ba thằng lẻ tẻ cầm chân tuốt trong kia... nhưng đêm vẫn phải rải ra nằm kích.

Suốt đường về Vân thẫn thờ như lạc về từ một thế giới khác. Xe rời bánh, mấy người lính bịn rịn đứng vẫy tay chào, cả Tuấn cũng đứng đó, họ tan đi thật mau, mất dấu trong lớp bụi mù và những lùm cây dình dập. Họ ở lại, Vân trở về trong buổi chiều của thành phố đã lên đèn, hầm hập vẻ quen thuộc bỗng trở nên buồn bã, nhàm chán, ngày qua ngày. Một ngày nào đó, có lẽ không xa, Vân rồi cũng phải lấy chồng, như mọi người con gái khác lớn lên trong chiến tranh, rồi họ cũng sẽ có những người tình, những ngươi chồng lính chiến. Như một định mệnh. Có lựa chọn nào khác. Như con Tâm Nương từng nói với Vân. Tất nhiên là như vậy, còn lựa chọn duy nhất là loại lính nào, giả thử như mày có quyết tâm lựa chọn. Chữ thọ lớn, chữ thọ nhỏ, rằn ri... mũ đỏ, mũ nâu... tàu bay, tàu thuỷ... riêng tao thì thả nổi, ai sao mình vậy, có lẽ như vậy mình đỡ hối hận nếu lỡ phải "ngày mai đi nhận xác bồ..." Nó âm ỷ hát một bài hát quen thuộc và cười tươi rói như chuyện bỡn, nhún vai nói câu tiếng tây C'est la vie... Mấy thằng không quân thì tình ái lúc nào cũng như mèo vờn chuột, mấy thằng nhảy dù lâu lâu về phép một lần thì như người chết khát, hay biểu diễn trò ngươi hùng hí mỹ nhân...

Mấy đứa bạn học gọi đùa Tam Nương là "ngươi tình cuả mọi quân binh chủng".

Nó nhận tỉnh bơ:

- Mày nhớ câu Lão Tử nói không? Đời động thì tao động, bọn đàn ông nó giỡn, mình phải giỡn theo như vậy đỡ thiệt thân khi nó cho mình de hoặc máng áo bất tử..

Con nhỏ nói năng bặm trợn vậy mà một bữa thấy nó khóc sưng cả mắt, vài hôm sau phải chở vào nhà thương vì nó cứa một luỡi lam ngang cổ tay tưởng đi luôn. Thằng kép lái trực thăng cuả nó ăn hoả tiễn tầm nhiệt SA 7 banh xác. Mắt đỏ hoe Tâm Nương tâm sự, bây giờ tao mới thấy mình chỉ thực sự yêu bọn con trai khi họ đã lên bàn thờ, kể từ đó họ thành Thần, từ cõi âm u phóng ra những sợi tơ mong manh vây bủa đời mình mãn kiếp , biến bọn mình thành những tín đồ ngoan đạo và buồn bã...

Vân ngồi trong nhà thương với nó cả buổi, mặt nó xanh héo như cái xác trôi sông...

- Chỉ như vậy, chỉ khi đã lên bàn thờ họ mới thắng được cái chết... có lẽ đó là cái chiến thắng cuối cùng của bọn lính. Tao cũng thử muốn bắt chước bọn họ, Tâm Nương nói... “có vẻ mỉa mai thật nhưng sau cái chết cuả Ngọc, tao nghiệm ra là bọn con trai trong chiến tranh này chỉ đạt tới sự hùng vĩ tuyệt đối khi họ đã banh xác”.

Vân chưa có bồ nên không dám có ý kiến, chỉ thấy hoang mang trong một nỗi đau âm ỷ chợt bùng lên như cơn hoả hoạn trong lần lên thăm đơn vị của Tuấn ngoài mặt trận...

Hình ảnh những người lính tan mờ, mất dấu trong những lùm cây phía sau chiếc xe làm nàng hoảng sợ mãi. Nàng bỏ hẳn không sinh hoạt với đoàn nữa.

Đón Vân ở cổng trường bữa đó, Tuấn theo nàng về tận nhà làm Vân sợ điếng hồn, không mời nhưng Tuấn tỉnh bơ bước vào nhà nói với mẹ:

Thấy cô ấy bị cao bồi theo phá nên tiện đường đưa cô Vân về nhà luôn.

Tuấn lên mặt kẻ cả:

- Chừng đi lính để cháu trị cho vài bữa là ngoan ngay!

Tuấn ngó Vân nháy mắt cười trong lúc mẹ cám ơn rối rít, than thở thân phận mẹ góa con côi. Vân vùng vằng bỏ vào phòng trong không thèm nói chuyện.

Tuấn tới chơi vài lần, lì lợm... Vân cũng nằm lì trong phòng không chịu ra tiếp. Tuấn nói với mẹ:

- Cô Vân ốm sao bác... thấy cô ấy xanh mướt.

Nhận xét cuả Tuấn làm mẹ phát hoảng. “Không biết sao, tôi cũng lo quá!”

Tuấn trấn an:

-Không sao đâu, con gái mới lớn như vậy đó! Cháu có bài thuốc gia truyền của một thằng lính người Hoa, để lần tới cháu mang lại cho bác.

Lần tới, Tuấn xách đến nhà một chục con gà ác, thứ gà nhỏ xíu thịt đen thui và cả mấy thang thuốc Nam. Tuấn dặn dò mẹ tỉ mỉ như một ông lang... trong này có cả sâm nhung đại bổ huyết đó, bác nhồi thuốc trong gà, hầm kĩ, lửa liu riu và bắt cô ấy uống, hết mười thang này là hồng hào lại ngay.

Báo hại Vân bị mẹ ép uống những bát thuốc vừa tanh lợ vừa đắng. Thuốc có hiệu nghiệm không, Vân không biết, Vân vẫn vùng vằng mỗi lần bị mẹ ép uống nhưng cùng với cái vị tanh đắng của bát thuốc, Vân chợt nhận ra một cảm giác dịu dàng cuả hạnh phúc bảo bọc như những tia nắng ấm của một ngày đầu tháng 9, trời Sài Gòn buổi sáng chợt the the lạnh, ấm áp như những lá thư của Tuấn tiếp tục gửi cho Vân dù chưa có hồi âm...

“Vân à......Tối qua đi tăng phái cho tiểu khu Bến Cát, anh phải rải lính đi kích ở rạch Suối máu Tầu Ô. Chẳng hiểu sao nơi này lại mang một cái tên kinh hãi như vậy. Cái tên này có thể đã có từ lâu nhưng cũng có thể là tên gọi cuả nơi nào đó một vài ngày sắp tới.Trong trận chiến này, thiếu gì những con lạch con kinh hiền hoà bỗng trở thành suối máu... mà lạ thay những tên gọi này không làm người ta sợ hãi mà lại làm nguơi ta hung hăng hơn. Đó là những xiêm aó rực rỡ cuả thời chiến....

Vân biết không, đi lính nản nhất là chuyện đi kích, nhất là những đêm trời mưa gió, tối tăm, mấy thầy trò rủ nhau ra bờ ruộng, gò mả, đào hố, che cây, chui nhủi như một lũ chồn cáo rình rập con mồi và con mồi nó cũng rình rập để vồ mình. Đưá nào sơ ý thì trả bằng mạng sống cuả mình. Muốn hút thuốc phải nhủi đầu xuống hố hoặc phủ áo mưa để che ánh lửa và mùi khói thuốc thơm bay xa. Trong đêm tăm tối, giữa thiên nhiên, giác quan và trí óc cuả người ta bén nhậy hơn rất nhiều khiến cuộc chơi rình rập càng trở nên nguy hiểm. Có những lần sập bẫy súng nổ ran, sáng ra đi lượm những xác người còng queo sấp ngửa bên bờ ruộng, lòng dửng dưng, không thương xót cũng không háo hức như khi săn được môt con thú về làm thịt... Cuộc chiến này là vậy đó Vân, nó triền miên.... bất tận, trở thành moät phản xạ lì lợm, vô nghĩa....

Bây giờ là 2 giờ sáng, lần đi kích này chỉ lấy lệ thôi, như một cuộc đi cắm trại vì trăng mười bốn sáng quá, vằng vặc trên trời... Mấy thằng em đã trải tuyến sâu phía trong, anh mắc võng gần một gò mả nằm ngắm trời ngó đất, chợt nghĩ tới Vân, hi vọng những thang thuốc sẽ làm má em hồng thêm một chút, như vài tiếng nữa, mặt trời sẽ mọc lên ấm áp, anh về quận ly, ngồi ở hàng hiên một quán nhỏ, làm mọt ly cà phê nóng đợi bình minh trong niềm hạnh phúc còn vương vấn với giấc mơ về em...

Em biết không... lạ lắm, anh không tin ở thượng đế nhưng tin ở thần linh. Trong những đêm yên tĩnh như thế này, giữa thiên nhiên bình dị, có lúc cảm thấy mình mọc lên từ đất, nói chuyện được cả với cỏ cây và cõi âm u. Có lần tụi anh đã làm cạn một nón sắt rượu để ông già bật ngửa pha coca, mọi chuyện đều trở thành thường cả, anh vỗ vào gò mả đá ong gọi mấy cha dưới đó cùng lên nhậu chơi cho vui. Lạ lắm Vân ơi! Một luc nào đó rõ ràng như anh đang thấy có những bọc lửa vừa bốc lên khỏi mặt đất, chập chờn rồi tan mất.

Chặp sau thì may người khác cũng thấy, những khối tròn vàng, đỏ chờn vờn, quấn quýt, cười cợt... Có thằng kín đáo gỡ khoá an toàn của cây súng.Thằng Chệt ôm máy truyền tin thì thào...Trung uý mời, thổ thần đến kìa... Lạnh gai người nhưng không sợ, anh cười la to, xin mời, xin mời... rồi nhậu tiếp... Lúc anh ngủ thiếp đi, mơ thấy nhiều người lạ, cảnh lạ. Họ không nói nhưng anh như hiểu hết... Đất có thần Vân ơi! Những linh thiêng từ đời nào tụ lại không biết nữa nhưng gần cận với mình lắm, mình như chỉ là một hơi hướng của họ....Từ bữa đó, anh thấy mình bớt sợ, bớt thắc mắc về cuộc chiến tranh này, thấy mình mất hút trong một dòng sinh mạng lớn hơn vẫn diễn tiến từng ngày. Trong đó, mình quá hèn mọn để thắc mắc..

Vân ơi...

Anh chẳng chẳng dám hẹn hò vì đời lính nhiều lúc người ta kị hò hẹn lắm, nhưng sao vẫn mong....một lần nào đó được gặp lại em, được ngồi bên em nói chuyên viển vông, để sau đó những cơn mộng về em đậm nét và ấm áp hơn... Anh chẳng dám nghĩ gì xa hơn thế nữa...

Hồi này anh dù về Sài gòn thường hơn. Những chiều thứ bẩy, anh thường ngồi ở quán cà phê Thanh

Bạch nhìn thiên hạ qua lại trên hè phố Nguyễn Huệ mường tượng một lần nào đó không hò hẹn bỗng được gặp em, được nhìn rất gần và rất sâu trong đôi mắt tội tình cuả em, như lần trước nhìn em khóc...

Tuấn

Vân đọc thư Tuấn cả chục lần, lần nào cũng ứa nước mắt trong một niềm thương cảm như thương cảm cho chính mình.

Chiều thứ bẩy, Vân định bụng tới rủ con Tâm Nương đi phố. Vân đứng lựa tới löïa lui, ướm thử hết áo này tới áo kia mà sao như vẫn chưa vừa ý. Nàng lấy tay khơi khơi mấy lọn tóc, tiếc rẻ là đã cắt hơi ngắn một chút, trông có vẻ nhí nhảnh hơn nhưng làm giảm đi vẻ dịu dàng... Cuối cùng Vân chọn một chiếc áo dài mầu huyết dụ đỏ thẫm, thoa một chút phấn hồng, vẽ xanh hơn một chút đôi mắt. Vừa trang điểm Vân vừa nghĩ, đi chơi vôùi con Tâm Nương thôi cần gì phải kỹ như vậy... nhưng mà đeo thêm cái mặt ngọc thạch xanh biếc của mẹ cho có lẽ hợp hơn, hay sợi dây chuyền vàng này... có lẽ nên thêm một chút phấn hồng nữa. Vân ngó mình trong gương cười vu vơ.

Thành phố gần ba triệu con người này như chỉ sống tận cùng sinh lực của mình trong những chiều thứ bảy. Vân và Tâm Nương đi dọc theo một phía của con phố nhưng chỉ mua được mấy món đồ lặt vặt.

Đến gần hơn khu rạp cine Lê Lợi và cái nhà hàng Thanh Bạch trong thư của Tuấn, Vân nhận ra nhịp tim mình bắt đầu rộn ràng... Chả hiểu sao nữa, những bước chân bỗng lúng túng...Vân dừng lại ở quầy bán vải cuối cùng như muốn lựa chọn sấp hàng nhưng trí óc thì chạy miết nơi đâu... Có thể Tuấn đã đợi ở đó như thơ của anh chàng, có thể chỉ là một câu nói vô tình...Vân muốn mạnh dạn ngó về phía nhà hàng nhưng lại sợ nếu Tuấn đã ở đó và biết nàng đang ngóng tìm...Vân thấy lao chao như muốn té, những bước chân như có người trì kéo lại, ánh mắt gượng gạo đóng kịch lướt lên tấm phông vẽ quảng cáo cuả rạp cine cho tới lúc Tâm Nương chợt hích nhẹ vai Vân…

- Trung uý nhìn mày, trung uý cười kìa...

Như một tia điện xẹt ngang trí óc rồi Vân chợt thấy Tuấn vừa đứng dậy rời khỏi bàn ăn, nụ cười tươi nét mừng rỡ còn đọng lại trên gương mặt

- Vân.....Vân đi phố?

Tâm Nương mau miệng:

-Vâng, Vân nó muốn mua vải may mấy cái khăn quàng cổ để tặng người bạn. Con nhỏ cười tinh quái...

Tuấn nói “Mời Vân và cô ngồi chơi một lát”

- Dạ, em tên Tâm Nương, còn Vân... chắc Trung úy biết rồi.

Vân ngần ngừ dù biết chắc nàng sẽ ngồi xuống. Tâm Nương huých nhẹ Vân nói...

- Trung uý mời làm sao từ chối, ngồi xuống mày!

Lần trước gặp Tuấn ngoài đơn vị Vân đối đáp tỉnh bơ nhưng sao bây giờ Vân bối rối quá.

- Vân dùng gì nhé, cam vắt chăng? Vân chỉ lặng thinh, Tâm Nương làm hộ chuyện đối đáp.

Tuấn hỏi chuyện vu vơ, “Bác mạnh không, mấy thang thuốc uống đã thấm chưa, cũng phải vài tháng mới có kết quả... có lẽ Vân hồng hào hơn trước đó!” Vân chỉ vâng dạ...

Ngồi một lúc, Tâm Nương đứng dậy vẻ hốt hoảng nói phải về gấp có hẹn đưa bà cụ đi chợ.Vân cũng đứng dậy nhưng nó đẩy nàng ngồi xuống nói:

- Mày ngồi chơi với Trung uý một lát đã, đâu có gì mà vội

Tâm nương bỏ đi, Tuấn im lặng ngắm Vân rồi nói:

- Hôm nay coi em xinh mướt như một bà tiên, đẹp hơn rất nhiều ngay cả trong những giấc mơ của anh về em.

Giọng Tuấn nhỏ nhẹ, chậm rãi, vững vàng...

Vân biết mình xinh đẹp, nhưng lời khen tặng của một người đàn ông không khỏi làm làm nàng chao đi trong một niềm hạnh phúc bừng bừng chảy rần rần khắp cơ thể. Ly nước cam vẫn còn nguyên, Vân chưa uống được lấy một hớp, ngượng ngùng đến độ không dám nhìn thẳng vào mặt Tuấn...

Sau buổi gặp gỡ đó, Tuấn tới chơi nhà thường xuyên. Mẹ và Vân chấp nhận Tuấn như bù đắp vào sự thiếu hụt từ bao lâu trong một mái nhà chỉ có hai người đàn bà. Tuấn tháo vát và chững chạc cuả một bảo bọc vắng thiếu trong Vân từ ngày biết nghĩ. Vân mường tượng một tia lửa ấm nào đó cũng vừa loé lên trong mắt mẹ từ ngày có Tuấn tới lui trong căn nhà này.

Cái gì cũng anh Tuấn, cô hỏi anh Tuấn coi. Anh Tuấn nói thế này, anh Tuấn nói thế kia.

Vân trêu mẹ:

- Con thấy anh ấy khật khừ ngang ngang làm sao ấy

Mẹ hốt hoảng lừ mắt:

- Ấy chết...

Tuấn đến, mẹ cuống quýt làm đồ ăn thức uống, kéo Vân vào phòng thì thào:

- Bôi một chút phấn đi, coi cô xanh lét như ốm hậu sản vậy...

Tuấn hỏi:

- Mẹ nói gì vậy?

- Mẹ sợ anh chê em ốm đói như con ma...

Tuấn nắm tay Vân dịu dàng

- Em biết không, anh yêu cái mỏng manh đó, nhiều lúc chợt nghĩ chỉ cần xiết mạnh tay em sẽ tan đi như bóng nắng.

Từ lúc nào, Tuấn đương nhiên trở thành một phần của đời mình, Vân không thể phân định. Có thể ngay từ phút đầu khi nàng hoảng hốt níu chặt lấy cánh tay của người lính ngoài mặt trận còn đậm mùi tử khí, hay một lần nào đó, bàn tay Tuấn vươn tới ôm ấp bàn tay nàng trong một quán cafê vắng bên bờ sông hay nụ hôn đầu đời cuả người con gái rung chuyển như mặt đất cũng đang tan chảy. Một lúc nào đó hai người đã đứng gần kề nhau, gần lắm, gần đến độ Vân tưởng như nhịp đập rối rít, hào hển trong lồng ngực nàng hoà nhịp với tiếng đập cuả trái tim Tuấn. Tuan đã cúi xuống hôn nhẹ lên mái tóc nàng, cơ hồ như phút đó kéo dài vô tận, vòng tay chàng đã cuốn chặt Vân như một con sâu trong tổ kén. Vân không còn đứng vững trên đôi chân nữa. Nụ hôn cuả chàng mềm mại, ấm áp, làm rung chuyển mọi ngõ ngách không tên trong Vân.

Một giây trước đó và một giây sau phút đó, mọi chuyện như đã hoàn toàn dời đổi, như đột nhiên lạc vào một cuộc đời mới.

Đêm hè nóng nực khó ngủ, Vân lần ra bậc thềm, ngồi ngó lung vào khoảng trời đêm, lập loè phía xa mấy trái hoả châu chợt hực sáng lên một góc trời, tàn lụi dần như những bóng ma chơi, để lại lây lất một dải khói trắng như những con bạch tuộc ma trên nền trời đêm đen.

Một chiếc Hỏa Long đang rống lên ùng ục từng hồi như một người bị trấn nước, đang sặc sụa khạc ra những giải đạn lửa nối đuôi nhau.

Chỗ đó chắc đang đánh lớn...Vân chợt nghĩ

Có tiếng động cơ hục hoặc của hai chiếc trực thăng đen ngòm lập lòe như hai con đom đóm ma, nhỏ dần, mất hút, chỉ còn tiếng côn trùng rên rỉ trong bụi cây tăm tối đe doạ trước mắt. Nghĩ đến Tuấn đang chui rúc ở một bờ ruộng nào đó, nghĩ đến những ngón tay vàng khói thuốc cuả anh, những phút vui thảng thốt không chờ đợi, chợt tiếng chân Tuấn khua động ở thềm cửa này... Vân sà xuống gần hơn với những bụi cỏ, ngửi được cả mùi lá hoa thơm hắc của bụi cây mười giờ, mùi đất ẩm, cả mùi thân thể Tuấn nữa.

... Em sợ quá Tuấn, đánh nhau mãi tới bao giờ!

Câu hỏi lạc lõng cuả Vân mất hút trong những âm thanh hỗn tạp của một buổi chiều thành phố ngày thứ bảy, giữa dòng người ồ ạt trôi nổi xung quanh.

Vân lắc mạnh hơn tay Tuấn.

- Tuấn, hay là... Tuấn tìm cách xin giải ngũ đi!

Một thoáng ngạc nhiên rồi Tuấn nghiêng qua ôm lấy bờ vai Vân xiết nhẹ, cười cợt.

- Em sợ...

Tuấn bật cười thành tiếng lớn, khoả lấp, trấn an nhưng vẻ hoảng hốt của Vân đã thấm thật mau sang anh.

Giọng Tuấn nghiêm lại:

- Anh đã nói với Vân, mình đang ở giữa một cuộc chiến, mũi tên hòn đạn nó tránh mình. Vả lại, lính tráng trở thành cái nghề của anh rồi... bỏ bộ đồ này ra, anh không hình dung nổi bộ tịch mình sẽ như thế nào, ngay cả chuyện kiếm sống nữa, Tuấn lắc đầu... anh chưa hình dung nổi!

- Em đi làm, Tuấn học luật lại, hay... mẹ xin cho anh vào làm sở Mỹ với mẹ.

Đến đây thì Tuấn bật cười thành tiếng.

- Vân ơi, cái viễn tượng này làm anh sợ còn hơn ăn đạn Việt Cộng nữa.

Anh chỉ có mấy câu tiếng Mỹ ăn đong để chửi thề với mấy thằng cố vấn. Bóp cò là cái nghề duy nhất mà anh học được và làm ngon lành nhất từ ngày mới lớn. Không biết ở sở Mỹ của mẹ, họ có dùng cái nghề chửi thề và bóp cò của anh không?

Lần đầu tiên Vân bắt được cái vẻ hằn học trong cách nói của Tuấn nhưng chỉ một thoáng rất mau rồi Tuấn kiềm chế được ngay.

Buổi tối đưa Vân về, hai người ngồi ở thềm cửa chỗ Vân đang ngồi bây giờ, thì thào tới sáng. Những tầm thường, bé mọn của một đời người, như mọi người... Em muốn làm cô giáo, Tuấn hứa với em đi học lại nhé, anh thích con trai hay con gái... Trai gái gì cũng được... Em không thích Sài Gòn, em thích ở gần biển hơn. Thôi cũng được, dễ lắm, để một ngón tay vào nòng súng rồi bóp cò... Tuấn ơi đừng làm em sợ nữa.

Tuấn thuyên chuyển về tiểu khu Phước Tuy nắm một đại đội địa phương quân giữ an ninh trục lộ.

Lính Rùa, Tuấn cười nói thế. Phè cánh nhạn, sáng gỡ mìn phòng thủ, cho mấy thằng em đi mở đường. Đóng đồn như nuôi con mọn, chuyện gì cũng phải để mắt vào, Việt Cộng nó lanh lắm, thói quen mình làm sao nó theo dõi rất kỹ, sơ ý là nó xơi tái liền, nhưng em đừng lo, mấy thằng mán rừng đi dép râu đó làm sao khôn hơn mình được. Tết này để nói bà già sang gặp mẹ xin làm đám hỏi.

Đám hỏi... Sao xuyến suốt một mùa hè, Vân lướt mướt trong một cơn mộng mị đầy cảm xúc. Nhiều lúc Vân muốn la lên "Tuấn đâu, em muốn nói chuyện này"

Tâm Nương cười rũ rượi:

- Mày làm như bọn đàn ông là cục ô mai bỏ túi, muốn mang ra nhâm nhi lúc nào cũng được.

Vân cũng cười.

- Nhưng mà tức quá, tao muốn mặc cái áo gấm vàng mà không biết Tuấn có thích không, có cần khăn hoàng hậu không nhỉ?

Tâm Nương cười ngặt nghẹo:

- Cô Hai ơi, đám hỏi chưa cần mấy thứ đó. Này nhé, cô nàng ăn mặc chỉnh tề, nhà trai tới, bà già gọi ra rót nước, nàng ỏn ẻn đóng vai yểu điệu thục nữ cúi đầu chào bà mẹ chồng tương lai... có liếc chàng cũng liếc nhè nhẹ thôi...

Đang cười, Tâm Nương chợt ngưng bặt. Vân bắt gặp thoáng thê lương mong manh trong mắt bạn. Tâm Nương lấy bao thuốc trong ví ra châm một điếu.

- Hút thuốc từ hồi nào vậy?

- Nhiều lúc nhớ Ngọc quá! Tâm Nương cười gượng... Để tưởng nhớ mùi hương, thay vì đốt nhang, tao đốt thuốc. Chủ nghĩa tâm linh hiện thực mày không biết sao?

Vân ngắm bạn, im lặng chia sẻ nỗi xót xa

- Mày nói đúng, tụi mình cuối cùng cũng không khỏi dính vào bọn lính. Tao cũng lo quá. Sáng nay đọc báo nghe nói mới mất Ban Mê Thuột... Vân nói và tự trấn an:

- Đánh lớn ở đó thì vùng III lại yên, yên được lúc nào hay lúc đó vả lại Tuấn đã về được Phước Tuy có gì mà phải lo.

Chia tay Tâm Nương, Vân lái xe vòng vo qua nhiều đường phố trong một nỗi hoang mang không thể định rõ nhưng không thể dứt bỏ khỏi dòng suy tưởng. Vân định lái xe về nhà nhưng lại thấy mình đang có mặt trước căn phòng Tuấn thuê ở Hàng Sanh.

Những ngày Tuấn ở đơn vị Vân thường đến căn phòng vắng lặng này ngồi học bài hay thả mình trên chiếc giường của Tuấn ngủ thiếp đi giữa những hơi hướng đồ vật quen thuộc .

Có những ngày Vân loay hoay cả buổi xếp đặt, bầy biện ngay ngắn lại mọi thứ, lục quần áo dơ mang ngâm giặt, là ủi thẳng thắn xếp vào tủ. Tuấn về một bữa là lại lung bung như ổ chuột. Anh bê bối quá… Vân cằn nhằn nhưng mỉm cười vì biết mình đang hạnh phúc.

Đẩy cửa vào, Vân muốn bật kêu lên mừng rỡ. Tuấn về từ hồi nào còn nguyên bộ đồ trận đang ngủ trên giường. Vân rón rén lại gần, đứng rất lâu im lặng ngắm nhìn những nét mệt mỏi còn đọng lại trên gương mặt người đàn ông. Đêm qua, chắc Tuấn lại đi kích.

Vân đã quá quen với đời sống của một người lính

chiến. Bỗng thấy thương Tuấn quá. Vân cúi xuống hôn nhẹ lên môi người yêu, kịp nhận ra vòng tay Tuấn đã choàng siết ngang lưng nàng, nụ cười hạnh phúc còn ngưng đọng trên môi... Đừng anh... Nhầu áo em...

Vân muốn vùng dậy, đồng thời lại muốn bỏ cuộc. Nỗi khát khao nào mãnh liệt quá đang kéo nàng chìm sâu xuống trong một cơn mê đắm cuồng dại... Đằng nào mình chả là vợ Tuấn... sắp đám hỏi rồi, đừng anh... đừng anh...

- Đừng khóc... tại sao khóc khi mình hạnh phúc.

Tuấn nói:

- Giữa chúng mình sẽ chẳng có gì thay đổi đươc dù cho ngày mai bom đạn có ăn anh...

Vân hoảng hốt ôm ghì lấy Tuấn, đừng nói gở Tuấn ơi…

Cả hai tuần nay, Tuấn bị cấm trại trăm phần trăm, cũng không dám dù về Sài Gòn vài phút giây ngắn ngủi để Vân được thấy anh và tạm yên lòng. Lệnh từ tiểu khu tuyệt đối không đươc vắng mặt ở đơn vị. Trong cuộc chiến này làm sao biết được những gì có thể xảy ra cho một người lính. Mỗi lần có lệnh cấm trại 100% là y như sắp có đánh lớn, Vân nghĩ thế. Qua thơ Tuấn viết cho một người lính mang về Vân có cảm giác Tuấn muốn che giấu một nỗi lo sợ mà anh không muốn lan truyền sang Vân.

Tin mất Ban Mê Thuột không đủ mạnh để giựt điện người dân Sài Gòn ngoại trừ những gia đình có quan hệ trực tiếp với cái thành phố cao nguyên này. Mười năm chiến tranh, mất tỉnh này tái chiếm tỉnh kia đâu có gì lạ. Hết Bình Long anh dũng tới Kon Tum kiêu hùng hay

Quảng Trị hiên ngang, ngay cả Huế trong Mậu Thân rồi cũng lại đâu vào đấy, chỉ những người chết là thiệt, còn sống thì chỉ là chuyện của người khác.

- Rồi cũng chiếm lại thôi... Thơ Tuấn nói.

"Chỗ anh lại rất yên có điều bọn du kích nằm vùng sau tin Ban Mê Thuột bị mất đột nhiên quậy hơi nhiều nên cũng bận vì tiểu khu bắt tăng phái hành quân lục soát liên miên. Nhớ em nhưng không thể bỏ đơn vị về được.

Tuần trước phục kích bắt được trọn ổ ba anh chị mò về ấp tuyên truyền, lạ nhất có một chị là nữ sinh dân Sài Gòn, mặt non choẹt chỉ khoảng mười sáu mười bảy tuổi, coi hiền lành ngây thơ vô số tội nhưng rất lỳ. Anh hỏi sao em theo Việt Cộng, con nhỏ gằn giọng hỏi lại "Sao anh đi lính ngụy chống lại Tổ Quốc?".

Nghe nó hỏi vặn anh không nín được cười nhưng á khẩu không có câu trả lời vì thực tình nó cũng như anh đều được học những lý do mà mình thực sự không thể kiểm chứng. Sau cùng anh đành trả lời anh đi lính vì mọi người đi lính. Tôi bắn em vì tôi cần bắn em, còn em đi truyên truyền cho Việt Cộng vì em phải làm công việc mà em lựa chọn... Mỗi chúng ta đều có những lý do và công việc phải làm, vậy thôi...

Anh doạ nói nó không mặc áo lính, không là tù binh, nếu mang ra ruộng bắn bỏ thì cũng huề thôi. Con nhỏ chỉ cười nhạt nói nó không sợ, cách mạng sắp toàn thắng sẽ đòi nợ máu.

Em yên tâm chỗ anh yên lắm, mong vài bữa nữa yên một chút dù được về Sài Gòn.

Vân quay hỏi người lính:

- Dưới đó yên thật không anh?

- Dạ, lúc nào mà chả yên! Tụi em lính "Địa" đánh giặc ngay cửa nhà mình quen rồi, ngày nào cũng như ngày nấy... lâu lâu tình hình dội lên thì cũng như đang ăn cơm gạo sấy đổi thành cơm sườn vậy thôi... có điều mấy bữa rày thấy tụi du kích và nằm vùng quậy tùm lum, tụi nó xâm nhập lũng đoạn liều mạng hơn, mấy bữa trước thằng Hùng đầu bò...Anh chàng ngập ngừng rồi bỏ lửng câu nói. Vân gặng hỏi:

- Sao, ai vậy anh?

- Bà không biết đâu, nó là thằng tà lọc rất thân cận với trung úy. Một lần bị phục kích, nó ôm đại liên khơi khơi phóng tới quạt lia lịa như bò húc. Không có nó thì cả lũ tiêu rồi. Bữa nọ thằng anh nó dân nhảy núi nghe nói là huyện uỷ mò về tận làng, dụ nó làm nội ứng tấn công đồn. Mật báo viên của ta biết được, trung uý định đưa nó sang an ninh quân đội. Nó khóc thề sống thề chết, nhận là anh nó có mò về dụ dỗ nhưng nó không theo Việt Cộng, đường ai nấy đi... nó là lính quốc gia.

Ai cũng thương, nó bé nhất đại đội nhưng đánh giặc rất ngon. Thương thì thương nhưng cũng đành phải đưa nó đi an ninh quân đội để điều tra bổ túc. Thằng này lì, nó sang quán cô Ba nhậu say bí tỉ, rồi về ngồi trước cổng đồn mặt kên kên tươi cười, ai đi qua cũng vẫy tay chào vậy mà đùng một cái nó mở lựu đạn banh xác để lại thơ phân trần nói "Em thương trung uý mà trung uý không thương em... không tin em!"

Thằng Hùng tự tử, trung uý buồn lắm, từ bữa đó ông cũng nhậu lia chia, buổi chiều ra ngồi chỗ nó chết uống rượu, còn châm thuốc lá mời nó... Chưa bao giờ thấy ổng say khiếp như vậy, tụi em phải khiêng ổng vào trong đồn, may mà bữa đó yên.

Câu chuyện làm Vân choáng váng. Hình ảnh Tuấn cô đơn buồn bã ngồi châm điếu thuốc cho người lính trẻ chết oan thấy tội tình quá.

Vân nói bang quơ:

- Thấy lo quá...

Suốt đêm Vân oằn oại trong một giấc mơ kinh hoàng. Mơ thấy người lính trẻ thân thể tan nát máu me đầy mình đến tìm Tuấn. Nó không hờn giận chỉ khóc nói... em đây trung úy, thằng Hùng đầu bò đây. Giấc mơ hãi hùng và kỳ lạ không hiểu sao lại có cả Vân đứng cạnh Tuấn nữa.

Có thể Tuấn nói đúng. Miền Nam suốt những năm chiến tranh vẫn trôi nổi trong sự tin tưởng mơ hồ này, rồi đâu lại vào đấy, miễn là còn sống, ai chết mặc ai. Thời Mậu Thân lần đầu tiên chiến tranh thực sự bò vào tận Sài Gòn nhưng chấn động cũng không có gì ghê gớm lắm, chỉ như được coi đóng phim đầy hấp dẫn. Góc phố này vài anh lính hay cảnh sát thập thò, vài loạt đạn nổ lốp bốp quanh một cao ốc, thiên hạ cũng thập thò chung quanh theo dõi, chỉ chỏ. Cuối cùng cũng êm, đâu lại vào đó, vẫn tưng bừng nhịp sống cuồn cuộn của cái thành phố ba triệu linh hồn bùng vỡ, vẫn tăng trưởng mau theo nhịp của cuộc chiến.

Chấn động của vụ mất Ban Mê Thuột chỉ giới hạn trong những hàng tựa nổ trên trang nhất những nhật báo. Việt Cộng tràn ngập Ban Mê Thuột! Không quân oanh kích ngay trên đầu bộ chỉ huy Tiểu khu cuả đại tá Quang. Tướng Phú cam kết sẽ tái chiếm…

Thấm thía gì so với Mậu Thân, Vân chợt nghĩ

tới lời trấn an của Tâm Nương. Đánh lớn ở vùng hai thì vùng ba lại yên. Ý nghĩ thật ích kỷ không cầm giữ được làm Vân tạm yên lòng. Tuấn đang ở vùng ba mà lại gần Sài Gòn nữa. Hôm nay Chúa Nhật, tới rủ Tâm Nương lên phố. Quả thật Sai Gòn vẫn bình chân như vại, phố xá tấp nập, mấy quán cafe máy lạnh đông nghẹt người, ở một góc phố, chị bán báo đang tíu tít thu tiền vì không hiểu sao hôm nay người mua báo nhiều quá.

Vân tò mò dừng lại liếc nhìn những tờ báo bầy trên mặt đường. Những hàng tựa phóng lớn trên hầu hết các tờ báo "Bỏ Pleiku...Quân khu II di tản".

Mua vội một tờ báo, hai người đứng tại chỗ hồi hộp đọc. Tin AP... Việt Nam Cộng Hoà di tản chiến thuật, bỏ Pleiku sau khi mất Ban Mê Thuột.

Tin tức cho biết sau phiên họp với tướng Phú tại Cam Ranh ngày 23-4, Tổng thống Thiêu ra lệnh rút toàn lực lượng quân đoàn II về duyên hải để lập phòng tuyến mới tái chiếm Buôn Mê Thuột.

Bộ tư lệnh quân đoàn II đã di chuyển về Nha Trang, cuộc di tản khởi sự từ ngày 15-4. Chủ lực phòng thủ quân đoàn II lính đầu Cọp của đại tá Tất mới thăng chẩn tướng bỏ Kon Tum về Pleiku sau đó di tản theo liên tỉnh lộ 7B là một con đường bị bỏ hoang từ lâu được công binh khẩn cấp mở đường gỡ mìn và sửa cầu.

Dân chúng không được thông báo nhưng khi quân đội khởi sự phá hủy kho tàng vũ khí nặng thì mọi người hốt hoảng chạy theo đoàn xe. Cả ngàn quân xa, lính tráng và đủ loại phương tiện dân sự bỏ lại sau lưng trong những tiếng nổ lớn khi phá huỷ kho đạn. Bầu trời Pleiku âm u thê lương vì khói khi quân đội đốt những bồn xăng càng làm sự kinh hoàng gia tăng.

Phóng viên báo Thách Đố có mặt tại chỗ mô tả cuộc triệt thoái của dân quân Pleiku diễn ra như trong một cơn ác mộng không có thật.

Pleiku từng bị Cộng quân tấn công nhưng việc cả một quân đoàn đầu não của vùng núi khơi khơi tháo chạy dù chưa có tiếng súng, phó mặc dân chúng là điều người dân Pleiku không thể hiểu nổi. Tin đồn cắt đất cũng được cán bộ Cộng Sản nằm vùng rỉ tai lan truyền rộng rãi, hệ thống chỉ huy dân sự và quân sự hoàn toàn tê liệt và trong tình trạng quân hồi vô phèng tự do hành động vì lệnh triệt thoái bị giữ bí mật trong phạm vi những đơn vị chủ lực quân. Các cấp hành chánh dân sự và lực lượng Địa Phương Quân không được thông báo. Nhưng làm sao giữ kín được một cuộc tháo chạy vĩ đại như vậy. Pleiku không phải là một thị trấn mà là cả một đồn binh vĩ đại, một đại gia đình của lính tráng...

Một người lính đứng gần cũng đang chăm chú đọc báo, nét mặt đăm chiêu. Anh ta mang huy hiệu quân đoàn II, có lẽ là một người lính nghỉ phép. Một chiếc xe Dodge quân cảnh vừa chờ tới. Mấy người lính quân cảnh túa ra khắp nơi tiến lại chỗ Vân đang đứng, đòi người lính xuất trình giấy tờ.

Người lính quân cảnh nói:

- Mọi giấy phép bị thu hồi, mời thiếu úy về quân trấn để phối trí về đơn vị gốc.

Không thể biết chuyện gì xảy ra nhưng nhìn xung quanh mọi việc vẫn yên ả thanh bình, hoàn toàn lãnh cảm với những điều Vân vừa đọc trên tờ báo.

Về nhà Vân nói với mẹ:

- Đọc báo thấy nói họ bỏ Pleiku rồi, dân lính nhốn nháo bỏ chạy, không hiểu tại sao nữa. Ngoài phố Sài Gòn thì thấy vẫn bình thường...

- Chỗ mẹ làm mấy bữa nay cũng bộn nhộn lắm, thấy người ta xôn xao lập danh sách nhân viên và gia đình... nghe nói chuẩn bị di tản. Mẹ đã khai rồi, gia đình mình chỉ có hai mẹ con còn người ta thì khai đông lắm, chẳng hiểu sao... thôi thì ai sao mình vậy...

Di tản? Di tản đi đâu?

Sài Gòn vẫn yên tuy có vẻ như đang chuẩn bị một chuyện gì lớn lao lắm. Trước cửa toà đại sứ Mỹ người ta xếp hàng dài không biết để làm gì. Có người nói làm thủ tục xuất cảnh sang Hoa Kỳ cho những người có quan hệ với người Mỹ. Người đứng ngoài hàng nói với người trong hàng vào được trong đó là thoát. Thoát đi đâu không ai biết nhưng mơ hồ cảm nhận là thóat khỏi một đe doạ vô hình đang chờn vờn xung quanh.

Chẳng hiểu sao nữa nhưng mấy bữa trước thấy bà hàng xóm thì thọt tối ngày nói chuyện với mẹ tìm cách điền tên gia đình bà ta trong danh sách di tản. Bà ta nói mình cùng họ Vũ tụi Mỹ nó không biết đâu, tôi sẽ nhờ phường làm sổ gia đình giả. Cô con gái bà ta cũng đang lo làm hôn thú với một anh Pháp lai mất 4 cây vàng mà chưa tới đâu, nghe nói thằng cha này điếm đàng lấy tiền nhiều nơi...

Bỗng nhiên mẹ nói:

- Chuyện con và anh Tuấn? Tình thế này chẳng biết sao mà lần hay là... hai đứa mày cứ làm hôn thú trước đi, đám hỏi đám cưới tính sau, nghe trong Sở họ nói Mỹ sẽ mang những nhân viên ra Phú Quốc lánh nạn.

Có hôn thú điền được tên anh ấy vào gia đình mình.

Vân chợt hoảng hốt:

- Anh Tuấn là lính đâu có bỏ đi được, mà tại sao lánh nạn, lánh nạn bao lâu?

- Không biết nhưng nghe nói nếu găng quá sẽ đưa sang Phi Luật Tân. Có người còn nói được đưa qua Mỹ...

Đến đây thì Vân thực sự hoảng hốt, Vân bật nói:

-Không được đâu, con không đi đâu... còn anh Tuấn. Vân nói và chợt thấy như nghẹn lời muốn bật khóc.

Mẹ cũng hoảng hốt trấn an:

- Nghe người ta bàn bạc như vậy thôi, đâu có gì chắc chắn, thấy mọi người vẫn bình tĩnh làm việc như thường. Như để xác nhận bà cụ cười nói "Tin vui, mẹ mới đựơc ông sếp tăng lương sáng nay. Tháng cũng được thêm gần ngàn bạc..."

Nỗi lo tạm dịu xuống. Vân mở đài truyền hình người xướng ngôn viên vẫn bình thản đọc bản tin và giải thích cuộc di tản chiến thuật cuả quân đoàn II đang tiến hành là để thành lập một tuyến phản công từ duyên hải nhằm tái chiếm Ban Mê Thuột.

Nghe tin đài BBC có nhiều chi tiết thì tình hình hơi găng nhưng có vẻ vẫn lạc quan. Quân đoàn khởi sự di tản ngày mười tám tháng ba. Nhóm tiền quân goàm những đơn vị công binh chiến đấu, Biệt Động Quân và thiết giáp mở đường đã tới quận Phú Bổn an toàn. Phía sau là một đuôi dài của hàng ngàn xe cộ đủ loại và một khối thường dân khổng lồ lên tới hàng trăm ngàn người lẫn lộn với binh sỹ và gia đình tạo quang cảnh dồn kẹt vì một cây cầu lớn trên sông Ba trong tỉnh lỵ Cheo Reo chưa sửa xong. Công binh Việt Nam Cộng Hoà đang xúc tiến làm một cầu phao.

Bài bình luận của đài nối tiếp với tin tức về việc quốc hội Hoa Kỳ cắt bỏ 300 triệu quân tiếp viện khẩn cấp cho Việt Nam theo đề nghị của Tổng Thống Ford.

Những giới chức quân sự thẩm quyền cho biết quân đội chính phủ hiện chỉ đủ đạn để chiến đấu cầm cự tối đa là hết tháng 4.

Trong mùa hè 72 Việt Nam Cộng Hoà sử dụng 70 ngàn tấn đạn, đến tháng 2 -1975 chỉ còn đạn cho mọi loại võ khí trong 30 ngày. Một kho chiến cụ khổng lồ đươc Hoa Kỳ khẩn cấp chuyển giao cho Việt Nam trong chương trình Actov (Acelerate turn over to Việt Nam) với 600 phi cơ đủ loại, ba tiểu đoàn đại bác 175 ly, hai tiểu đoàn chiến xa M 48 đang trở thành những cục sắt vô dụng vì không có đạn, máy bay không có xăng, không phụ tùng bảo trì...

Không được quốc hội cho phép quân viện khẩn cấp, phía chính phủ Hoa Kỳ có vẻ cũng đồng thuận về việc Việt Nam Cộng Hòa cần co cụm lại để lập một tuyến phòng thủ vững chắc hơn trong vùng duyên hải, tuy nhiên những giới chức quân sự Việt Nam cho rằng quân khu II còn được gọi là mái nhà của Đông Dương nếu bị mất thì sẽ khó giữ được vùng duyên hải trong những đợt tiến công sắp tới của Cộng Sản. Ai mà không biết chiến thuật dựa núi lấn đồng bằng của chiến tranh du kích. Không kiểm soát được cao nguyên thì cũng như nuôi giặc trong nhà, làm sao giữ được khúc duyên hải mong manh.

Cuộc tiến công mãnh liệt của quân Cộng Sản đang diễn ra tại vùng II như hiện nay là một bất ngờ đối với những vị chỉ huy chiến trường ngay cả cấp tướng lãnh vì mọi người cho rằng Bắc Việt đã tổn thất nặng nề trong vụ tấn kích mua hè 72 mà theo ước lượng có khoảng 100 ngàn cán binh hi sinh, 700 chiến xa bị tiêu diệt đồng thời những đợt oanh tạc trả đũa ở Bắc Việt của B52 gây thiệt hại nặng nề cho khả năng tiếp vận của Bắc Việt.

Những triệu chứng bất ổn tiếp tục gia tăng mạnh từ sau vụ thất thủ Buôn Mê Thuột nhất là cuộc triệt thoái bất ngờ của toàn bộ lực lượng quân đoàn II làm mọi người sửng sốt vì việc rút lui của cả một quân đoàn đầu não của miền núi là điều ngoài sự dự liệu của mọi người. Triệt thoái khỏi Pleiku xác nhận việc bỏ quân khu II cho Cộng Sản.

Không thể hiểu được vì trước đó vài ngày tướng tư lệnh Phạm Văn Phú tuyên bố đã mở ngay hành quân tái chiếm thị xã trù phú nhất của Cao Nguyên.

Hoa Kỳ chối bỏ trách nhiệm nói rằng họ vô can vì quyết định bỏ vùng núi là do chính tổng thống Thiệu. Hoa Kỳ tuy có được tham khảo nhưng không can dự, viện cớ bị bó tay sau hiệp định Paris. Ước lượng về tương lai của miền Nam Việt Nam rất bi quan. Đài BBC nhận định.

Tin giờ chót cho biết lực lượng Cộng Sản bất ngờ trước việc rút quân theo con đường 7B là một trục lộ bị bỏ hoang từ lâu đã khẩn cấp chuyển áp lực từ Pleiku về phía này.

Những đụng độ sơ khởi đã diễn ra trong ngày19-3 tại khu vực thị trấn Cheo Reo khoảng hai phần ba con đường từ Pleiku về Tuy Hoà...

Đoàn quân dân di tản khoảng 60 ngàn binh sỹ 2000 dân bị tắc nghẹn ở đây chờ khai thông cây cầu phao.

Sợ bị tấn công tập hậu, tướng Phú ra lệnh lập tuyến

phòng thủ Phú Bổn để cản hậu tại khúc đuôi của đoàn quân dân di tản nhưng những cuộc tấn kích mạnh mẽ của quân Cộng Sản lại bắt đầu ngay trong khu vực tắc nghẹn ở cầu sông Ba...

Nhắm mắt cố dỗ giấc ngủ nhưng đầu óc quẫy lộn đủ chuyện. Vân thoáng ngạc nhiên nhận ra là cuộc chiến đột nhiên trở thành quá thân cận với mình, gần gũi như chính nó đang cọ xát trên da thịt nàng, như lần đầu tiên thân thể da thịt Tuấn phủ chụp lên da thịt nàng, vừa ghê sợ vừa quyến rũ như trôi dạt sang một thế giới khác...

Đã mấy ngày qua Vân như một con nghiện thôi thúc không thể buông rời chiếc radio hoặc phải mua hầu hết những tờ báo lớn của thủ đô hoặc chạy sang nhà ông thiếu tá cảnh sát ở đầu ngõ để dò hỏi tin tức.

Ông ta cũng không biết gì hơn dù có hai người con là sỹ quan trong quân đội. Một người đi lính Dù đang ở vùng một, người kia là lính Biệt Động Quân quân khu II. Gia đình ông ta cũng đang lo điên lên vì anh chàng làm việc tại bộ chỉ huy Biệt Đông Quân quân khu II chắc cũng trong đoàn quân di tản nhưng chịu không có tin tức gì.

Bản tin của đài BBC chiều ngày 18-3 làm mọi người lên ruột. Cộng quân chặn đường tại thị trấn Cheo Reo khởi sự tấn công mãnh liệt gây thiệt hại nặng nề cho đoàn quân và dân chúng đi theo.

Nhiều quân xa kẹt cứng trong đoàn người bị bắn cháy, nhiều trọng pháo và thiết giáp bị phá hủy ngổn ngang trên mặt đường giữa những xác người vương vãi khắp nơi, không dọn hết, xe tăng có lúc cán cả lên xác người, máu thịt tan nát, bày nhầy. Đám lính không chỉ huy nổ súng lung tung để dành đường cho xe cộ, Biệt Động Quân, lực lượng giữ an ninh duy nhất cho cuộc triệt thoái đang phản công chặn sư đoàn 320 của Bắc Việt để công binh hoàn tất sửa cây cầu nổi qua sông Ba, khai thông tuyến đường.

Tình hình cực kỳ rối loạn vì phi cơ của chính phủ oanh tạc nhầm vào đơn vị bạn do lệnh phá huỷ những chiến cụ nặng.

Hệ thống chỉ huy hầu như tan vỡ, bạo loạn lan tràn như lửa cháy, súng nổ lung tung để cướp của, chiếm xe hay giành đường…

Cho tới ngày 21-3, trận chiến còn đang diễn ra ác liệt giữa liên đoàn 6 Biệt Động Quân tại khu vực Củng Sơn phía Nam sông Cà Lụt gần điểm đến dự trù là thành phố Tuy Hoà...

Tình hình tồi tệ mau chóng ngoài sức tưởng tượng của mọi người. Trong vòng một tuần lễ sau Buôn Mê thuột, toàn thể lực lượng vùng núi thực sự sụp đổ. Cho đến lúc đám tan quân tơi tả chạy về đến thành phố Tuy Hoà làm mọi người ngơ ngác tưởng như chỉ là một chuyện bịa đặt không có thật.

Ước tính của tình báo Hoa Kỳ cho rằng trong tổng số 60 ngàn quân triệt thoái chỉ có 20 ngàn người tới được Tuy Hoà.

Phía thường dân 200 ngàn người chæ coù 50 ngàn thoát nạn. Miền Nam rùng mình trước những thất bại quá lớn chỉ trong vòng hơn một tuần lễ. Ngay cả so với thời Tổng công kích Mậu Thân, hay mùa hè 72 thì một số tỉnh thị tuy bị xâm nhập nhưng sức phản công đề kháng vẫn có và phía Việt Nam Cộng Hòa vẫn duy trì được thế chủ động, không phải là một cuộc tháo chạy rối loạn với tổn thất kinh hoàng như hiện nay.

Buổi sáng, Tâm Nương hớt hải tới báo tin

- Nguy to rồi Vân ơi, ông anh họ mới thoát chết ở Cheo Reo. Ông ấy đạp trúng mìn tiêu một nửa bàn chân, vợ con thất lạc may mắn được chuyến trực thăng tản thương cuối cùng bốc đi vào phút chót, hiện đang nằm ở tổng y viện Cộng Hoà. Gia đình không có ai, tao đang phải lo cho ông ấy, mình vô thăm đi, chắc biết đươc nhiều chuyện vì ông này là trung tá trong bộ tham mưu quân đoàn.

Ở quân y viện, ông trung tá, gương mặt khắc khổ, sạm nắng không giấu được vẻ lo âu, buồn bã than với Tâm Nương

- Chị và hai cháu thất lạc không biết sống chết ra sao, hai chục năm lính tráng chưa bao giờ anh thất vọng như lần này.

Vân thoáng ngạc nhiên khi nghe ông ta nói về Tổng Thống Thiệu

- Thằng Thiệu nó giết chúng tôi!

Họp ở Cam Ranh về, tướng Phú triệu tập ngay bộ chỉ huy trong hầm, cho biết Thiệu ra lệnh bỏ Pleiku rút toàn bộ lực lượng quân đoàn về Nha Trang.

Mọi người ngơ ngác, không thể tin ở mình nữa. Đang chuẩn bị tái chiếm Ban Mê Thuột sao lại bỏ, chưa chạm địch sao đã bỏ chạy.

"Lệnh của Tổng Thống" Tướng Phú trả lời ngắn gọn, không giải thích.

Có vẻ như chính ông cũng không thể hiểu và cả một bộ tham mưu quân đoàn cũng tê dại ngơ ngẩn không ai bàn bạc tranh luận gì. Mượn một ngôi sao trên cổ tướng Tường - tư lệnh sư đoàn 23, ông Phú gắn lon chuẩn tướng cho đại tá Tất để chỉ huy cuộc triệt thoái và nhấn mạnh Thiệu ra lệnh phải giấu kín, chỉ lo chủ lực quân, không cho dân chúng, hành chánh và địa phương quân biết.

Rút cả một quân đoàn mà không có một chuẩn bị hay kế hoạch hành quân theo hệ thống chỉ huy, mạnh ai nấy lo thân mình. Mà làm sao giấu được vì còn phải phá hủy kho tàng, căn cứ... Pleiku đúng ra không phải là một thành phố mà là một trại lính, một trại gia binh vĩ đại. Biết bị bỏ rơi người ta cũng phải cứu gia đình mình, ai mà không vậy. Thế là hàng ngàn hàng vạn người với đủ loại phương tiện cuống cuồng đuổi theo đoàn quân xa. Công binh có làm việc thần tốc cũng không làm sạch được con đường bỏ hoang đầy mìn, mìn từ thời Tây, mìn Đại Hàn... cầu cống hư hỏng nên tạo cảnh dồn cục ở Cheo Reo đành nằm chết ăn đạn Cộng Sản...

Phải nói là địa ngục. Đoàn người quân cũng như dân rơi trong một cái máy nghiền thịt và hoàn toàn bất lực. Người chết đã đành, người sống mới thảm. Mẹ ôm con máu me gào khóc điên dại, có những đứa trẻ chỉ năm sáu tuổi thất lạc hoặc cha mẹ đã chết, lem luốc đi thất thểu lạc thần trên con đường đầy xác người, thương binh, dân chúng bị thương đành nằm đợi chết không có phương tiện cứu thương vì ở cái nhà thương quận lỵ ngay phương tiện cấp cứu cũng không có.

Nét uất hận không nén được ông trung tá nói.

- Chẳng phải là dân nhà binh cũng thấy BBC nói đúng. Ban Mê Thuột đã bị tụi nó chiếm làm nơi tập kết lực lượng, quốc lộ 14 mở toang cho tụi nó tự do chuyển quân không gặp truy cản, rồi coi... nhiều lắm là hai ba tuần lễ nữa đến Nha Trang, quốc lộ một sẽ mời Cộng Sản tới trước cửa Sài Gòn.

Lấy cây nạng gõ nhẹ lên bàn chân còn băng bó ông nói:

- Đánh đấm cái gì nữa, chết cả lũ rồi... mấy bữa trước còn nghe tướng Trưởng nói tử thủ Huế, bây giờ cũng bỏ rồi. Thiệu rút quân dù và thuỷ quân lục chiến về bảo vệ Sài Gòn... Bảo vệ gì nổi, có chăng là bảo vệ chính ông ta. Ông trung tá bật khóc lặp đi lặp lại như một người điên. Chết cả lũ rồi! Chết cả lũ rồi!

Thái độ của người lính chiến như một làn khí lạnh buốt lan tỏa sự sợ hãi làm hai ngươi phụ nữ co dúm lại như muốn níu vào nhau.

Hình ảnh một ông sỹ quan cao cấp bật khóc đột nhiên khiến sự sợ hãi không còn trừu tượng như trước nữa mà trở thành một điều gì rất cụ thể, như vừa va vào một bức tường hay bị quất một ngọn roi vào mặt, như con Tâm Nương nói khi thằng bồ cuả nó chết. "Sẽ có lúc bàn tay lạnh giá của cuộc chiến tranh này chạm vào gan ruột của mọi người... không chừa ai..."

Bỗng nhiên lời khuyên của mẹ lại bật lên trong trí óc Vân. "Hay là hai đứa cứ làm hôn thú đi, đàn bà ai chẳng mong có một đám cưới nhưng thời buổi này... có hôn thú mẹ điền được tên anh ấy vào danh sách."

Vân nói với mẹ:

- Anh Tuấn không về được, chắc con phải tới kiếm anh ấy.

Chương bốn

Đồn địa phương quân nằm chơ vơ sâu trong một khu ruộng bao quanh bởi một bức tường đất dầy có một con đường độc đạo dẫn vào cổng trại băng qua một chiến hào nhỏ. Xen kẽ quanh bức tường đất là hỗn tạp những ụ đất làm bằng bao cát phía trên che bạt làm thành những cái chòi nhỏ bên trong thấp thoáng một ngươi lính ôm súng.

Khu đồn trại nhìn từ xa, như một ngọn đồi nhỏ nhô lên mặt đất với những bao cát chồng chất bao quanh coi giống như một tổ mối mới đùn lên sau cơn mưa hoặc như vẩy trên lưng một con rùa khổng lồ bị nhốt trong những hàng rào kẽm gai.

Ngay cả lúc đã đứng trước cổng đồn, Vân vẫn ngờ ngợ không tin mình đã tìm đúng địa điểm và cũng không thể mường tượng được ngay cuộc sống của Tuấn trong cái ụ đất trước mặt.

Nhìn người phụ nữ ăn mặc khác lạ, chắc hẳn không phải người địa phương, người lính gác rut rè chặn Vân lại.

- Bà kiếm ai?

Vân cũng ngập ngừng thăm dò:

- Phải đồn Thổ Mộ không anh?

Vân hỏi thế vì lần trước người lính của Tuấn chỉ cho biết tên đồn và lơ mơ qua câu chuyện nghe nói đồn ở quận Đất Đỏ gần tỉnh Bà Rịa. Người lính gác hỏi lại:

- Bà kiếm ai?

- Dạ, trung úy Tuấn... tôi là vợ trung uý.

Ngươi lính lộ mau vẻ vui mừng thân thiện, chạy vội vào bên trong. Rồi Tuấn xuất hiện, vẻ vui mừng thoáng hoảng hốt trong tiếng reo “Vân”.

- Sao em tìm đươc tới chỗ này?

- Vân cười vui.

- Phải tới tận chợ Đất Đỏ hỏi thăm rồi thuê xe tới đây. Vân cũng, “kể cũng gian nan nhưng phải liều thôi”, rồi đùa “yêu anh thì mấy sông chẳng phải lội mấy đèo chẳng phải qua...”

Vân định nói ngay ý định xui Tuấn bỏ Sài Gòn làm hôn thú nhưng kìm giữ lại, đợi sự xúc động lắng xuống đã.

Căn hầm cuả đại đội được thiết kế trên một vùng đất rộng, phía dưới cái ụ đất lớn ở giữa, bốn góc là những chòi canh làm bằng đủ thứ vật dụng tạp nhạp và bao cát, coi tơi tả nhưng vào trong căn hầm thấy cũng khá ngăn nắp rộng rãi được đào sâu xuống, ngang mặt đất là những lỗ châu mai toả ánh sáng chập chờn

Mùi đất ẩm và hơi thiếu ánh sáng làm Vân choáng váng phải một lúc sau mới định thần được.

Ngồi xuống chiếc ghế bố ở một góc phòng bên cạnh những vật dụng nhà binh, súng đạn, máy truyền tin. Vân hỏi và chợt nhận ra sự vô lý của mình.

- Anh ngủ ở đây?

Tuấn cười lớn:

- Chỉ có hai nơi, ở đây hay ngoài ruộng. Đây là căn nhà đẹp nhất của đại đội, mấy đồn nhỏ khổ hơn nhiều. Lính Địa là phải tự lo việc xây dựng đồn trại bằng mọi phương tiện có được ở địa phương. Mấy trung đội còn lại phải luân phiên phân tán chiến thuật hoặc ở những đồn nhỏ, canh gác cầu đường hay phục kích phòng khi tiếp cứu nếu bị tụi nó đánh. Ở đây gần mật khu Rừng Sát, lúc nào yên thì yên nhưng cũng có lúc bùng nổ như trận Bình Giả ở Chân Thành cách đây không xa, trên đường em tới đây. Khu này nhiều dân Bắc kỳ di cư công giáo nên tử thù với Cộng sản.

Mình nằm tại chỗ, mình ngoài sáng nó trong tối, thằng Cộng Sản nó biết rất rõ mình, muốn tấn công thường là mạnh gấp ba gấp bốn lần. Không lo thủ kỹ thì dễ tiêu lắm.

Bắt gặp ánh mắt hoảng hốt của Vân, Tuấn trấn an.

- Nói vậy thôi, anh gốc lính trinh sát nên cũng rành cách tụi nó hoạt động. Lính của mình không tụ cố định mà phải luân phiên phân tán. Họ là lính địa phương nên hoạt động tự túc rất thoải mái, còn ở đồn thì phải phòng bị thật kĩ lưỡng. Em coi quanh khu vực đồn ba bốn hàng rào kẽm gai, có gài mìn, đặt mìn claymore chống biển người. Khu này là vùng nước lợ rất nhiều rừng bần, anh cho lính đốn về thật nhiều làm nắp hầm, cây bần chịu đựng tốt không thua bê tông cốt sắt. Từ lúc về đây cũng thử đòn với tụi nó hai ba phen rồi... chẳng sao cả. Bất chợt như lỡ lời, Tuấn nói:

- Vậy thôi nhưng nếu tụi nó quyết tâm thì cũng banh. Lính Địa tụi anh không có yểm trợ mạnh từ bên ngoài. Khả năng của tiểu khu rất yếu, nhất là pháo binh... đừng hòng xin mà có ngay khi đụng lớn. Thiên hạ cứ nói lính Địa ít nguy hiểm, sự thực về đây mới thấy địa phương quân đánh nhau rất ngon và chết cũng bộn.

Chợt nhận ra Vân ngồi nghe mà co rút lại trong vẻ

lo sợ Tuấn phải vội nói chữa lại.

- Chiến tranh là thế thằng nào nghĩ nhiều thằng đó sống, vả lại khu vực này hồi này khá êm, dù không xa mật khu rừng Sát.

Vân chợt hỏi.

- Ở đây anh có nghe tin tức gì không?

- Nghe đài phát thanh nói vụ di tản chiến thuật để tái chiếm Ban Mê Thuột, tướng Trưởng tử thủ Huế, không biết có lớn bằng Mậu Thân không.

Nhìn vẻ tự tin của Tuấn, Vân nói:

- Em không biết chuyện quân sự nhưng nghe ông anh họ Tâm Nương mới chạy về thì tình thế nguy kịch lắm, trong vài tuần nữa Sài Gòn cũng không yên đâu.

Sài Gòn bây giờ nhốn nháo lắm, người ta bán xe, bán nhà giá rẻ, tìm mua dollar, trả tiền làm hôn thú giả với người ngoại quốc. Ở Sở Mỹ của mẹ em người ta đang lập danh sách gia đình nhân viên, nói là chuẩn bị di tản, có thể sang Phi hay Mỹ...

Vân định nói đề nghị ghi tên Tuấn vào danh sách và làm hôn thú nhưng kềm ngay lại vì sợ Tuấn lại nổi giận như lần trước đề nghị anh tìm cách giải ngũ.

- Mấy bữa nay lệnh tiểu khu tuyệt đối cấm trại 100%, chỉ nghe đài thì thấy không có gì trầm trọng

- Chẳng biết ra sao nữa nhưng lạ lắm! Vân nói, "ở Sài Gòn người ta xếp hang dài cả cây số trước tòa đại sứ để làm thủ tục xuất cảnh đi Mỹ mà không qua chính phủ mình. Anh chưa biết sao, tướng Trưởng cũng đã bỏ Huế nói là để giữ Đà Nẵng nhưng lại có tin đồn Đà Nẵng đã tan hàng vì không còn chỉ huy được nữa, mạnh ai nấy chạy..."

Những tin tức Vân mới kể làm Tuấn nín thinh, chìm trong một nét đăm chiêu, chặp sau mới nói:

- Vô lý quá! Có thể có một kế hoạch lớn gì đó... Có thể thằng Mỹ dụ tụi Bắc Việt đổ hết quân vào miền Nam rồi lấy cớ Cộng Sản vi phạm thỏa ước Paris rồi đổ quân đánh thẳng ra Bắc như Triều Tiên. Thật ra thì mình vẫn mong giải quyết một lần cho xong chuyện, làm sao biết được chuyện ở cao tầng chính trị.

Ngó Vân, Tuấn nói như đùa giỡn:

- Cũng phải thôi đánh nhau để người ta còn lấy vợ chứ. Anh là dân nhà banh, lúc nào yên là biết phút đó. Trách nhiệm của anh chỉ thu gọn trong trăm người lính dưới tay mình. Hiện tại thì ở đây chưa thấy động tĩnh gì nhưng tụi nằm vùng lại thấy quậy phá nhiều hơn để tuyên truyền và thu thuế.

Ông thượng sỹ thường vụ đại đội mới cho dọn cơm, vui cười nói:

- Đãi khách Sài Gòn hôm nay đặc biệt có cá nướng trui, mực xào và món chính của lính Địa là khô cá Thiều.

Bữa cơm được bầy ra trên nóc căn hầm, mấy ngöôøi lính thân cận cũng ngồi ăn chung.

Buổi chiều mát lạnh hơi gió biển dưới vòm trời chiều xanh mướt êm đềm. Ngả tựa vào Tuấn, Vân hát nhỏ một câu hát quên thuộc "Quê nhà tôi chiều khi nắng êm đềm chạy dài trên khóm cây đàn chim ríu rít ca bao người ra ngồi hay đứng bên thềm chuyện trò chung với nhau đời sống thần tiên..."

Mấy người lính cũng đang vui tươi chơi bóng chuyền. Ở một góc xa một vài bà vợ lính lên thăm chồng đang lụi cụi thổi cơm chiều. Không khí thanh bình quá.

Tuấn nói:

- Mấy bà vợ lính này lạ lắm, hiền lành chân chất nhưng họ như những con gà maùi quyết tử khi phải bảo vệ đàn con. Đối với họ, quê hương hay Tổ Quốc thu gọn trong ông chồng, và khi cần bảo vệ cái Tổ Quốc này, Tuấn cười... họ trở thành những chiến binh dũng cảm và quyết liệt hơn cả đám đàn ông tụi anh. Họ vác đạn tiếp tế cho chồng, ngay cả lúc chồng bị thương, chỉ cần chỉ sơ qua là mấy bà có thể cầm súng bắn trả hay ném lựu đạn ngon lành chẳng sợ hãi gì cả.

Ngày phát lương là mấy bà ùa lên đồn chờ sẵn vì chỉ chậm một chút là mấy ông chồng đánh bạc hoặc gái gú hết tiền, mặt nghệt ra chịu trận nghe vợ xỉ vả thậm tệ. Lên thăm chồng các bà xin ngủ lại ngay trong đồn.

Mấy người đàn ông uống một thứ đế mà họ gọi là rượu Ông già bật ngửa. Tuấn vỗ vai một chú lính ngồi bên cạnh nói:

- Thằng Sáu nhỏ này là đệ tử ruột của anh, nó theo anh từ hồi ở trinh sát tỉnh. Hai thầy trò mình sống chết với nhau bao nhiêu lần rồi nhỉ?

Quay sang Vân Tuấn nói:

- Về đây mới thấy thấm thía đời sống mấy người lính chân quê này. Trước kia khi là lính chủ lực quân, đời sống của những người lính như tách biệt khỏi cuộc đời thường, tách khỏi những hệ lụy, lúc súng nổ là sống và chết, sau đó biết mình còn sống, một vài người quanh mình đã chết, bình thường, rồi lại tiếp theo những ngày bắn giết. Ở gần những người lính nông dân này mới thấy sự đớn đau của hệ lụy giữa những mất còn...

Tuấn chỉ ở một góc đồn mấy người vợ lính đang

lao xao làm việc còn có cả một bà với con nhỏ. Họ đang sinh hoạt thoải mái hồn nhiên giữa một tiền đồn quân sự trong chiến tranh. Dường như chiến tranh bom đạn hay một ngày sống yên lành quyện vào nhau, không phân biệt.

Anh có một thằng đệ tử rất thân là thằng Hùng. Tuấn ngập ngừng rồi nín thinh.

- Em biết! Vân nói "em có nghe kể, cũng buồn nhưng là số mạng thôi..."

- Biết thế...lính tráng như tụi anh thì đúng là số mạng, thực tình anh tin như vậy nhưng nỗi đau là những hệ lụy bỏ lại đằng sau. Vài hôm sau ngày thằng Hùng tự tử, cô bồ nó lên thăm. Nhìn cô bé hiền lành tươi tắn anh nghẹn cổ không biết nói gì. Cô ta mang cho hắn ít đồ ăn và nói "anh Hùng thích ăn cay em mang cho anh ấy nồi cá bống kho tộ đầy hạt tiêu và một túi ớt. Trung uý coi này..."

Anh đứng lặng người, á khẩu không thể nói lên lời khi cô ta hỏi "anh Hùng đâu trung uý"

Anh muốn bật khóc khi nói:

- Hùng chết rồi em, mẹ Hùng đã tới mang xác về...

Cô bạn nó chỉ kêu lên một tiếng ngắn "anh Hùng ơi" rồi ngồi bệt xuống đất dấm dứt khóc. Người chết không đau nhưng cái hệ lụy đau quá.

Ngó Tuấn trong men say, gương mặt như sậm lại trong buổi chiều tắt nắng Vân chợt hoảng hốt trong một liên tưởng ghê sợ, như một phản xạ nắm vội tay Tuấn lắc mạnh.

- Tuấn ơi, em lo quá, anh ở đây nên không biết tình thế bây giờ nguy ngập lắm. Ông Trưởng bỏ Huế, Đà

Nẵng chưa đánh đã tan, hàng ngàn binh sỹ kể cả Thủy quân lục chiến giành nhau lên tàu Hải quân bắn nhau loạn đả, nghe nói Nha Trang cũng trong tình trạng tương tự còn ở Sài Gòn dân tình hoang mang lắm. Khắp nơi chỉ nghe bàn việc tìm cách ra ngoại quốc hoặc tìm cách được người Mỹ di tản, bà hàng xóm cũng sang điều đình và muốn chi tiền để điền gia đình bà ấy vào danh sách của mẹ.

Vân nói một hơi dài liếc nhìn Tuấn ngồi im lặng ngồi hút thuốc liên miên lơ đãng nhìn vào phía xa tưởng như không nghe thấy Vân đang nói gì.

-Tuấn ơi, em lo quá!

Khoảng im lặng rất lâu rồi Vân nói tiếp:

- Mẹ có ý khuyên chúng ta cứ làm hôn thú trước đi. Đám cươi lúc nào chả được, thời loạn mình phải uyển chuyển... nhất là ý mẹ muốn nếu có hôn thú thì sẽ điền tên anh vaò danh sách di tản. Nghe họ nói có thể xảy ra bất cứ lúc nào, địa điểm tập trung sẽ được thông báo vào phút chót. Chẳng biết họ đưa đi đâu nhưng cứ nhắm mắt đưa chân thôi.

Tuấn vẫn im lặng hút thuốc. Lâu, rất rất lâu sau Tuấn nói:

- Biết em rất lo nhưng trong tình thế hiện tại anh không thể bỏ đơn vị về Sài Gòn dù chỉ vài ngày để làm hôn thú. Xin ghi tên trong danh sách di tản của mẹ, đối với anh cũng giống như đã chấp nhận đào ngũ. Ý nghĩ này làm anh thấy bất ổn, anh đã bỏ vào cuộc chiến này mười năm trời, cũng chưa biết cách nào để ra khỏi nhưng nhất thiết không thể bằng việc đầu hàng hay đào ngũ.

Cuộc chiến này nhiều lúc nghĩ lại như một canh

bạc mà lính tráng tụi anh như con bạc khát nước cứ phải theo bền không bỏ cuộc được. Một thắng hai thua, nhưng cuộc chơi cứ keó dài mãi và mình thì cứ tiếp tục lao vào nó. Từ lúc có em, nhiều ngày anh từng nghĩ đến cách ra khỏi cuộc chiến này nhưng đành buông xuôi. Trên đất nước này người ta vaøo cuộc chiến và không có đường ra, ngoại trừ banh xác hay đào ngũ... Cả hai điều này anh không dám nghĩ đến, hoặc cố quên đi...

Vân bật khóc:

- Vậy thì em chết mất! Mẹ nhất quyết sẽ ra đi mà em làm sao bỏ mẹ đi một mình được, còn anh ở lại đây. Em khổ quá Tuấn ơi, làm sao bây giờ... Mẹ nói nếu Cộng Sản vào đây mẹ sẽ treo cổ tự vẫn. Tuấn không biết đâu, bố em bị du kích Cộng Sản giết, mẹ sợ lắm! Ông thiếu tá cảnh sát gần nhà nói nếu Cộng Sản vào Sài Gòn sẽ có tắm máu như mới thấy ở Cambốt... Vân oà khóc… Rồi mình sẽ ra sao.

Tuấn cố trấn tĩnh

- Hồi Mậu Thân mất Huế, mất Quảng Trị... tấn công trên 36 tỉnh thị ngay cả Sài Gòn Chợ Lớn cũng bom đạn tơi bời nhưng rồi cũng yên.

- Em không biết nhưng hiện nay Sài Gòn hoảng loạn vô cùng không như thời Mậu Thân. Mọi người đều nói Mỹ đã bỏ Việt Nam, Mỹ bỏ thì súng đạn đâu mà đánh nhau. Báo chí nói mình xin quân viện khẩn cấp 300 triệu nó cũng từ chối. Khắp nơi, mọi giới giầu nghèo cao thấp đều xôn xao tìm cách ra đi. Cô Liễu ở cuối ngõ nhà em trước đây cặp với một anh lính Mỹ cũng đang kiếm đủ thứ hình ảnh thư từ, đi khoe cùng làng cùng xóm chồng cô là lính Mỹ và sẽ được Mỹ bốc đi.

Phải ở Sài Gòn nhìn hàng vạn người chạy loạn từ miền Trung vào, dân có lính có, nghe họ kể chuyện mới thấy được sự tuyệt vọng và hoảng loạn... khác hẳn thời Mậu Thân. Mậu Thân đánh nhau tới đâu người ta chạy đến đấy ngay cả những nạn nhân chiến cuộc chịu bao thảm cảnh nhưng không tuyệt vọng như hiện nay.

Tuấn thở dài nói:

- Anh là lính tác chiến, thực tình không biết hoặc quan tâm tới những diễn biến lớn ngoài tình hình trong cái xó Đất Đỏ này. Quan tâm của anh là làm sao sống sót, mấy người lính quanh mình sống sót, sống sót từng ngày. Thôi được, chuyện hôn thú nếu em lo được thì cứ lo. Nếu tình thế êm, anh sẽ xin phép về Sài Gòn một hai ngày, nhưng không thể bỏ đi ngay lúc này được.

Trắng đêm Vân không thể chợp mắt. Trong căn hầm ngai ngái mùi đất ẩm mốc, giữa súng đạn, giữa những âm thanh hỗn tạp đầy đe doạ, tiếng dế kêu, tiếng ếch nhái ồm ồm, tiếng máy truyền tin lâu lâu lại rọt rẹt bật lên những âm thanh như từ một cõi âm u tạo cảm giác như đang bị chôn sống trong một mộ huyệt lạnh lẽo, mọi vật quanh nàng mơ hồ chao đảo như trong một thế giới khác. Tuấn và nàng đang lạc vào một cõi khác.

Vân choàng tỉnh dậy, đã khá muộn, nắng chói chiếu qua những lỗ châu mai trả lại căn phòng về cuộc đời thực. Ngó ra ngoài thấy Tuấn đang tập họp mấy người lính và như đang nói chuyện gì đó quan trọng lắm vì thấy họ xếp hàng nghiêm chỉnh với súng ống đầy đủ lắng nghe, không có cái không khí buông thả dễ dãi như buổi chiều hôm trước.

Vân hỏi nhưng Tuấn chỉ nói:

- Thôi em cứ về đi, anh phải lên tiểu khu họp hành quân gấp, sẽ liên lạc với em.

Mấy ngươi lính vừa chặn một chiếc xe đò lại.

Ông thượng sỹ già cẩn thận gửi gắm người tài xế rồi nói với người lính ngồi ở băng trước... Vợ trung uý Tuấn, mày lui xuống sau để bả ngồi...

Vân leo lên xe, chiếc xe xì khói mù mịt chuyển bánh, thoáng bịn rịn ngó lại thấy Tuấn tươi cười vẫy tay chào và làm một cử chỉ như đang vòng tay ôm nàng. Hình ảnh đầm ấm làm Vân thoáng mỉm cười.

Vân gợi chuyện với người tài xế

- Ngày bác chạy mấy chuyến

- Dạ hai, buổi sáng phải đợi tới chín mười giờ vì còn chờ lính mở đường, dò mìn, buổi chiều chậm lắm là bốn giờ vì cầu bị đóng. Thỉnh thoảng mấy "ông" cũng đắp ụ chặn xe thu thuế hay xin ủng hộ cách mạng. Hồi trước lính Úc ở đây nên rất êm, hồi này mấy ổng quậy nhiều hơn. Tháng trước mấy ổng cũng đánh cái đồn của ông trung uý đấy, sơ sơ thôi, nghe nói bên ta cũng tiêu hai mạng bên kia ba bốn mạng. Hai ngày đêm kẹt không chạy xe được...

Xe vừa chạy vừa đón khách dọc đường, có hai người lính xin quá giang, xe đã chật nhưng tài xế không từ chối, sinh hoạt ở vùng đất này gắn chặt với người lính.

Trời nắng gắt, nhịp xe rung chuyển đều đều. Sau một đêm hầu như thức trắng, Vân thấy đôi mắt trĩu nặng và chao đi trong những giấc mơ chập chờn nửa tỉnh nửa thức, mơ thấy Tuấn ôm hôn nàng và nói: "Em nói đúng anh cũng thấy tuyệt vọng, anh sẽ về Sài Gòn làm theo lời mẹ". Vân nói "em mừng quá" và chợt bừng tỉnh trong tiếng la thất thanh của người tài xế…

- Chết mẹ rồi, mấy ổng chặn đường

Nắng chói chang, Vân thoáng thấy lố nhố phía trước có mấy người mặc thường phục, hình như có cầm súng. Một cây chuối, một vài cành cây chắn ngang mặt đường.

Người lính phía sau vội vã thụp xuống sau ghế. Chiếc xe giảm tốc độ từ từ chạy tới.

Bây giờ thì Vân đã nhìn rõ ba người đàn ông, một người ngồi trên xe đạp, tay ngoe nguẩy khẩu súng lục như ra hiệu xe ngừng lại. Một người khác mặc áo đen tay cầm khẩu Ak.

Chiếc xe rụt rè chạy lại gần ụ cản đường hơn, đột nhiên một tiếng nổ lớn ầm vang nháng lửa. Người lính sau xe vừa đọi một trái lựu đạn, đồng loạt với nhiều tiếng súng ròn rã của mấy người lính. Vân kịp thấy anh chàng ngồi trên xe đạp bật ngửa ra phía sau coơn người cầm Ak trúng miểng vào chân khập khiễng chạy lui về phía bụi cây, rồi tiếng người lính phía sau Vân la rất to... dọt… dọt…

Chiếc xe gầm rú tông qua mấy cây chuối cản đường xiêu vẹo, chao đảo rồi lao vội hết tốc lực về phía trước. Chạy một quãng khá xa xe mới giảm tốc độ. Người tài xế mặt chưa hết nét kinh hoàng quay sang phía người lính trách móc.

- Tại mấy cha đó... không có mấy cha, đậu lại lì xì mấy ông ít tiền làm quà là êm, điệu này phải nghỉ chạy một thời gian sợ mấy cha trả thù…

Anh ta tiếp tục cằn nhằn.

- Thiệt tình mấy cha... dân ngu tui tôi chỉ muốn yên ổn làm ăn, mấy cha úynh lộn tối ngày phiền quá! Mình là dân địa phương coơn sợ mấy ổng mò về trả thù.

Người lính không trả lời, trên gương mặt lầm lì chưa tan hết nét căng thẳng nhưng không có vẻ sợ hãi. Chỉ là công việc, họ đã làm xong một công việc, vậy thôi, chẳng có gì quan trọng.

Lại nghĩ đến Tuấn, Vân hoảng hốt như muốn bật kêu lên "Tuấn ơi... em sợ quá!"

Chương 5

Họp hành quân ở tiểu khu về, Tuấn bắt đầu suy nghĩ về những tin tức Vân nói.

Ở Trung taâm haønh quaân chieán thuaät (TOC) , ông đại tá tiểu khu trưởng cầm can trước một bản đồ Việt Nam và một bản đồ quân sự tiểu khu Bà Rịa. Gõ vào từng tỉnh thị một ông nói:

- Tình hình toàn quốc đột nhiên trầm trọng chỉ trong vòng hai tuần qua từ ngày thất thủ Ban Mê Thuột.

Tiếp theo việc di tản khó hiểu của quân đoàn II là một chuỗi những biến cố ngoài dự liệu của mọi người, với một loạt những cuộc di tản chiến thuật thực ra là tháo chạy dù chưa chạm địch.

Phải nói rõ để quý vị nắm được tình hình. Tin giờ chót cho biết, sau Huế Quảng Trị, Đà Nẵng đã tự tan, Nha Trang là thành phố bỏ ngỏ, Cộng quân đã chiếm Tuy Hoà, Phan Rang, áp lực nặng lên Phan Thiết trên đường tới Long Khánh cửa ngõ của Sài Gòn. Kể từ di tản Pleiku, bốn sư đoàn bộ binh, một sư đoàn không quân, Biệt Động Quân, 120.000 tay súng chỉ 20.000 về được Sài Gòn.

Buổi họp chìm trong yên lặng ngột ngạt. Ông đại

tá cũng ngừng nói đứng lặng yên giữa phòng, mọi người có mặt choáng váng ngơ ngác như vừa bị chấn thương vì sức ép của một quả pháo nổ gần.

Rất lâu sau đó mới lấy lại được bình tĩnh để tiếp tục cuộc thuyết trình ông Đại tá nói:

- Mình là dân tác chiến, khỏi cần nói, quý vị cũng thấy từ sau hiệp định Paris, không những phía chúng ta mất đi nửa triệu quân đồng minh phụ lực mà mức yểm trợ khí cụ của Hoa Kỳ cũng xiết dần lại. Yểm trợ pháo binh, phi pháo hầu như triệt tiêu nhất là với những đơn vị "con ghẻ" như lực lượng cơ hữu của tỉnh. Xét ra cũng là điều hay vì chúng ta quen đánh giặc với bất cứ điều gì có được trong tay. Tuy nhiên trong tương quan hiện nay, thú thật tôi cũng rất hoang mang. Phước Tuy hiện lắng đọng vì đối phương đang dồn nỗ lực và những mũi nhọn chính là Long Khánh và Sài Gòn nhưng phòng hai tiểu khu ghi nhận những ngày sắp tới sẽ vô cùng khó khăn. Sau đây để phòng 2 trình bầy về an ninh trong địa bàn Phước Tuy.

Ông đại uý trưởng phòng 2 tiếp lời.

Từ cuối năm 74 Cộng quân thành lập quân đoàn 4 với ba sư đoàn 5, 7, 9.

Phía ta, bảo vệ khu Nam Sài Gòn là sư đoàn 18 đang bị cầm chân tại tuyến Xuân Lộc.

Chủ lực bảo vệ Phước Tuy là sư đoàn 3 Bộ binh và Lữ đoàn 1 Dù nhưng quân số thực dụng cho cả hai đơn vị này là sự tập hợp của nhiều đơn vị di tản từ miền Trung và Cao nguyên, gộp cả địa phương quân nữa vẫn chưa tới 3 ngàn người đối đầu với 3 sư đoàn Cộng quân, một trung đoàn pháo và một lữ đoàn thiết giáp.

Binh sĩ của hai đơn vị này chỉ có súng cá nhân, rất

ít võ khí cộng đồng và không có hi vọng yểm trợ của phi pháo.

Phần thuyết trình an ninh làm mọi người nghẹt thở trong lo sợ. Những ánh mắt nhìn nhau trong câm lặng như muốn tìm một lời giải thích hay một chia sẻ.

Dự đoán về chiều hướng điều quân cuả địch, phòng 2 ghi nhận:

- Tin tức cuả những toán tình báo kỹ thuật cho biết sư đoàn 5 và sư đoàn Phước Long của Cộng quân đang triển khai chiến trường khu Đông Nam Sài Gòn mà mục tiêu là cắt đứt trục giao thông Sài Gòn - Vũng Tàu.

Một đơn vị pháo của địch đã di chuyển về hướng Bà Rịa, tuy nhiên tình hình trong khu vực trách nhiệm của tiểu khu còn yên tĩnh vì địch đang chú mục vào điểm Xuân Lộc nhưng chắc chắn trận Phước Tuy sẽ bùng nổ lớn trong một vài ngày sắp tới nếu tuyến Long Khánh bị vỡ. Nếu chiến sự bùng nổ, lực lượng cơ hữu của tiểu khu chỉ có thể tự lực chống cự với bất cứ phương tiện nào hiện có trong tay. Yểm trợ hay tiếp cứu không thể có.

Không ai nói gì cả, mọi người đều hút thuốc liên tục, làm căn hầm trung tâm hành quân mịt mù khói.

Sau cùng ông thiếu tá tiểu đoàn trưởng của Tuấn bật nói:

- Vậy chúng tôi sẽ phải đánh tới chết hay đầu hàng hay sao?

Thuyết trình viên lắc đầu vẻ bất nhẫn:

- Tôi không dám trả lời câu hỏi này, hy vọng phòng tuyến Xuân Lộc đứng vững đủ lâu, người Mỹ đổi thái độ vào phút chót khẩn cấp quân viện cho mặt trận Nam Sài Gòn để cố thủ. Chuyện này ngoài thẩm quyền cắc ké của chúng ta.

Xuân Lộc còn đứng vững thì Phước Tuy vẫn tạm yên. Cần nói thêm dân chúng Sài Gòn hiện đổ xô về Vũng Tàu và Long Hải mua tàu đánh cá để chuẩn bị di tản đường biển vì có tin đồn không cần đi xa chỉ ra tới hải phận quốc tế là có hạm đội 7 tiếp cứu. Tin đồn này càng làm dân chúng hoảng loạn hơn.

Với một nụ cười mỉa mai, ông đại uý quân báo nói như đùa cợt:

- Tin tối mật và riêng tư... bà chị tôi ở Sài Gòn trả bốn cây vàng cho một ngư dân ở Long Hải để thuê mua một ghe đánh cá, chuẩn bị xăng dầu, sẵn sàng ra đi… chịu không thể giải thích hay ngăn cản.

Tan buổi họp ông đại tá vẫy Tuấn lại và nói:

-Mừng chú mày... mới nhận được nghị định phòng tổng quản trị cho chú mày thêm một bông mai nữa, chuẩn bị rửa lon và thêm sức chờ tụi nó nhé.

Ông ta mượn cặp lon của một đại uý đứng gần vui vẻ gắn cho Tuấn. Không khí chợt vui tươi phấn khởi trở lại trong tiếng vỗ tay. Vẻ căng thẳng vụt tan đi như luúc vừa dứt một trận đánh, chiến trận đã qua không cần nghĩ tới nữa.

Ông đại uý quân báo là bạn thân cùng khoá nên Tuấn ghé tai nói:

- Chút nữa kiếm gì uống rửa lon.

Thực bụng Tuấn muốn dò hỏi những gì vượt khỏi giới hạn của một cuộc thuyết trình hành quân cấp tiểu khu.

Tìm một quán làm vài chai Tuấn hỏi bạn:

- Thưc tình kẹt vậy sao?

- Hơn cả kẹt! Tôi mới lên họp trên quân đoàn, phải nói là hết thuốc chữa. Toàn bộ miền Trung đã mất, bốn ông tướng bị bắt, tuyến Long Khánh ông Đảo cứng cựa bất ngờ... tụi nó thiệt hại rất cao nhất là sau khi nghe đồn không quân cho thả bom nguyên tử nhỏ của Mỹ cung cấp gọi là bom "Con heo" tiêu trọn một trung đoàn. Đài Hà Nội la lối ỏm tỏi, phản đối lia chia nhưng áp lực Xuân Lộc còn rất cao không biết giữ được bao lâu. Quân đoàn đang lên kế hoạch tái phối trí lực lượng quanh Sài Gòn gồm một tuyến vòng đai thủ đô và tuyến vòng ngoài Trảng Bom - Long Thành - Phước Tuy.

- Thật sao! Tôi có nghe bà xã nói nhưng không tin…

- Cậu dân đấm đá tỉnh lẻ nên không biết, sự thực mình ngồi nhậu với nhau hôm nay có thể ngày mai hay tuần sau đã máng áo hoăc tù Cộng Sản. Nghĩ coi, toàn bộ hai quân khu, cả một sư đoàn thuỷ quân lục chiến tan tác như ong vỡ tổ, súng đạn không có, đù má thằng Mỹ nó đang bóp chết tụi mình.

Giọng ông sỹ quan quân báo đột nhiên cay đắng.

- Dm... tôi với ông thằng nào cung sấp sỉ 10 năm bom đạn, tiêu mẹ nó tuổi trẻ… không chết là may... để làm gì, để bị lừa... Dm… bây giờ tôi thù Mỹ không thua gì Cộng Sản!

Thằng Mỹ ở toà lãnh sự vẫn liên lạc trao đổi tin tình báo với tôi nói cứ mang gia đình tới toà lãnh sự y sẽ lo việc di tản vào phút chót bằng trực thăng.

Nhìn ông bạn mặt đỏ gay sau vài chai bia, vung tay chửi bới, Tuấn không khỏi ngạc nhiên. Anh chàng này gốc nhảy dù, rất nghiêm túc và là tay sát Cộng triệt để. Hồi còn là dân tác chiến anh ta bị thương hai ba lần, hai lần thăng cấp đều tại mặt trận, khác với Tuấn chỉ đánh giặc lừng khừng, đủ bổn phận nhưng không say sưa như anh ta. Tuấn nói:

- Không hiểu sao tôi vẫn không tin hai mươi năm chiến tranh trong đó có mười năm đóng góp cuả tụi mình chẳng lẽ kết thúc ngớ ngẩn như vậy. Có thể thằng Mỹ nó mưu chuyện gì đó

- Chẳng hạn tái nhập cuộc, đánh ra Bắc.

Ông bạn chợt phá lên cười:

- Ông ngây thơ quá, đánh đấm cái mẹ gì nữa! Tôi về họp quân đoàn thường xuyên, ba bốn ông tướng bị tụi nó "cum", ông Trưởng, ông Phú nằm bệnh viện... Toà đại sứ Mỹ khơi khơi chở người ra khỏi nước như một biểu hiệu đã vãn tuồng. Mỹ đã "de" thì mình phải tìm cách zulu. Báo quân đội Mỹ Stars and Stripes đăng lời Bộ trưởng quốc phòng Schlesinger nói Cộng Sản thắng, 200.000 người Việt sẽ bị tàn sát càng làm người ta cuống lên, chẳng phải dân mà cả quân đội nữa.

Mình là dân nhà binh, ông nghĩ coi, nếu thực sự Mỹ có dự tính dụ toàn bộ chủ lực tụi Bắc Việt đổ vào miền Nam rồi đổ bộ đánh ra Bắc vì Bắc Việt bị bỏ trống thì họ đã không từ chối quân viện khẩn cấp 322 triệu để chúng ta có thể phản công tái chiếm Đà Nẵng làm đầu cầu phát xuất một cuộc Bắc tiến.

Đà Nẵng bây giờ thực sự là một căn cứ bỏ ngỏ với hàng trăm phản lực cơ, kho tàng võ khí còn nguyên vẹn, tụi nó đổ cả vào miền Nam, đâu có lực lượng mạnh ở đó, với hải pháo và không yểm của Hạm đội 7, hải quân mình đổ bộ một sư đoàn dù là dư sức tái chiếm căn cứ này làm bàn nhún và phục hồi tinh thần. Chuyện này không xảy ra...

Tụi Mỹ không viện trợ mà họ còn đóng góp trong việc tạo kinh hoàng trong quần chúng, công khai thực hiện việc di tản kiều dân và những người có quan hệ với Mỹ, coi như chính quyền Việt Nam Cộng Hoà không còn hiện hữu. Dm… mình bị thằng Mỹ nó lừa rồi! Bây giờ mang xử bắn hai thằng, tôi bắn thằng Mỹ trước...

Dân Sài Gòn bây giờ như một đàn kiến bị rang trên chảo nóng tung toé, cuống cuồng chạy ra khắp phía mà không biết chạy đi đâu. Báo chí thì nói tới thành phần thứ ba, thứ tư, liên hiệp hòa giải…

Hồi trước Mỹ ép Mao -Tưởng hoà giải, kết quả Tưởng chạy toé khói ra đảo. Ông không trong ngành an ninh nên không để ý, ở Sai Gòn bây giờ bọn Cộng Sản nằm vùng lộng hành tung ra đủ thứ phong trào nào là Phụ Nữ Đòi Quyền Chết của mụ Ngô Bá Thành, Mặt Trận Tôn Giáo Vì Hoà Bình do ông tướng sún răng Dương Văn Minh lập, ngay cả ông thầy tôi ở trường Luật là Vũ Văn Mẫu cũng chế ra lực lượng Hoà hợp hoà giải dân tộc. Hai tờ báo nằm vùng là tờ Tin Sáng và Đại Dân Tộc cũng lải nhải gào thét hoà giải. Tình hình tuyệt vọng hiện nay khi Cộng Sản đã ở ngưỡng cửa Sài Gòn càng khiến cái trò hoà giải dân tộc ăn khách.

Tuấn cố cười hỏi thăm dò:

- Theo ông tính thế nào bây giờ?

Tính gì nữa, một là chấp nhận đánh và đợi chết, nếu ông muốn chết. Hai là tính kế "zulu". Nói riêng với ông thôi, tận cùng bằng số tôi cũng dọt theo gia đình bà chị, vợ con tôi cũng đã ra Vũng Tàu. Tôi hi sinh đủ rồi, bị lừa đủ rồi...

Tuấn nói:

- Thú thực tôi chưa có quyết định nào, càng không thể nghĩ tới chuyện bỏ chạy. Có thể vì tôi không rõ tình hình như ông, có thể vì tập quán của một người chỉ huy... chẳng biết sẽ ra sao. Hiện tại tôi muốn nhờ ông xin tụi yểm trợ tiếp vận bố thí cho tôi một số M72, đạn phóng lựu M79, lựu đạn, kẽm gai concertina và mìn Claymore càng nhiều càng tốt. Ít nhất là thủ thân cái đã.

Tuấn cúi đầu im lặng. Ông bạn cũng đột nhiên nín thinh. Cả hai rơi trong những dòng suy tưởng rồi lặng lẽ chia tay.

Về tới đơn vị, mấy người lính hồn nhiên reo mừng khi nhìn thấy những bông mai mới trên cổ áo Tuấn.

- Ông thầy lên lon, cho em út vui một chầu đi!

Lòng trĩu nặng lo nghĩ, Tuấn móc ví đưa mấy thằng em ít tiền mua rượu rồi lẳng lặng về hầm.

Chưa kịp ngả lưng, một mật báo viên chạy vào hốt hoảng cho biết, xe đò của bà trung uý bị phục kích nhưng không sao đã an toàn qua chốt thu thuế cuả Việt Cộng.

Tuấn chồm dậy, căng thẳng trong những suy nghĩ hỗn tạp. Nếu đúng như phòng nhì nói thì nó sẽ đánh. Không tiếp vận, không yểm trợ thì làm sao giữ nổi mãi. Những đợt đánh phá trước đây cầm cự vững một hai ngày thấy không ăn nổi là địch rút hoặc có tiếp viện giải toả.

Không ngủ được nữa, Tuấn gọi ông thượng sỹ thường vụ đại đội vào gặp

- Tôi mới họp ở tiểu khu, tình trạng rất găng và nguy hiểm. Chắc chắn tụi nó sẽ đánh lớn trong vài ngày sắp tới.

Tuấn giấu không nói tình trạng sẽ bị cô lập nếu xảy ra giao tranh nhưng chỉ nói:

- Nhờ ông tăng cường chứa thêm nước uống trong một vài thùng phuy. Tôi có ít tiền đây, ứng trước nhờ ông mua thêm gạo, tôi sẽ xin tiểu khu bổ sung...

Như để trấn an Tuấn nói:

- Mình cứ thủ cho chắc cái đã.

Ở đại đội Địa Phương Quân này Tuấn chỉ tin tưởng ở ông thượng sỹ già này. Ông đi lính từ thời quân đội Liên Hiệp Pháp, khôn ngoan, giàu kinh nghiệm và xuề xoà la cà với lính, kín đáo hiểu rõ mọi người trong đơn vị nên ai cũng thương…

Ở cái vùng xôi đậu này nội gián xâm nhập là chuyện sinh tử. An ninh quân đội tiểu khu từng phá mấy ổ nội gián nhưng chắc khó lòng phá hết được.

Tuấn thừa biết phía bên kia cũng điều nghiên rành rành về thực trạng của đồn. Đó là chỗ yếu nhất của miền Nam. Nhu cầu chiến sự, động viên ào ạt làm sao kiểm soát hết. Địa phương quân hoạt động trong vùng xôi đậu, gần chiến khu Rừng Sát, Mây Tàu. Ở đây, dân địa phương sống trộn trấu Quốc Cộng, mọi người đều biết nhau nên tình báo địch hoạt động mạnh, phản gián nhân dân của ta cũng hữu hiệu không kém, vì thế phía bên kia rất thù lính Địa Phương Quân. Cộng Sản rêu rao đe doạ:

“Ngàn hai bắt được thì tha, chín trăm bắt được đem ra chặt đầu”

Ngàn hai là lương binh nhì chủ lực quân, chín trăm là lương nghĩa quân địa phương quân.

Có ông thượng sỹ già khôn ngoan này bên cạnh Tuấn thực sự an tâm về phương diện an ninh.

Sôi động khắp nơi nhưng tình hình chi khu Đất Đỏ vẫn yên tĩnh, tuyến Long Khánh vẫn đứng vững với thiệt hại nặng nề về cả hai phía.

Xuân Lộc một vị trí chiến lược ngã ba của quốc lộ 1 và 20 trở thành cánh cửa thép cuối cùng bảo vệ vòng đai ngoại vi phi trường Biên Hoà và Sài Gòn, coi như biểu hiện cuối cùng sự tồn tại của Việt Nam Cộng Hòa còn chưa bị xâm phạm.

Hầu như toàn bộ chủ lực của miền Nam đều dồn vào đây nên trận đánh sinh tử đã kéo dài gần nửa tháng trời, ngập xương máu đôi bên mà vẫn chưa ngã ngũ.

Tướng Lê Minh Đảo tư lệnh sư đoàn 18 họp báo tại mặt trận hùng hồn thách thức tướng Cộng Sản Hoàng Cầm, coi như đã phản kích thành công, Xuân Lộc đã chiến thắng.

Phía Cộng Sản có vẻ cũng gián tiếp ghi nhận thất bại trong việc dứt điểm Xuân Lộc nên đổi chiến thật.

Một tuần lễ sau ngày khai diễn cuộc tấn công, tình hình Xuân Lộc đột nhiên lắng động, phía ta nhận định hồ hởi như là một thất bại của Cộng quân.

Lý do của sự lắng động bất chợt này được giải thích ngay sau đó vì phía Cộng Sản một mặt bao vây chặt chẽ hơn lực lượng phòng thủ Long Khánh để cầm chân lõïc lượng này, mặt khác chuyển mũi tấn công thẳng vào khu vực ngoại vi Sài Gòn.

Phi trường Biên Hòa bắt đầu bị đại pháo 130 ly oanh kích dữ dội, giảm khả năng không yểm cần yếu cho chiến trường Xuân Lộc.

Biên Hoà đột nhiên từ “diện” thành “điểm” trong lúc Xuân Lộc bị cô lập, mất vai trò chốt phòng ngự nhất là sau khi lực lượng quân đoàn III bị tổn thất nặng nề tại Trảng Bom.

Theo dõi diễn biến tình hình tại Xuân Lộc qua đài BBC và dự đoán của ông bạn ở phòng hai tiểu khu, Tuấn than thở với ông thượng sỹ già:

- Tụi nó sẽ đánh Phước Tuy trong ngày một ngày hai, ông cố gắng lo việc phòng thủ cho tôi. Tôi đã yêu cầu các trung đội bên ngoài liên tục bôn tập, tránh chạm địch để bảo toàn lực lượng khi cần tiếp viện.

Trước sự lo âu bất thường của Tuấn, ông lính già chỉ cười thoải mái nói:

- Không sao đâu Đại uý ơi, tụi nó còn nhiều nơi cần dồn lực lượng, chưa đến lượt Phước Tuy đâu. Chừng nào tụi nó đánh Biên Hoà thì hãy lo.

Tuấn hơi ngạc nhiên và thầm cảm phục nhận định chiến lược khá chính xác cuả ông lính đầu bạc dạn dầy khói lửa này và thầm cảm ơn có ông ta bên cạnh nên cũng bớt lo phần nào.

Tuấn nói một câu mang vẻ tuyệt vọng:

- Tôi có nói riêng với hai ông chuẩn uý trung đội trưởng mới ra lò còn non nớt là nói dại tôi có máng áo thì ông sẽ thay tôi điều động và mong họ đừng mặc cảm. Mọi người đều đồng ý.

Một lần nữa ông thượng sỹ thường vụ lại trấn an:

- Không đến nỗi nào đâu, cám ơn đại uý tin tưởng.

Chương 6

Những thảm cảnh kinh hoàng của đám người chạy loạn từ miền Trung sau cuộc di tản cuồng loạn ở Đà Nẵng không còn là chuyện bí mật và tin đồn vô căn cứ mà đang lan tràn ngày một mạnh mẽ, cụ thể hơn qua lời kể của những nhân chứng sống thoát đi từ địa ngục.

Báo chí ngoại quốc đủ loại không còn bị kiểm duyệt đổ vào Sài Gòn với những hình ảnh kinh hoàng cuả người bị kẹp trong bánh xe của phi cơ, một biển người và xe hơi chạy đuổi theo phi cơ đang cất cánh trên phi đạo nhưng điều khó hiểu là ở Sài Gòn những đợt sóng kinh hoàng này vẫn ẩn giấu dưới một bộ mặt bình thản, nhẫn nhục của thành phố, như một người bị đánh đau quá nhưng lại nở nụ cười ngơ ngác khó hiểu, nửa như hi vọng nhưng đau đớn sẽ đột nhiên tan đi, nửa như muốn chối bỏ hay gồng lên chịu đựng.

Một vài hỏa tiễn rơi vu vơ xuống khu vực ngoại ô nhưng ở trung tâm thành phố, ngay cả việc phi công nằm vùng Nguyễn Thành Trung đánh bom Dinh Độc Lập cũng chẳng có gì ghê gớm trong một cuộc chiến đã kéo lê thê, bầy nhầy trên mười năm trời nên cũng không thể làm thay đổi nhịp sống Sài Gòn. Tiệm ăn, chợ búa vẫn hoạt động bình thường nhưng đông nhất là những tiệm cafe máy lạnh mở hết ga như để làm dịu lại những lo toan, những dự tính đang thiêu đốt trong đầu nhưng không thể bộc lộ công khai, chỉ có thể nói thì thầm với nhau về những mưu toan, những đường dây đáng tin cậy có quan hệ với người Mỹ, những con tàu đang đậu ở bến Kho Năm. Một người quen có người nhà là hạm trưởng tàu Hải quân đang đậu ở hải quân công xưởng có thể sẽ ra khơi... giá cả làm hôn thú với người đệ tam quốc tịch.

Không ai nói rõ nhưng đều cảm nhận một nỗi đe dọa ghê gớm đang tràn ngập trong không khí, làm mọi nhịp thở như chậm lại, mọi âm thanh như chìm xuống, thì thào, e dè, kín đáo, đầy âm mưu…

Ông thiếu tá cảnh sát mấy bữa nay lộ rõ vẻ hân hoan vì mới lo khẩn cấp hôn thú giúp một ông Mỹ làm lớn ở toà đại sứ thành hôn với một phụ nữ Việt Nam với cái giá bảo kê là toàn thể gia đình ông có trong danh sách di tản. Thủ tục thành hôn với người Mỹ hay đệ tam quốc tịch mặc nhiên được giảm thiểu và thừa nhận, chỉ cần hai đương sự đến ty cảnh sát với một nhân chứng, đánh máy một biên bản và đóng dấu thị thực là xong. Người Mỹ không rành luật Việt Nam và cũng bất cần trong phút giây nhốn nháo này.

Dân cò mồi chạy tung tóe kiếm mối và kiếm khách với đủ trò lừa gạt. Mấy anh con lai Tây, lai Chà dà hay Maroc đen nhẻm trước kia sống vất vưởng, không hiểu có quốc tịch hay không nhưng bây giờ cứ con lai là ăn khách. Mấy anh người Việt nhưng dân Tây, có quốc tịch Pháp là cao giá nhất và đặc biệt được các bà, các cô chiếu cố. Mấy bà nói, ngủ với nó còn hơn ngủ với chà dà. Lấy nhau thật hay giả vờ đủ loại. Mấy bà có con rơi với lính Mỹ hân hoan và tự tin sẽ được mang đi đang nhờ mấy anh cò mồi viết đơn và làm hồ sơ với hình ảnh liên hệ để nộp cho người Mỹ.

Ông sỹ quan cảnh sát đi làm nhưng hàng ngày vẫn sang nhà Vân thì thọt bàn bạc với Mẹ và cho biết muốn bán căn nhà đẹp ba tầng của ông với giá nhẹ nhàng là 10 cây vàng.

Giữa mẹ Vân và ông ta bây giờ có vẻ tương đắc của những người cùng hội cùng thuyền đã thoát hiểm, đã chuyển sang một đẳng cấp khác, đẳng cấp của những người được cứu vớt, có danh sách lên thuyền của ông Noe trong trận đại hồng thuỷ, tách biệt với những người ở ngoài phố đang cuống cuồng tìm cách thoát nạn.

Mẹ thì không biết gì nhưng ông ta khá thông thạo tin tức và cho biết có thể người Mỹ sẽ đưa ngươi di tản sang định cư ở Phi Luật Tân hay Tân Thế Giới. Mẹ ngu ngơ hỏi:

- Tân thế giới ở đâu vậy ông?

- Tân thế giới là nước Mỹ chứ ở đâu.

- Rồi mình làm gì kiếm sống?

- Không biết nữa, cùng lắm là đi cày, làm ruộng… miễn là thoát khỏi đất này. Cô Vân này coi xinh xắn mà kẹt lại là nó bắt lấy thương phế binh cụt chân cụt tay. Còn cỡ như tôi nợ máu chắc tụi nó mang xử bắn.

Vân ngồi hóng chuyện mà sợ lạnh cả người.

Quay sang Vân ông nói:

- Cái cậu trung uý bạn của cô đâu, lâu nay không thấy, nghe nói sắp lấy nhau phải không?

- Anh ấy kẹt ở đơn vị.

- Phiền nhỉ... Nếu có ở đây tôi giúp làm hôn thú cấp kỳ, tốn một cây tiền trà nước thôi. Có hôn thú điền anh ta vào danh sách của mẹ cô được đó.

Giọng mỉa mai ông ta nói:

- Mấy ông trẻ tuổi vẫn bướng như vậy đó. Hai thằng con tôi, thằng Biệt Động Quân thì chưa có tin tức nhưng thằng Nhảy dù đã có tên trong danh sách. Tôi lên tận Trảng Bom năn nỉ đứt lưỡi nhưng nó ngang như cua, gàng cổ ra nói: Ba đi thì ba đi đi, con đánh tới cùng nếu thua ôm lựu đạn xong chuyện, làm sao có chuyện khơi khơi bỏ đồng đội chạy trốn được.

Chợt nghĩ đến Tuấn làm Vân lo quặn ruột lại. Cũng ngang như anh con của ông cảnh sát. Hôm gặp Tuấn ở Đất Đỏ, suốt đêm Vân năn nỉ khóc sưng cả mắt nhưng Tuấn cứ lỳ ra, mãi trước khi chia tay mới hứa, để anh suy nghĩ... bây giờ con quá sớm.

Sau lần thoát chết ở nút chặn của du kích, Tuấn nhờ người lính mang cho Vân một lá thư ngắn "Anh mới họp ở tiểu khu, tình thế giống như em nói rất găng, anh cũng bắt đầu lo ngại. Em không được liều mạng xuống đây nưã…"

Lá thư bỏ lửng với câu nói "Anh đang lo nghĩ nhiều chuyện quan trọng tới tương lai chúng mình. Anh yêu và thương em vô cùng, cuộc đời cuả hai chúng ta không còn thể tách rời được nữa. Anh biết em không thể rời xa mẹ nhưng Vân ơi thật khó cho anh để rời bỏ những liên hệ tuy không máu mủ nhưng xót thương nhau hơn ruột thịt những khi bom nổ đạn rơi.... Em có nhớ vết sẹo trên lưng anh không. Em đã sờ tay lên nó và đòi anh kể sự tích nhưng anh lặng thinh vì chuyện buồn quá, sợ làm em lo buồn. Anh đã sống sót với vết thương đó để có tình yêu cuả em trong lúc hai người lính lấy thân xác cuả họ che đỡ cho anh, một người đã chết sau trận pháo kích đó… em nghĩ coi làm sao anh bỏ được những đồng đội này.

Đó là cái tình kỳ lạ của những con người cùng nhau đi với nhau giữa hai bờ sinh tử, không thể lý giải được. Em cũng biết... anh không thích chiến tranh. Anh không lựa chọn sinh ra trong chiến tranh, anh chỉ nhập vào cuộc chiến này như mọi người nhưng rồi năm tháng qua đi, chiến tranh đã thành chính anh từ lúc nào không biết... khi mùi khói súng ngạt trong hơi thở, giữa những tiếng ầm vang của bom đan đòi sự chết thì mọi chuyện tan nhoà đi chỉ có những người còn sống bên cạnh mình là quan trọng... Anh có muốn bỏ tất cả sau lưng để về với em không. Muốn lắm nhưng không thể làm được".

Vẫn còn một chút hy vọng, Vân nghĩ. Có thể Tuấn đã nhìn ra sự thật tuyệt vọng đang gia tăng mau chóng ở Sài Gòn nếu anh có đầy đủ tin tức. Chôn chân ở cái tiền đồn hẻo lánh đó làm sao anh biết hết mọi chuyện.

Cùng với thư trả lời, Vân đưa người lính mang về cho Tuấn rất nhiều báo chí trong nước và ngoại quốc, kể cho Tuấn nghe những gì đang xảy ra ở Sài Gòn

- Tuấn ơi, đây là những gì em đang thấy ở Sài Gòn. Em không dám ép buộc nhưng chỉ mong Tuấn thấy được tình hình như em đang nhìn thấy diễn ra trước mắt. Ở Sài Gòn, người Mỹ thực sự đã bắt đầu cuộc di tản, người ta cố gắng che dấu, không thực hiện không ồ ạt vì không muốn tạo thêm rối loạn kinh hoàng như ở Đà Nẵng. Những kiều dân Mỹ hoặc người Việt giàu có, có thế lực đã khởi sự ra đi bằng đường hàng không dân sự. Họ cố giấu nhưng cũng không ngăn cản được tin đồn là người Mỹ đang bỏ đi, giai đoạn tấn công thẳng vào Sài Gòn đã gần kề. Đi đâu cũng nghe xì xào bàn tán chuyện Mỹ bỏ chết miền Nam.

Đà Nẵng chạy vào Sài Gòn nhưng Sài Gòn là điểm cuối cùng không còn nơi nào nữa để bỏ chạy ngoài việc được người Mỹ mang đi. Mọi người đều nói thế.

Em cũng nghe tin đồn vùng IV đang được tăng cường, người ta nói sẽ tử thủ. Sông Tiền Giang là giới tuyến mới của một Việt Nam Cộng Hoà thu gọn, đã được Mỹ và Cộng Sản mật ước chỉ còn vướng sự đề kháng của Viêt Nam Cộng Hoà.

Có người giải thích đây sẽ là một hiệp định Geneve thu gọn. "Thằng Mỹ nó phải vớt vát chút gì chứ, chẳng lẽ ra đi tay trắng" Chú Hải của em là hạm phó trên một chiến hạm nói hải quân mình còn nguyên vẹn, sau kinh hoàng lính ta sẽ đổ về vùng IV, Mỹ sẽ oanh tạc dằn mặt Bắc Việt. Vùng IV sẽ như Đài Loan trên đất liền, còn Phú Quốc và Côn Sơn hải quân mình còn nguyên vẹn, sẽ được Mỹ tăng cường. Mỹ và Cộng Sản còn trong chiến tranh lạnh, mất miền Nam bàn cờ domino sẽ sụp đổ.Thằng Mỹ nó đi đêm với Cộng Sản nhưng vẫn phải giữ lại một đầu cầu.

Chẳng biết nữa nhưng ít nhất nghe nói thế cũng còn chút hi vọng để bám víu vào. Ít nhất còn vùng IV, đất rộng dân thưa còn sống được. Chú ấy nói vậy. Tụi nó vẫn pháo kích vào hai phi trường Biên Hoà và Tân Sơn Nhất. Ngày 21/4 tướng Toàn đã bỏ Long Khánh để tăng cường phòng thủ Thủ đô. Xuân Lộc tan hàng rồi. Lính sư đoàn 18 lêu bêu khắp Sài Gòn…

Tin đồn từ trước đã thành sự thực, ông tướng Đôn, đứa con nuôi của nước Pháp đang là Tổng Trưởng quốc phòng cũng là một lá bài của Pháp và mơ mộng của đại sứ Merrilon muốn vớt vát một miền Nam trung lập thân Pháp đang áp lực nhăm nhe muốn thay ông Thiệu vì có ủng hộ của người Pháp trong giải pháp trung lập.

Tin rò rỉ được loan trên mặt báo Tin Sáng và Đại Dân Tộc là Mặt Trận Giải Phóng đưa yêu sách sẽ không thảo luận với Thiệu, đòi ông Thiệu từ chức. Chuyện ông Thiệu từ chức lan rộng nhưng chẳng ai tin, vậy mà ngày 21-4-1975, Tổng thống Thiệu đột ngột họp báo truyền hình tuyên bố từ chức thật. Ông Thiệu kết tội Hoa Kỳ vô nhân đạo, thất hứa, thiếu công bằng, thiếu chính nghĩa bỏ chết Việt Nam Cộng Hòa trong đau khổ để kết luận là có thể việc ông từ chức thì Mỹ sẽ tái viện trợ quân sự không phải chỉ 322 triệu mà sẽ là hàng tỷ, rồi quân lực Mỹ sẽ tái can thiệp. Ông ấy nói kiểu như Mỹ ghét ông ấy nên mới cúp viện trợ…

Hàng xóm ào sang nhà em, mọi người dán mắt vào màn ảnh theo dõi ông nhà giáo 78 tuổi Trần Văn Hương run rẩy nhậm chức Tổng thống.

Hi vọng lại bừng lên là nếu ông Thiệu ra đi, Mỹ sẽ trở lại, nhưng nhìn ông thầy giáo đi không vững này không biết ông có thể làm gì để làm biến những họng súng đại bác đang chĩa vào Sài Gòn sẽ im tiếng dù ông Hương nói rất cương quyết là ngày nào quân đội còn chiến đấu, tôi luôn luôn đứng bên cạnh anh em.

Em hỏi ông cảnh sát là có tin được không thì ông ấy chỉ mỉa mai nói “ông ấy già quá rồi, muốn nói gì thì nói vì ông ấy cũng sắp theo ông bà... Lấy gì mà đánh. Tin tình báo của tụi tôi cho thấy biệt động thành nằm vùng của Cộng Sản bây giờ đang trồi lên như nấm mùa mưa , loan tin ông Hương cũng là một tên phản động, không thể nói chuyện, hàng chục sư đoàn Công Sản đang vây quanh Sài Gòn doạ sẽ bình địa thành phố nếu chống cự. Đánh được mấy hồi! Sài Gòn sẽ thành đống gạch vụn.

Hết hi vọng rồi cô ơi, bây giờ thân ai nấy lo thôi".

Tâm Nương mới đến chơi, mặt mày ú sụ như nhà có tang, ứa nước mắt khóc bù lu bù loa.

- Mày nghĩ coi, thân tao bây giờ mà phải làm vợ một thằng Chà dà lai Pakistan nghĩ có khốn khổ không? Nó có quốc tịch Pháp. Thằng này làm nghề buôn tiền, tao đề nghị trả tiền nhưng nó không chịu đòi phải thực sự làm vợ nó...

Tâm Nương nói và khóc rống lên:

- Nhục quá nhưng biết làm sao bây giờ, ở lại lấy thương binh Việt Cộng hay sao?

Vân muốn an ủi bạn nhưng thực tình không biết phải nói thế nào vì chính Vân cũng đang lo cháy ruột chưa cách nào thuyết phục Tuấn bỏ ngũ để kịp điền tên trong danh sách di tản của mẹ.

Tình thế cấp bách quá rồi. Nhìn quanh mình mức hoảng loạn đang gia tăng mau theo thời cuộc. Rõ ràng quan điểm của ông già gân Trần Văn Hương chưa thỏa mãn những họng súng đại bác và xe tăng đang vây hãm Sài Gòn trong lúc thực tế mọi khả năng chống cự của Việt Nam Cộng Hoà đều triệt tiêu hoặc chỉ còn những cầm cự lẻ tẻ mặt trận Đông Nam Sài Gòn. Khu vực này còn chống cự vì cuộc tấn công của phía bên kia chưa triển khai về hướng này. Mục tiêu chính bây giờ là uy hiếp Sài Gòn.

Áp lực đang gia tăng từ ông tướng sún răng Dương Văn Minh đòi ông Hương nhường quyền với sự vận động của đại sứ Pháp Merrillon và những thành phần thứ ba đứng đầu là Vũ Văn Mẫu và khối Phật giáo. Ông Hương mếu máo nói "Đại tướng đòi trao quyền nhưng chức tổng thống đâu có phải cái khăn mùi soa"

Thiên hạ nháo nhào chạy tới lui kiếm đường đi vì tình hình đang suy sụp từng giây phút. Người ta luồn lách, ẩn giấu, tinh khôn như những con gián nép mình trong những khe hở để tìm cách thoát thân khi động ổ. Những lời tuyên bố cứng rắn mang tính văn hoa trống rỗng nhưng thiếu thực chất của Tổng thống Hương chỉ cho thấy là phải tìm cách thoát thân càng sớm càngg tốt vì Cộng Sản nói rõ là ngay cả ông Hương dù có một người con ở phía bên kia nhưng vẫn chưa đủ tin tưởng để điều đình.

Cộng Sản không ưa ông Hương, năm 69 khi làm thủ tướng, chính ông từng bị họ mưu sát. Họ cần một người có lập trường hòa giải rõ ràng hơn đó là nhóm Dương Văn Minh, Vũ Văn Mẫu. Cái tham vọng đoạt quyền lộ rõ qua những vận động chính trị của thành phần thứ ba với hai tờ báo khuynh tả Tia Sáng và Đại Dân Tộc. Đám chính trị hoạt đầu chạy tới chạy lui thì thọt với mấy ông sư và ông dân biểu Lý Quý Chung.

Vân càng hoảng hốt hơn vì mẹ mới được cho biết phải chuẩn bị sẵn hành trang vì có thể đươc gọi đi bất cứ lúc nào. Mọi người chỉ được mang theo một vali nhỏ đựng những tài sản quan trọng nhất. Được thông báo, mọi người sẽ phải di chuyển tự túc tới một địa điểm bí mật để xe chở ra phi trường. Nhìn mẹ câm lặng thu dọn, gói ghém hành lý chạy nạn, nghĩ đến Tuấn làm Vân như muốn bật khóc.

- Mẹ ơi sắp phải đi thật sao?

Câu hỏi lạc điệu, rồi Vân oà khóc nức nở. "Anh Tuấn, còn anh Tuấn thì sao?" Mẹ chỉ im lặng thở dài, vẫn lặng lẽ thu dọn. Chặp sau nói:

- Làm sao được bây giờ? Mẹ nhờ người viết đơn năn nỉ ông Sếp người Mỹ cho phép điền tên Tuấn vào phút chót vì Tuấn là chồng con nhưng chưa có hôn thú, kẹt lính chưa về kịp. Ông này rất quý mẹ nên đã đồng ý, cầu trời anh ấy về kịp.

Khi cơn xúc động đã lắng, Vân bật nói:

- Con phải đến kiếm anh ấy, con phải đi. Lần trước con chỉ nói sơ sơ để anh ấy quyết định, lần này con sẽ ép buộc.

Tình hình Sài Gòn rối loạn, dân Biên Hòa đổ về Sài Gòn làm kẹt nghẽn khúc xa lộ nhưng đoạn quốc lộ 15 Sài Gòn - Vũng Tàu vẫn êm. Từ Bà Rịa xe quẹo hướng Đông theo quốc lộ 23 tới Đất Đỏ.

Qua Bà Rịa là cũng sắp tới rồi, Vân mừng thầm trong bụng, lòng hồi hộp lo sợ nhưng cương quyết nhất định ép buộc Tuấn phải bỏ đơn vị. Vân hoạch định trong đầu những điều cần phải nói ngay cả doạ là nàng sẽ tự tử nếu Tuấn từ chối. “Em sẽ tự tử chết nếu Cộng Sản vào đây... Bố em đã chết dưới tay Cộng Sản. Mẹ cũng sẽ tự tử chết...”

Tình hình hiện nay không thể cứu vãn được, chỉ còn ngày một ngày hai. Ở lại là chết, cứ về Sài Gòn… nếu không đi tản thì về vùng IV, vùng III không còn phương cách nào để chống cự. Tuấn muốn chiến đấu không muốn bỏ đồng đội nhưng không thể tự sát. Em van xin anh nghe em đi...

Chiếc xe chạy dập dình. Vân chao đảo và mất hút trong dòng suy tưởng. Một tiếng nổ chợt ầm vang tiếp theo những tiếng nổ liên hồi của súng máy và tiếng nổ nháng lửa của những trái lựu đạn. Chiếc xe chúi vào lề đường và mọi người nhảy xuống theo, nép mình theo con rãnh.

Tiếng đạn bay qua đầu và bụi đất tung toé trước mặt. Trận chiến kéo dài không lâu có lẽ khoảng mười lăm phút rồi bóng mấy ngươi lính nhảy dù vừa bắn vừa chạy băng ngang qua con lộ.

Tiếng súng thưa dần rồi im bặt. Xuất hiện thêm nhiều người lính trên con đường, một người lính lại gần chiếc xe vẫy tay ra hiệu cho mọi người đứng dậy.

Chiếc xe đò chúi đầu xuống một phía, lốp xe trước trúng đạn xẹp xuống, một viên đạn làm vỡ toang kính phía trước. Kiểm soát lại không ai bị thương trong lúc người tài xế đang chỉ trỏ trao đổi với người lính. Chặp sau, anh ta cùng người lơ xe loay hoay thay chiếc lốp sơ cua. Bồn chồn lo lắng Vân hỏi anh tài xe:

-Mình đi tiếp chứ?

- Đi gì nổi, lính nói khúc trên còn hai ba cái chốt nữa… đang đánh nhau tơi bời, phải quay về thôi.

- Quay về… Câu trả lời đột nhiên làm Vân hoảng hốt trong tuyệt vọng, làm sao gặp Tuấn bây giờ. Một vài người chạy xe honda cũng vừa tới nhưng người lính xua tay ra hiệu phải quay đầu lại. Vân đứng giữa con đường và muốn bật khóc trong tuyệt vọng. Chỉ còn một chút nữa là đã chạm được Tuấn, sẽ nắm tay anh rời khỏi nơi này, mọi lo nghĩ sẽ tan đi như chưa hề có thật. Tuấn sẽ nghe lời, Tuấn sẽ nghe lời, Vân sẽ mang tất cả tình yêu của hai người ra để ép Tuấn.

Xe sửa xong, mọi người đã lên xe hết, Vân như một người mất trí còn đứng ngơ ngác giữa quãng đường hoang vắng, tơi tả, nước mắt cứ ứa ra.

Người lơ xe chạy lại nắm tay nói:

- Cô hai, xong rồi đừng sợ mình quay về thôi.

Không kiểm soát được hành động của mình nữa, Vân tất tưởi bước theo người lơ xe trở lại chỗ ngồi. Xe rồ máy quay đầu lại, Vân vẫn khóc và như muốn gào lên "Tuấn ơi, anh ơi…"

Chương 7

Trong lúc Sài Gòn rối mù với những âm mưu chính trị thì chiến trường chuyển dịch về hướng Đông Nam với những trận đụng độ giữa quân nhảy dù và lực lượng Cộng Sản trong khu vực giữa hai tỉnh Long Khánh và Phước Tuy. Nhiều tiểu đoàn Cộng quân đang triển khai chiến trường về phía này. Tin quân báo cho biết đối phương một mặt gia tăng áp lực chính trị và siết chặt vòng vây quanh Sài Gòn, mặt khác muốn cắt đứt trục giao thông Sài Gòn - Vũng Tàu có lẽ để phòng ngừa Mỹ tái đổ bộ. Nhiều đơn vị pháo hạng nặng của Cộng Sản đang di chuyển về hướng Bà Rịa.

Vòng vây quanh thủ đô siết lại dần không hề gặp sức đề kháng. Phía Cộng Sản cũng không cần vội vã tấn công, chỉ tăng cường lực lượng và tạo áp lực chính trị. Nội vi Sài Gòn vẫn yên lặng. Sự yên lặng rờn rợn như chờ đợi trước cơn bão.

Từ ngày 24 dân Biên Hoà hỗn loạn đổ về Sài Gòn lánh nạn khi những đợt giao tranh quyết liệt đang diễn ra tại Hố Nai, khu vực tập trung của giáo dân di cư 54.

Chủ lực và đầu não của bộ chỉ huy chiến dịch Hồ Chí Minh từ Lộc Ninh đã về Bến Cát 50 cây số Bắc Sài

Gòn, trong lúc toàn bộ cơ cấu chính trị của miền Nam từ Tân chính quyền của ông Hương cho đến Quốc hội và Quân đội như đang lên đồng trong những âm mưu chính trị để tranh giành quyền lực.

Cộng sản nói rõ là ông Hương cũng không được chấp nhận. Tướng Đôn đứa con nuôi của nước Pháp được mời làm thủ tướng nhưng từ chối vì thâm tâm muốn đi vào lịch sử với chiếc ghế Tổng thống. Tòa đại sứ Hoa Kỳ dưới áp lực của Kissinger chỉ muốn Việt Nam Cộng Hoà chết đi cho xong chuyện nên cũng đang yểm trợ tướng Dương Văn Minh thay thế Trần văn Hương vì cho rằng với quan điểm hòa giải hi vọng sẽ đạt một thoả thuận nào đó với phía bên kia.

Người ta họp bàn nhưng không một ai có chút ý niệm là sẽ thoả thuận như thế nào. Một chính phủ liên hiệp ba thành phần chăng khi mà ba phần tư lực lượng miền Nam đã tan hàng, phần còn lại cạn kiệt võ khí trong lúc toàn bộ sức mạnh của quân Cộng Sản đang bao quanh Sài Gòn.

Sài gòn tạm yên ngoại trừ những đợt pháo kích dằn mặt vào phi trường Tân Sơn Nhất, nhưng sau khi bỏ Long Khánh, trận chiến bắt đầu tỏa rộng ra ở những tỉnh thị lân cận để lan tỏa khả năng kiểm soát lãnh thổ.

Họp hành quân ở tiểu khu về, Tuấn bàn với ông thiếu uý đại đội phó.

- Chủ lực quân đoàn 4 và sư đoàn 325 Cộng Sản sau khi rảnh tay ở Xuân Lộc đã nhập vùng chuẩn bị cho giai đọan hai là tiến đánh Phước Tuy, Bà Rịa để nới rộng vòng đai phong tỏa Sài Gòn, cắt đứt tuyến Sài Gòn - Vũng Tàu đề phòng Mỹ tái quân viện vào phút chót, phút này ở địa bàn Phước Tuy sẽ chỉ có những hoạt động tình báo, tuyên truyền hoặc tấn công quấy phá cấp tiểu đoàn phối hợp với du kích địa phương nhưng rồi sẽ được dứt điểm trong một vài ngày sắp tới.

Với binh sỹ còn lại của sư đoàn 3 và 18 dạt về đây, cộng thêm lữ đoàn 1 nhẩy dù và một chi đoàn thiết giáp giữ vòng đai thị xã Bà Rịa và quốc lộ 15, nỗ lực của địch chắc chắn phải dành ưu tiên phá gỡ chủ lực này. Đất Đỏ của mình cũng tạm ổn nhưng điều chính yếu là chúng ta phải tự lo không thể trông cậy ở tiếp viện hay hỏa lực yểm trợ. Tiểu khu đã nói rất rõ điều này.

Thở dài Tuấn tiếp:

- Nếu nó đánh mà không có tiếp viện hi vọng cầm cự tối đa được một tuần, sau đó thì đành tuỳ nghi thôi… Tôi nghĩ cũng nên chuẩn bị kế hoạch zulu về Vũng Tàu.

Những đợt chạm súng dữ dội với quân dù quanh khu vực Long Thành nhưng thị xã này đã bị đối phương chiếm lãnh, cắt đứt quốc lộ 15, chính thức cách ly vùng Đông Nam gồm Bà Rịa, Phước Tuy, Vũng Tàu với Sài Gòn.

Chiều ngày 26 cuộc tiến công Bà Rịa bùng nổ. Trận mưa pháo kéo dài ba tiếng đồng hồ, lực lượng địa phương và trung tâm huấn luyện viễn thám Vạn Kiếp chống cự mãnh liệt nhưng không giữ nổi.

Ngay sau đó quân dù phản công tái chiếm thị xã nhưng địch quân tăng cường chiến xa và chủ lực tấn công dữ dội nên đành phải rút lui về cầu Cỏ May trên đường 15.

Ở Phước Tuy mọi người nhốn nháo trong lo sợ khi phát hiện lực lượng Cộng Sản chẳng cần nguỵ trang che dấu, điều động khơi khơi tới sát thị xã. Chiều ngày 27-4 đến lượt những đợt mưa pháo ụp xuống thị xã Phước Tuy. Liên lạc với tiểu khu bị gián đoạn có thể đã bị tràn ngập.

Không khí căng thẳng lo âu chờ đợi một cuộc tấn công hiện rõ trên gương mặt mọi người.

Chiến tranh làm sao biết được phút sắp tới ai còn ai mất nhưng tới chiều tối vẫn chưa xảy ra sự cố nào. Leo lên chòi canh nhìn bốn phía đồng ruộng vẫn im lìm, che giấu mọi bí mật, mọi âm mưu. Trời tối đen như mực vì mọi ánh sáng trong đồn đều bị tắt đi càng khiến mọi vật như bị nhận chìm xuống, mất hút dưới đáy một vũng bùn mênh mông.

Đã hai ngày qua ăn ngủ chập chờn, mệt mỏi… Tuấn ôm khẩu súng tựa vào bờ tường và thiếp đi lúc nào không hay. Giấc mơ thật êm đềm... Phía Cộng Sản thất bại ở Long Khánh, quân Mỹ và Đồng Minh ào ạt đổ vào Việt Nam đe doạ sẽ đánh ra Bắc, Cộng Sản ngưng chiến chấp nhận một chính phủ liên hiệp. Tuấn về Sài Gòn gặp Vân vui mừng nói: “Anh biết mà, đừng có cuống lên, làm sao mà Mỹ nó chịu thua”. Sài Gòn vẫn tưng bừng chiều thứ bảy. Bà mẹ Vân nói: “Lần này thì làm hôn thú ngay cho nó ăn chắc nhé”. Tuấn đưa Vân đi may áo cưới...

Những loạt súng cối đầu tiên nổ bùng làm Tuấn choàng tỉnh dậy trong tiếng đại liên từ trong đồn bắn ra bên ngoài bắn vào chát chúa xen lẫn tiếng lựu đạn.

Chòi canh phía hông trái bị trúng B40 sụp đổ, từ hướng này đặc công dùng bộc phá, phá hàng rào phòng thủ nhưng bị đẩy lui vì trúng mìn phòng thủ và claymore.

Trận mưa pháo vừa ngừng là đợt xung phong đầu

tiên theo hướng cổng chính nhưng 2 khẩu đại liên M60 bắn xéo cánh xẻ và một trận mưa lựu đạn M79 dữ dội không kém kềm đối phương không tiến lên được. Người lính trên chòi canh bị rơi xuống đất gẫy chân và tay nhưng không nguy hiểm.

Gần sáng, tiếng súng đột nhiên im bặt. Bình minh vừa ló rạng, những cồn mây hồng rực rỡ giữa toàn cảnh vùng quê vẫn thanh bình êm ả.

Tuấn bò ra chiến hào phòng thủ phía trước, mọi người đã lấy lại bình tĩnh quen thuộc của trận mạc. Qua phút đầu khi khói súng đã cay khét trong không khí thì trận chiến trở thành một cuộc chơi khiến người ta mê đi, quên hẳn những lo âu ban đầu và mất hút trong cuộc chơi bằng tất cả đam mê. Sống hay chết hoà nhập vào nhau không còn ý nghĩa.

Suốt ngày hôm sau, địch pháo kích cầm chừng. Tuấn nhẩm trong bụng và chợt nghĩ, vậy là đã qua được một ngày.

Kiểm điểm tổn thất nhẹ, xác chết của anh chàng đặc công ở hàng rào phòng thủ đã được kéo đi nên toàn cảnh vẫn êm đềm như chưa hề có sự cố nào ngoài cây cột cờ bị gãy và một hầm phòng thủ bị hư hại.

Tiểu khu Phước Tuy dù được tăng cường một tiểu đoàn Dù nhưng bị uy hiếp mạnh đã thất thủ. Dinh tỉnh trưởng bị chiếm, bộ chỉ huy đã di tản chiến thuật ra Vũng Tàu nhưng liên lạc vô tuyến vẫn được duy trì. Liên lạc với tiểu khu cho biết không thể tiếp viện hoặc yểm trợ, phải tự lo liệu.

Những chống trả đơn độc vẫn tiếp diễn ác liệt ở nhiều đơn vị lẻ tẻ với quân Dù nhất là ở Trung Tâm Yểm

Trợ Tiếp Vận và những đồn địa phương quân.

Suốt ngày chúa nhật nhịp độ pháo giảm bớt có vẻ như chỉ để khuấy rối, gia tăng nhiều hơn vào buổi chiều nhưng trên ba chục tay súng trong đồn có vẻ tin tưởng và bớt căng thẳng hơn, chờ đợi một đợt tấn công mạnh hơn vào buổi chiều.

Như dự đoán, đợt tấn công thứ nhì trong đêm 29 thật mãnh liệt. Pháo cối và cả hoả tiễn 122 ly dồn dập đổ xuống, mặt đất như rung lên trong cơn địa chấn trong lúc súng đủ loại liên tục của hai bên như những tràng pháo tết giòn giã. Hai đợt xung phong đều bị đẩy lùi nhưng trong đồn có hai binh sỹ tử thương, một số bị thương nặng nhẹ. Xác chết tạm thời được bọc trong Poncho và bỏ trong một connect. Những thương vong đầu tiên làm tinh thần căng thẳng.

Tình trạng bắt đầu tuyệt vọng vì đạn dược cạn dần, một súng cối bị phá hủy. Tuấn thầm nghĩ không biết có giữ thêm được một tuần như dự tính hay không nếu không có tiếp viện và pháo binh yểm trợ. Liên lạc với ba trung đội bên ngoài thì một trung đội im lặng, hai trung đội còn lại phân tán mỏng trong khu vực làng xóm có vẻ như đang tan rã.

Sau cùng cũng liên lạc được với bộ chỉ huy Tiểu khu đã di tản về Vũng Tàu để xin tiếp viện và được chỉ thị chán nản "Tự lo liệu, không còn lực lượng nào để tiếp cứu, đơn vị trưởng các cấp tùy nghi quyết định" Câu trả lời đồng nghĩa với việc cho phép tan hàng.

Gần sáng súng lại êm. Trận chiến như trò mèo vờn chuột. Đối phương tăng cường mạnh hơn vì dùng ống nhòm có thể thấy những chuẩn bị công sự chiến đấu quanh nhừng bụi tre phía bên kia con đường và những bóng người không cần nguỵ trang. Đối phương cũng có vẻ như không hẳn muốn tràn ngập mà chỉ muốn bao vây chờ đầu hàng. Thỉnh thoảng lại bắc loa kêu gọi đích danh đại uý Tuấn ra đầu hàng sẽ được cách mạng khoan hồng. Tiếng loa tiếp tục lải nhải “hàng sống chống chết, hãy về với nhân dân để được Cách mạng khoan hồng”.

Mỗi lúc như vậy lính trong đồn lại trả lời vu vơ bằng một loạt đạn hay vài trái phóng lựu, rồi lại êm như không có gì.

Buổi sáng 30-4 trời quang yên ắng lạ thường.

Mọi người căng thẳng chờ đợi một đợt tấn công mới, tối nay dự trù sẽ quyết liệt, dứt điểm. Tuấn bàn với ông thượng sỹ thường vụ dự kiến mở đường máu thoát về Vũng Tàu và thông báo cho binh sỹ tuyến di tản dự trù và điểm tập kết.

Tới khuya cuộc tấn công vẫn không xảy ra. Mọi người nín thở chờ đợi những trái pháo sẽ cầy tung mặt đất và tiếng kèn xung phong.

Mặt trời lên cao vẫn không động tĩnh gì, êm ả lạ thường.

Bỗng nhiên tiếng loa phóng thanh nghe rất rõ. Một người tự nhận là Thiếu tá chính ủy của lực lượng bên ngoài muốn nói chuyện với đại uý Tuấn.

Anh ta yêu cầu Tuấn ra lệnh cho binh sỹ buông súng và bàn giao cứ điểm vì chính phủ Sài Gòn của Dương Văn Minh đã đầu hàng quân đội Cách mạng. Đương sự yêu cầu Tuấn tuân hành lệnh của Tổng thống Dương Văn Minh để tránh đổ máu vô ích và cam kết mọi người sau khi rã ngũ sẽ được tự do trở về nguyên quán,

Cách mạng sẽ khoan hồng đối với mọi thành phần trong chế độ cũ.

Lời kêu gọi của đối phương làm Tuấn sững sờ không thể tin ở tai mình nữa... thoạt nghĩ có thể chỉ là một trò tuyên truyền lừa gạt nhưng khi mở đài Sài Gòn rõ ràng đang phát thanh liên tục lời kêu gọi của ông Minh: “Tôi Dương Văn Minh, Tổng thống chính quyền Sài Gòn, kêu gọi quân lực Việt Nam Cộng Hoà hạ võ khí đầu hàng không điều kiện quân Giải Phóng miền Nam Việt Nam. Tôi tuyên bố chính quyền Sài Gòn từ trung ương đến địa phương phải giải tán hoàn toàn. Từ trung ương đến địa phương trao lại cho chính phủ lâm thời miền Nam Việt Nam”

Tuấn lặng đi trong tuyệt vọng và một cơn sợ hãi chợt bao trùm trí óc. Từng lời của ông Minh như những ngọn roi quất vào mặt trong tiếng loa tiếp tục không ngừng kêu gọi đầu hàng, “Đại uý Tuấn, đại uý ngụy quân phải khẩn trương đầu hàng ngay... Cách mạng không muốn đổ máu vô ích, chính phủ Sài Gòn đã đầu hàng. Đại uý phải tuân lệnh, cách mạng sẽ khoan hồng với mọi quân cán chính Ngụy. Đất nước đã hoà bình, hãy mau trở về với nhân dân. Binh sỹ ngụy, gia đình các bạn đang chờ đợi bạn trở về sum họp”.

Tuấn thừ người suy nghĩ dù đã nghe lại lời kêu gọi của ông Minh ba bốn lần. Đầu óc vẫn mụ mẫm không thể biết sẽ phải đối phó thế nào.

Ngó lên thấy ông thượng sỹ già đang nhìn mình, vẫn nụ cười bình thản trấn an.

- Đại uý tính sao?

- Có thể là trò tâm lý chiến lừa bịp, không thể

nào… không thể nào.

Rất bình tĩnh, ông lính già ôn tồn góp ý:

- Có lẽ thật đó… rõ ràng chúng ta đang nghe đài Sài Gòn. Thật ra tôi đã nghe lời kêu gọi hòa giải của tướng Minh từ hôm qua. Mới đầu cũng không tin nhưng sau đó BBC xác nhận... nếu cần tôi dò lại đài BBC để đại uý nghe trước khi quyết định.

Sự xác nhận qủa quyết của ông thượng sỹ thường vụ lại làm Tuấn xụm xuống trong câm lặng.

- Mình làm gì bây giờ?

- Gặp họ đưa điều kiện.

- Ông làm chuyện này được không?

- Dạ!

Suy nghĩ một hồi lâu rồi Tuấn nói:

- Ok, tôi bằng lòng gặp chỉ huy của họ để thảo luận. Cho họ mang theo hai cận vệ võ trang.

Đã quyết định, Tuấn đột nhiên thấy bình tĩnh trở lại. Mọi chuyện như đã xong. Nhẹ nhàng như lúc tiếng súng đầu tiên đã nổ. Trước mắt là chuẩn bị mặt đối mặt với kẻ thù trong một trận chiến mới, sắp đặt an ninh và phác hoạ mau trong đầu những việc phải làm. Không thể tin và cũng không dự đoán được thái độ của đối phương, cách tốt nhất là cư xử theo cách của mình, tùy cơ ứng biến. Đơn giản như khi đã nổ súng, sống hoặc chết sẽ tự động phản ứng. Tuấn nghĩ thế.

Tuấn ngồi sau chiếc bàn, Thằng Sáu ôm khẩu đại liên M60 với băng đạn quanh người coi rất trấn át. Trên bàn ngổn ngang một chai rượu, vài trái lựu đạn, khẩu colt.

Người sỹ quan Cộng Sản bước vào căn hầm theo

sau hai cận vệ, súng Ak cầm sẵn trong tay. Ông ta không đội nón cối mà đội mũ tai bèo, bên hông đeo moät chiếc cặp. Đến trước mặt Tuấn ông ta giơ tay chào. Tuấn lơ là chào lại nhưng vẫn ngồi. Ông ta nói:

- Tôi, thiếu tá Lê Đức quân giải phóng tới để để tiếp quản sự đầu hàng bàn giao cứ điểm của đại uý. Tôi bảo đảm an toàn cho mọi binh lính của ông.

Chữ đầu hàng như một cú đấm vào mặt làm nổi lên cơn nóng giận sôi sục. Tuấn ngước nhìn người lính trước mặt gằn giọng:

- Ông nói ai đầu hàng… Đầu hàng hồi nào?

- Chỉ huy tối cao của ông, Tổng thống Dương Văn Minh. Đại uý phải tuân hành.

- Tôi chỉ tuân hành lệnh của sỹ quan chỉ huy trực tiếp. Chưa có lệnh này trận chiến còn tiếp tục, nên nhớ điều đó.

Tuấn đưa tay chỉ mấy người lính quanh mình đang gờm súng.

Không khi bắt đầu găng, người sỹ quan vẫn đứng trước mặt, Tuấn chỉ chiếc ghế, nói trong vẻ bỡn cợt, bất cần:

- Thiếu tá ngồi, mình nói chuyện phải trái…

- Thoáng ngạc nhiên nhưng không phản đối, anh chàng sỹ quan Cộng Sản im lặng kéo ghế ngồi trước mặt Tuấn.

Vẫn điệu ngang ngược bất cần, thoáng giễu cợt, Tuấn nói:

- Làm vài ly cho ấm bụng đã.

Rót rượu vào hai chiếc ly, Tuấn nói:

- Rượu đế quốc, mời thiếu tá! Mình uống rượu

theo kiểu lính Ngụy nhé! Vừa nói Tuấn vừa nhanh tay giựt chốt an toàn của trái lựu đạn mini nhỏ như quả ổi và bỏ vào ly của mình.

Trong giây khắc, không khí như chết lặng trong căng thẳng, anh chàng sỹ quan Cộng Sản như giật lùi một chút, tay vỗ vào bao súng đeo bên mình, hai người cận vệ cũng chúi về một phía như sẵn sàng khai hoả. Một giây thôi rồi Tuấn cầm ly của mình đưa lên môi cười nói "Mời ông!"

Như chợt nhận ra thực tại, một nụ cười căng cứng thoáng lướt trên môi đối phương và ông ta cũng cầm ly lên. Uống cạn ly rượu, ông ta nói:

- Tôi không hiểu ý đại uý, ông có chấp nhận lệnh đầu hàng không?

Tuấn không trả lời, chỉ tay về phía người cận vệ đang ôm đại liên và mấy người lính khác cầm M16 quanh phòng. Không khí chùng xuống, lặng lờ trong im lặng. Đột nhiên người sỹ quan Cộng Sản bật nói:

- Đại uý nói giọng người Hà nội cổ… trước di cư 54...

Nhận xét bất ngờ làm Tuấn chợt mỉm cười:

- Vâng tôi người Hà Nội, di cư vào năm 12 tuổi, lúc đang học đệ thất Chu Văn An. Rồi sao…? Tuấn hất hàm hỏi:

- Năm đó tôi cũng học Chu Văn An, có lẽ mình biết nhau từ dạo đó... Ông còn nhớ gì về Hà Nội và trường cũ không?

Nhắc nhở của người đối diện chợt nháng lên trong trí óc Tuấn kỷ niệm ngôi trường xưa, những ngày ấu thơ tràn hạnh phúc hồn nhiên.

- Nhớ chứ, nhớ nhất là cái hầm tránh bom ngay giữa sân trường cỏ mọc um tùm như một ngọn đồi nhỏ. Đó là hình ảnh kỳ bí đầu đời cuả tôi về chiến tranh, nó khích động và hấp dẫn lạ lùng những lúc mon men tới miệng hầm mà không dám vào dù có sự quyến rũ muốn bước vào, nhớ tiếng trống thùng thùng giờ ra chơi… Bây giờ thì tôi cũng đang sống trong chiến tranh, trong một căn hầm chống đỡ những trái đạn các ông bắn vào… Bây giờ thì tôi đã vào được bên trong căn hầm tránh bom... quen rồi nên thấy cũng không có gì ghê sợ lắm.

- Tôi hơn ông vài tuổi, lúc di cư tôi đã học lớp đệ tứ, lớn rồi… thi diplome và… ông ta cười, đã biết ái tình. Tôi có cô bạn gái thân lắm, cô ta di cư theo gia đình còn tôi ở lại… Nhớ những chiều hồ Tây lộng gió đưa cô bạn đi ăn bánh tôm Cổ Ngư hay đi chơi chùa Láng. Hà Nội bây giờ xơ xác lắm, nhiều khu vực tan hoang gạch ngói, không còn cái vẻ yêu kiều đài các như thời trước. Hồi đó ông ở đâu?

- Phố Đường Thành gần chợ Hàng Da. Đường Thành là trại lính lớn của Pháp.

- Tôi ở phố Hàng Bông, đầu con dốc xuống Chợ Hàng Da, vậy cũng rất gần nhà ông. Mẹ tôi buôn hàng vải, may áo trấn thủ và làm bút chì cho quân nhu Việt Minh. Còn nhớ mãi bài hát cổ động “mùa đông đã đến đây rồi... gửi ngay áo ấm cho người chiến binh”. Bà cô tôi trong phụ nữ cứu quốc phát động phong trào các cô Hà Nội đan áo cho bộ đội.

- Còn tôi, Tuấn nói... Tôi được ông anh dẫn đi coi ngày Việt Minh cướp chính quyền ở Nhà hát Lớn năm 1945 và bị thất lạc trong một biển người, rồi bùng nổ toàn quốc kháng chiến.. gia đình tôi trôi nổi khắp Việt Bắc tới 1949 mới về thành.

Tôi tiếp tục thất lạc trong những cuộc chiến tranh từ dạo đó. Chạy loạn, chạy chiến tranh bom đạn… rồi thành lính, rồi chính mình hoá thân thành chiến tranh... rồi hôm nay mình bắn nhau.

Trí nhớ của tôi về Hà Nội mịt mờ nhưng vẫn đẹp... nhớ những mùa hè nắng chết sững, xách nước đi đổ dế... đổ nước vào hang, dế ngạt thở chui lên, chẳng hiểu bắt để làm gì nhưng vẫn say mê trong cuộc chơi độc ác...

Người khách thoáng cười vẻ chua chát:

- Ấy đấy... nhiều khi chúng ta phải làm những chuyện độc ác mà chẳng hề quan tâm là mình đang độc ác, quen đi thành chuyện bình thường… mình làm bạn với độc ác. Chiến tranh chẳng hạn...

Tuấn nói:

- Mỗi chúng ta đều tự biện minh và tìm cho mình một lý do. Lý do để tàn sát nhau, để thù hận. Ông có lý do gì khi ngồi uống rượu với tôi phút này, nói chuyện Hà Nôi rồi phút sau mình tìm cách giết nhau.

Thực sự tôi vẫn thất lạc trong những diễn biến của lịch sử như lúc bé bị lạc giữa biển người trong ngày Việt Minh cướp chính quyền, rồi sau này thành người lính mà các ông gọi là Nguỵ.

- Chẳng hơn gì ông... tôi cũng bị thất lạc như ông. Tôi không có cái mê cuồng của một bần nông muốn phục thù báo oán hay muốn đòi quyền sống. Tôi đi bộ đội vì ngưỡng mộ bố tôi là Tự Vệ Thành đánh thực dân Pháp nhưng rồi cứ thế chiến tranh cuốn đi.... mình quen dần...

Tại sao phút này tôi ngồi đây uống rượu với ông

hoặc một phút sau đó mình giết nhau... Chúng ta đều có trong tay những khí cụ giết người. Tại sao, tôi thực sự không biết. Có thể chỉ là một giấc mơ, ngay cả phút này… hoà bình... tôi vẫn hoang mang tưởng như không có thật... chỉ là mơ hoảng, một chớp mắt sẽ tan đi. Mấy người lính cuả ông đang cầm súng có thể bóp cò, lính của tôi sẽ xả súng vào ông... sau đó thì chẳng ai nhớ gì nữa, những hạt bụi li ti trong dòng lịch sử.

Tuấn rót thêm vào ly cho khách và nói

- Dô, mời ông! Miền Nam tụi tôi nói 100%... Lính miền Bắc các ông có uống rượu không?

- Có chứ, ít thôi... lính nào chẳng muốn say. Say là phút thần tiên, không có rượu thì trà xanh sắc đậm, thuốc lào lúc đói, sắn tươi luộc chưa kỹ ăn lúc bụng đói cũng làm say tuý lúy. Say là cần thiết cho đời lính tráng.

Câu chuyện bắt đầu thân thiện thoải mái hơn. Hơi men thấm dần mọi chuyện trở thành nhẹ nhàng. Đủ thứ chuyện. Chai rượu cũng vơi dần trước sự ngỡ ngàng của mấy người lính vẫn ghìm súng nhìn hai cấp chỉ huy, hai kẻ thù vài phút trước bây giờ gật gù uống rượu tâm sự:

- Tôi đi bộ đội 15 năm rồi, chưa thành liệt sỹ, chật vật thêm may mắn mới lên cấp này vì lý lịch không sạch lắm, gốc tư saûn mại bản... dù bố tôi là dân tự vệ thành của Việt Minh năm 46 nhưng sau đó ở lại Hà Nội buôn bán không ra chiến khu... Bà chị cả theo một anh thiếu uý trong quân đội Liên Hiệp Pháp di cư năm 54 nghe đồn ông chồng hiện làm lớn trong quân đội miền Nam, người con trai là lính nhảy dù… chưa biết chừng mấy bữa trước ở Long Thành chú cháu tôi từng có dịp bắn nhau... Kể cũng lạ, như tôi và ông đang uống rượu bây giờ. Dù sao đã hết chiến tranh... mong thế, tôi không muốn chết hay giết người khác vào phút chót của cuộc chiến, chết như vậy oan uổng quá. Đêm qua phía tôi cũng mất hai mạng, phía ông... chắc cũng sứt mẻ, phí phạm quá...

Đột nhiên người khách hỏi:

- Đại uý có gia đình chưa?

Câu hỏi bất ngờ làm Tuấn lặng đi trong suy nghĩ. Hàng trăm câu hỏi chợt dấy lên trong đầu. Mấy ngày qua, chiến trận và tình hình căng thẳng làm Tuấn mụ đi, không thể nghĩ gì ngoài sự sinh tồn. Vân, từ hôm Vân về Sài Gòn đến nay đã một tuần, tình thế biến chuyển mau chóng mặt, không biết tình trạng của Vân thế nào, đã di tản theo mẹ hay vẫn ở Sài Gòn? Ý nghĩ Vân đã ra đi làm Tuấn hoảng hốt.

Người khách phá tan sự yên lặng, nặng nề nói:

- Tôi có gia đình ... vợ và hai con, năm năm rồi chưa gặp lại. Đánh nhau ở đường 9 Nam Lào bị thương tưởng chết, được ít ngày về phép dưỡng thương. Hà Nội cuối 72, bom đạn kinh hoàng rất may vợ con vẫn bình yên, còn tôi vẫn sống sót. Nhiều lúc nghĩ tới người thân ở nhà sống từng giây trong lo sợ mà lòng xốn xang. Mình là bộ đội, đối diện với súng đạn nhưng tự chủ... người ở nhà sống trong bóng tối của lo sợ chờ đợi chắc khổ lắm.

Uống cạn ly rượu Tuấn nói:

- Bây giờ, thiếu tá muốn sao?

- Tôi biết ông vẫn có khả năng chiến đấu nhưng sự thưc là chiến tranh đã chấm dứt. Phút này tôi nói với đại uý không phải là hai kẻ thù mà là hai con người trước một thực tại rằng chiến tranh đã chấm dứt, dù mỗi chúng ta trong thẩm quyền của mình vẫn có thể kéo dài thêm một chút những tàn phá… đại uý nghĩ lại đi!

Tuấn lại ngồi yên trong suy nghĩ. Thực tế có kháng cự thêm cũng chỉ đưa đến một kết quả vô vọng… cái chết của chính mình và đồng đội. Hình ảnh Vân lại lóe lên trong óc. Rất lâu sau Tuấn nói:

- Thôi được, tôi chấm dứt thẩm quyền ở căn cứ này, không bàn giao đầu hàng gì hết! Ông cam kết an toàn cho lính của tôi!

Quay sang ông thượng sỹ thường vụ, Tuấn nói:

- Ông thông báo với mọi người quyết định của tôi!

Với người sỹ quan Cộng Sản Tuấn nói:

- Phút này chúng ta vẫn là đối thủ, thực tình tôi không thể tin ông hoàn toàn. Thế này nhé, ông ra lệnh cho lực lượng của ông rút xa 500 thước khỏi cổng chính. Tôi và ông cùng đi ra ngoài. Hai cận vệ của tôi đi theo, tới một cự ly an toàn mình chia tay…

Người khách gật đầu như thoáng cười rồi cả hai bước ra ngoài vừa đi vừa nói chuyện. Thằng Sáu đi trước nắm quả lựu đạn đã rút chốt an toàn trong tay. Nó nói “Đù mẹ, chết thì cùng chết!” Thằng Hai lỳ đi sau với khẩu đại liên. Tới một quãng xa Tuấn quay lại nói nói ngắn:

- Mình chia tay...

Không động tĩnh gì, cả ba tiếp tục đi một quãng an toàn mới dừng lại. Tuấn nói:

- Tạm biệt hai em!

Thằng Hai lỳ chợt bật khóc la lớn “Ông Thầy!” rồi ôm lấy Tuấn...

Lòng rung động, Tuấn nói:

- Hết đánh nhau rồi, mình còn găp lại…

Thằng Sáu Nhỏ, cận vệ của Tuấn nói:

- Nhà em trong làng, ông thầy theo em về nhà thay đồ thường phục rồi em chở ông thầy về Sài Gòn… mặc đồ lính nguy hiểm.

Tuấn câm lặng gật đầu.

Chương 8

Vừa về đến nhà, trông thấy Vân quần áo lấm bùn thất thểu trên đôi chân đất, mẹ oà khóc "Trời đất ơi, sao khốn khổ thế này con ơi"

Vân chỉ trả lời vắn tắt:

- Không liên lạc được với anh ấy, đánh nhau kẹt đường phải quay về.

Nhìn con tơi tả, bơ phờ không giấu đươc vẻ tuyệt vọng, bà cụ ngồi xuống bên Vân cố an ủi:

- May bữa nay ở chỗ làm nghe người ta nói còn có hi vọng điều đình. Họ nói ông Hương hung hăng quá nên người Mỹ muốn ông tướng Minh lên thay thế... chẳng biết sao nữa. Ông Minh này nghe nói hiền lành lắm, vẫn muốn làm hòa với Cộng Sản... Nghe nói làm hòa với Cộng Sản mẹ hãi lắm, người Bắc mình mới có kinh nghiệm với Cộng Sản, người Nam họ không hiểu Cộng Sản đâu. Ông nội của cô tiếc của ở lại bị họ mang đấu tố, bỏ chết đói chết khát trong chuồng heo.

Vân thả người trên ghế nín thinh. Quả thật chỉ trong mấy ngày qua từ lúc ông Thiệu từ chức, những biến cố chóng mặt liên tục diễn ra như một khúc phim quay nhanh vượt ngoài sự phán đoán và hiểu biết của mọi người. Từ trí thức đến thường dân, mọi người như bị tê liệt trước những biến cố như một con thú bị thương rút về hang động nằm liếm vết thương, ù lỳ chờ đợi trong chịu đựng bất lực. Nỗi lo sợ bị đè nén nhưng vẫn không giấu được trong những câu nói thầm thì về tình thế ngày một tuyệt vọng hơn dù người ta như vẫn mong chờ một cách bị động là tình hình rồi sẽ lại đâu vào đó.

Sẽ có những đổi thay nhưng không chết người… Thằng Mỹ... vẫn là viên thuốc cứu tử.... thằng Mỹ không thể thua. Vô lý quá, vô lý nhưng người ta cũng nhận ra là dân tị nạn đang ùn ùn đổ vào Sài Gòn ngày một nhiều hơn, ngay cả dân Biên Hoà, Hố Nai vốn là tiền đồn chống Cộng mãnh liệt nhất của giáo dân di cư.

Kinh hoàng bắt đầu nổi lên, cụ thể và lộ liễu hơn trên bề mặt cố bình thản lãnh đạm của người dân Sài Gòn khi đứng trước những biến cố chính trị và quân sự dồn dập xảy ra.

Dòng người xếp hàng trước cửa tòa đại sứ Mỹ ngày một dài hơn, những cuộc mua bán mặc cả nhộn nhịp hơn nhưng rất kín đáo với cái bản vị là dollar hay vàng. Chiếc xe La Dalat còn mới bán cho chị 500 đô thôi, căn nhà 3 tầng lầu ở Trương Minh Giảng trước cho Mỹ thuê cũng bán rẻ thôi ba chục cây... Những thứ không thể mang theo người xuống giá mau như nước rút thuỷ triều, đồng nhịp với những diễn biến chính trị và tình hình quân sự tồi tệ trong khu vực ngoại vi thủ đô.

Ngay sau lời tuyên bố quyết chiến của ông Hương và nhật lệnh của đại tướng Cao Văn Viên yêu cầu quân đội tiếp tục chiến đấu, tử thủ để giữ những phần đất còn lại, đại sứ Pháp Merillon cho biết phía bên kia không chấp nhận thảo luận với ông Hương.

Dư luận xôn xao bàn tán, ông Hương có con làm

lớn với Cộng Sản, chính ông cũng từng là Chủ tịch uỷ ban hành kháng tỉnh Tây Ninh trong Nam Bộ kháng chiến, từng chống đối chế độ Diệm.

Trần Văn Đôn, lá bài của Pháp đột nhiên có nhiều triển vọng vì được Pháp yểm trợ mạnh, lại đang là Tổng Trưởng Quốc phòng. Ông ta đi Pháp gặp Thủ tướng Chiarac trong lúc đại sứ Pháp Merillon nhảy sổ vào chính trường Việt Nam cổ động cho giải pháp trung lập, quả quyết người Pháp có đường dây quan trọng với Hà Nội.

Người Pháp vẫn cay cú chuyện bị Mỹ đá khỏi thuộc địa Nam Kỳ, cái vương niệm huy hoang của đế quốc Pháp nên đây là dịp tiếp tay tống khứ người Mỹ để vớt vát một tư thế mới nếu miền Nam đạt được một thể chế trung lập thân Pháp.

Lý luận của người Pháp nói rằng phía bên kia không chấp nhận ông Hương vì ông Hương lên nắm quyền là một cuộc chuyển quyền hợp pháp theo hiến pháp cuả Việt Nam Cộng Hoà. Phía Cộng sản muốn tránh mọi ràng buộc pháp lý quốc tế nếu điều đình. Họ chỉ muốn nói chuyện với một chính quyền không mang tính pháp lý của Việt Nam Cộng Hoà, nhờ đó sẽ cắt đứt khỏi ràng buộc của hiệp định Balê. Tân chính quyền để nói chuyện với phía bên kia phải là sản phẩm cuả một cuộc chính biến mang hình thức của một cuộc tiếm quyền sau một cuộc Cách mạng.

Hai lá bài sáng giá được dư luận bàn tán là Trần Văn Đôn đại diện cho giải pháp trung lập của Pháp và Dương Văn Minh, một tướng lãnh đã giải ngũ có lập trường hòa hợp, hòa giải rõ ràng, có một người em là sỹ quan cao cấp phía bên kia. Ông Minh lại có đồng minh là cựu ngoại trưởng Vũ Văn Mẫu thân cận với phe Phật giáo An Quang khuynh tả.

Cuộc vận động ép ông Hương từ chức được đẩy mạnh từ bốn phía, không chỉ người Pháp, nhóm thành phần thứ ba của Lý Quý Chung. Đích thân Dương Văn Minh và ngay cả đại sứ Hoa Kỳ cũng tích cực gây áp lực hay thuyết phục ông Hương từ chức.

Ông Hương đồng ý từ chức nhưng phải theo hiến pháp tức là người thứ ba đủ điều kiện pháp định phải là chủ tịch Thượng Viện Trần Văn Lắm thế nhưng cũng qua cái loa Merillon thì Cộng Sản không chấp nhận ông Lắm.

Phía Cộng Sản muốn phá hủy tính pháp lý này nên yêu cầu chuyển quyền ngoài hiến Pháp vì làm như thế cũng là xác nhận sự cáo chung của nền đệ nhị Cộng Hoà và những hệ luỵ với hiệp định Balê.

Họ muốn việc chuyển quyền cho một người khác phải xảy ra trong tình huống giống như một cuộc Cách mạng lật đổ chính quyền miền Nam vì như thế sẽ hoàn toàn thoát khỏi những ràng buộc của hiệp định Ba Lê và người Mỹ không có lý do để tái can thiệp.

Nhận biết tình hình quá nguy kịch, ông Lắm cũng bỏ ý định để Quốc hội tấn phong chức Tổng thống mà ngược lại né tránh bằng cách đưa đề nghị triệu tập Quốc hội để giải quyết bế tắc.

Như để nhấn mạnh đòi hỏi này, ngay từ ngày 26-4, cũng là ngày chính thức khai diễn chiến dịch Hồ Chí Minh, những đợt pháo kích vào phi trường Biên Hoà gia tăng trong lúc sư đoàn 312 Cộng quân đẩy mạnh áp lực trong những cuộc giao tranh ác liệt ở Gia Kiệm Hố Nai với quân nhảy dù, lữ đoàn thiết giáp và lực lượng dân quân Công giáo quyết tử trong những hệ thống phòng thủ vững chắc.

Những biến chuyển chính trị vượt ngoài sự hiểu biết của quần chúng liên tiếp diễn ra. Áp lực từ nhiều phía muốn loại ông Hương với hi vọng đạt một thỏa thuận với phía bên kia. Áp lưc không chỉ từ phía Cộng Sản mà cả từ phía Hoa Kỳ và người Pháp. Cố vấn chính trị toà đại sứ Pháp Brochard cho tướng Đôn biết là phía bên kia chỉ thương thuyết với Dương Văn Minh mà thôi.

Rõ ràng Dương Văn Minh là lá bài được lựa chọn!

Dương Văn Minh cũng đích thân áp lực và năn nỉ ông Hương từ chức.

Những vận động tiếp tục gia tăng, nên cuối cùng ông Hương nhượng bộ, đồng ý trên nguyên tắc sẽ từ chức nhưng vẫn phải theo Hiến pháp, việc chuyển quyền kế tiếp phải là Chủ tịch Thượng viện Trần Văn Lắm. Hiến pháp không phải mảnh giấy lộn. Không thể đột ngột đẩy tướng Minh lên làm Tổng thống.

Hiến pháp thì Hiến pháp nhưng trong tình thế khẩn trương mà theo đại tướng Cao Văn Viên, tham mưu trưởng quân lực thì chiến dịch Hồ Chí Minh của Cộng quân sẽ mở màn trong một hai ngày sắp tới. Muc tiêu hiển nhiên là những trận đánh thọc sâu và nội thành để kết liễu Sài Gòn.

Nội đô tạm thời lắng đọng vì đối phương tin tưởng sẽ đạt chiến thắng qua điều đình. Sài Gòn đã bị vây kín, họ đã nắm chắc chiến thắng quân sự trong tay nên không cần vội vã.

Không gặp sức kháng cự, phía bên kia an toàn và

bình tĩnh xiết chặt vòng vây. Sài Gòn như một con thú đã sa bẫy, muốn bắt lúc nào cũng được, không cần vội vã.

Trong khu vực vòng đai Sài Gòn đã có 15 sư đoàn Cộng quân, một sư đoàn pháo, nhiều lữ đoàn thiết giáp và nhiều đơn vị phòng không trang bị hoả tiễn Sam. Vòng vây siết chặt dần hơn sau Bình Dương, Long An mở rộng tới Long Thành, Bà Rịa. Biên Hoà bắt đầu bị pháo kích dân Biên Hoà ùn ùn đổ về Sài Gòn, biến con xa lộ thành một dòng người kẹt cứng.

Trong nội đô, những chuyến xe buýt của quân đội Mỹ chở đầy người Việt xuất hiện đâu đó ngày một nhiều hơn trên đường phố. Người trên xe bình thản ngó xuống, người dưới đất ngó lên không hiểu và cũng chẳng cần tìm hiểu. Họ là những thân phận đã tách rời thành hai thế giới xa lạ, lãnh đạm… lặng lẽ, không tranh giành, không ghen tức với đặc quyền của người trên xe. Người dưới đất nói "ngồi trên đó là thoát". Họ nói thế nhưng không hẳn biết rõ người trên xe sẽ thoát đi đâu.

Tin tức về sức ép đe doạ của phía bên kia đươc lan truyền tràn ngập trên báo chí, qua những tin tức rò rỉ nhưng lạ thay tình hình trong nội đô có vẻ như vẫn bình yên. Ngoài hàng dài người xếp hàng trật tự trước cửa toà đại sứ hay những chiếc xe buýt sơn hai mầu xám, trắng lướt đi âm thầm trên đường phố, đời sống ngoại diện của Sài Gòn vẫn không có gì thay đổi.

Lệnh di tản người Mỹ và người Việt đã bắt đầu nhưng ông đại sứ Martin vẫn không muốn làm lộ ra tin này một cách chính thức vì sợ tạo một phản ứng kinh hoàng cuả quần chúng như đã thấy ở Đà Nẵng.

Ông đại sứ này có một người con chết ở Việt Nam

nên chính ông hoá thân thành một người lính tử thủ trong tuyệt vọng, vẫn tin rằng quân lực miền Nam còn khả năng đề kháng, tình hình chưa đến nỗi nào, vẫn có thể đạt một thỏa thuận với một nhân vật nào đó sẽ được Hà Nội chấp thuận… ông tướng Trần Văn Đôn hoặc ông Minh.

Buổi trưa thứ tư nắng gắt, Sài Gòn chết lặng trong giấc ngủ trưa như lịm đi trong một cơn chết ngắn. Vân lái xe không chủ đích khắp đường phố Sài Gòn. Từ khu bờ sông bến Bạch Đằng, nhìn mấy chiến hạm trong khu Hải quân công xưởng và bến Bạch Đằng nằm im lìm như say ngủ bên cạnh chiếc tàu lớn Việt Nam Thương Tín.

Mọi chuyện vẫn bình thường. Vân tự nhủ có lẽ mình lo lắng quá mức chỉ vì chuyện mẹ nói phải di tản bỏ Tuấn còn đang kẹt trong khu vực giao tranh. Mà đây đâu có phải là lần đầu chiến tranh chạm vào Sài Gòn…Vân tự trấn an. Tuấn là lính tác chiến, chiến tranh bom đạn là chuyện bình thường, làm sao lo hết nổi. Chấp nhận làm người tình, làm vợ lính thì lo toan là chuyện đương nhiên phải chấp nhận thôi.

Dòng suy nghĩ và vẻ lắng động của thành phố làm Vân thấy an lòng nhưng vừa về đến nhà, mẹ hốt hoảng nói:

- Con ơi… sáng mai phải đi rồi!

“Sáng mai phải đi rồi…” Vân đứng chết sững nghẹn lời. Những lo nghĩ và hi vọng tình thế sẽ sáng sủa hơn vừa loé lên đột nhiên sụp đổ, mọi đe dọa tưởng rằng chỉ là ảo ảnh bỗng chợt hiện thành sự thực kinh hoàng. “Ngày mai phải đi rồi…”

Đưa cho Vân mẩu giấy ghi địa chỉ, mẹ thì thào:

- Nhà ông cảnh sát đi rồi, thảo nào hai hôm nay

không thấy chạy qua... Con kiểm soát lần chót những gì mang theo, mỗi người một xách tay nhỏ thôi, tiền Việt Nam đổi được thành dollar thì đổi. Mẹ được lãnh ba tháng lương bằng tiền Mỹ...

Vân đứng khựng lại, choáng váng trong một cơn chấn động làm bủn nhủn chân tay... vang vọng trong đầu "Tuấn ơi, làm sao bây giờ… em phải đi rồi"

Vân muốn bật khóc mà không thể khóc được, không nói được, chỉ thấy toàn thân run rẩy như bị nhấn chìm trong một khối băng lạnh. "Làm sao bây giờ?" Câu hỏi lại bật lên nhưng rõ ràng không thể có câu trả lời. Rồi như một phản xạ vô hồn, Vân lẳng lặng giúp mẹ thu vén lựa chọn những thứ cần mang theo.

Suốt đêm Vân không ngủ được, ôm chiếc radio dò nghe tin tức, hết đài phát thanh quốc gia tới BBC , VOA. Kịch chiến đang diễn ra tại Bà Rịa, Long Thành, Trảng Bom. Quân chính phủ với lính dù và địa Phương Quân Phước Tuy quần thảo với một trung đoàn của sư đoàn Sao Vàng. Trận địa pháo của Cộng quân pháo kích liên tục ba tiếng đồng hồ, bộ binh, thiết giáp tấn công trung tâm tiếp vận và tràn ngập tiểu khu Bà Rịa. Lính Dù và lực lượng địa phương quân cơ hữu tỉnh Phước Tuy đang phản công tái chiếm thị xã... Tuyến Vũng Tàu - Sài Gòn bị cắt sau khi Cộng quân làm chủ tình hình tại Long Thành. Một cứ điểm bảo vệ cầu xe lửa Tây Nam Biên Hoà thất thủ, căn cứ không quân Biên Hoà bị pháo kích nặng nề... Áp lực tới sát gần vùng ven đô Sài Gòn.

Vân ngủ thiếp đi trên ghế salông. Mẹ lay dậy khi trời mới hé sáng.

- Đi thôi con! Đi sớm kẻo hàng xóm biết.

Buổi sáng còn se lạnh, đường phố vắng tanh.

Địa điểm tập trung là một căn nhà, không hẳn là một biệt thự nhưng bên trong là một sân rộng lố nhố nhiều người Việt và Mỹ. Một người Mỹ bận thường phục ngồi trước một chiếc bàn nhỏ để kiểm soát lý lịch rất đơn giản, chỉ hỏi tên, đếm đầu người sau đó được cho lên xe buýt ngồi đợi.

Xe chuyển bánh rời khỏi địa điểm rất bình thường... Một vài người dân trong khu vực đứng ngó theo. Ở một góc phố, quán cà phê vỉa hè bốc khói với mẻ cafe bít tất đầu ngày, hai ba người đàn ông đang bình thản trò chuyện. Có vẻ họ cũng biết ít nhiều về vai trò cuả những chuyến xe này nhưng chấp nhận dửng dưng.

Xe lướt qua những đường phố, đời sống quen thuộc vẫn tiếp diễn. Chợt nổi lên trong trí óc Vân một cảm giác kỳ lạ. Ngồi trên chuyến xe nhìn xuống thành phố qua tấm lưới cửa kính, nhìn những con người đang đi lại câm lặng phía dưới như những chiếc bóng trong một cảnh giới khác. Bỗng nhiên Vân thấy mình xa lạ quá, tách biệt với thế giới bên ngoài đó, đồng thời cũng là một cảm giác tiếc nuối xót xa như vừa đánh mất một cái gì thân thiết, quý giá vô cùng, pha lẫn trong trong một cảm giác bị ruồng bỏ, hắt hủi.

Hình ảnh Tuấn ở cái tiền đồn xơ xác trong đêm cuối cùng hai người bên nhau lại nổi lên. "Anh không thể bỏ những người lấy thân che bom đạn cho anh".

Ở cổng vào phi trường, chiếc xe bị những người lính Cảnh sát và Quân cảnh chặn lại. Một người Mỹ trên xe nhảy xuống như điều đình và dúi cho anh ta một cái gì đó, hàng rào cản được kéo sang một bên nhưng một đám đông người không biết từ đâu đến đã ào tới, áp bên chiếc xe, rối rít, đập tay đòi mở cửa.

Xe bắt đầu chuyển bánh đột nhiên như bị xô đẩy bởi một sức mạnh vô hình. Vân vùng đứng bật dậy chạy vội lại phía cửa xe trong tiếng kêu lạc giọng...…"Mở... mở cửa… Open... open…" Một phút ngỡ ngàng rồi cánh cửa điện bật mở. Vân thấy mình bị phóng về phía trước, ngã đổ trên đám người cuồng loạn dầy xéo lên nàng. Chiếc xe đã chuyển bánh nhưng đám người còn cố bám theo trong tuyệt vọng. Một nỗi kinh hoàng chợt bùng vỡ trong đầu… "Mẹ... mẹ ơi..." Vân vùng dậy đuổi theo chiếc xe. Nhìn chiếc xe xa dần và mất hút trong cổng trại, Vân gào lên trong tuyệt vọng ... "Mẹ ơi...mẹ ơi…"

Ngơ ngác, tơi tả đứng giữa con đường.

Bây giờ thì Vân tột cùng hoảng hốt. Cơn sợ hãi dâng lên như sóng bão làm tắc nghẹn hơi thở, rối loạn mọi suy nghĩ. "Làm sao bây giờ mẹ ơi, Tuấn ơi, Tuấn ở đâu?"

Mọi sinh lực chợt tan biến trong một cơn sợ kinh hoàng.Vân ngồi bệt xuống vệ đường, nước mắt tuôn ứa ra không cầm giữ được. "Mẹ ơi…Tuấn ơi!". Mọi chuyện diễn ra mau quá, như mơ hoảng. Vân cứ ngồi ngơ ngác như thế không biết bao nhiêu lâu nhưng bỗng nhiên khung cảnh xung quanh nhốn nháo, nhiều người hốt hoảng chạy tới chạy lui la lớn "pháo kích phi trường". Tiếng người lao xao kêu gọi xen lẫn những tiếng nổ lùng bùng và vài cột khói bốc cao.

Đã ba năm qua đây là lần đầu tiên phi trường lại bị pháo kích.

Lo thắt ruột không biết tình trạng của mẹ ra sao.

Không biết phi cơ đã cất cánh an toàn chưa. Vân chợt hối hận vì hành động bốc đồng cuả mình nhưng biết làm sao hơn bây giờ. Thôi đành mò về nhà vậy.

Một mình trong căn nhà hoang lạnh không có mẹ, bỗng nhiên Vân thấy run sợ và cô đơn quá.

Đài vừa loan báo trong giờ phút khẩn trương Quốc hội đã họp khẩn cho phép Tổng thống Trần Văn Hương được quyền chỉ định người thay thế mà không cần theo thủ tục hiến định.

Tướng Dương Văn Minh là người được chỉ định chức Tổng thống thay ông Hương.

Bản tin giờ chót cho biết Cộng quân với nhiều thiết giáp liên tục tấn công những đơn vị còn lại của sư đoàn 3 tại Trảng Bom, đặc công địch đang tấn công khu cầu Tân Cảng trên xa lộ Sài Gòn - Biên Hoà chỉ cách trung tâm Sài Gòn trên hai cây số. Giao tranh diễn ra ác liệt và lực lượng biệt khu thủ đô đang nỗ lực giải toả áp lực địch.

Giao tranh còn dữ dội trong khu vực Phước Tuy là nơi Tuấn đang đồn trú và quân dù đã rút lui khỏi Bà Rịa, Thuỷ quân lục chiến cũng rút khỏi Vũng Tàu, tướng Lê Nguyên Khang rút bộ chỉ huy lên thương thuyền Đại Dương đang có mặt trong khu vực.

Ngay sau khi phi trường bị pháo kích, lệnh giới nghiêm được ban hành nhưng không đưôïc tôn trọng vì tình trạng kinh hoàng đang lan tràn. Ngoài đường mọi người vẫn nháo nhào chạy tới chạy lui.

Thêm một đêm thức trắng, Vân thiếp đi trong những giấc mơ hỗn loạn. Mơ thấy Tuấn bị thương nhưng về được Sài Gòn. Rồi mơ thấy mẹ cũng trở về, cho biết máy bay không cất cánh được vì pháo kích. Tuấn bàn chuyện trốn về miền Tây với tướng Nguyễn Khoa Nam và nói nếu Cộng Sản vào đây anh sẽ đánh tới chết, không thể để bị bắt.... Vân bừng tỉnh trong tiếng khóc vỡ òa. Nước mắt hoen trên mi.

Buổi chiều, đài Truyền hình đang trực tiếp tường trình lễ nhậm chức của tân Tổng thống Dương Văn Minh.

Giọng ông Minh bình tĩnh và nhún nhường

“Sứ mạng giao cho tôi là đạt thoả hiệp ngưng bắn càng sớm càng tốt để thành lập một chính phủ hoà hợp, hoà giải dân tộc ....

Cùng các anh em bên kia, tôi thực sự muốn hoà giải, các anh em cũng biết thế... Chúng ta hãy ngồi vào bàn hội nghị để tìm những giải pháp hữu ích nhất cho Quốc gia Dân tộc... Tôi đề nghị chúng ta ngay lập tức ngưng những cuộc tấn công lẫn nhau ...”

Nghe ông Minh nói, Vân thấy lòng nhẹ đi trong một thoáng hi vọng. Nếu có được ngưng bắn... Cầu trời... Vân thắp mấy nén nhang lên bàn thờ Phật và ban thờ bố, quỳ gối thầm thì xin Phật tổ phù hộ cho tai qua nạn khỏi. Xin bố che chở để anh Tuấn về với con an toàn.

Không lâu sau đó, ước chừng chỉ khoảng nửa tiếng, năm chiếc A37 của không quân Việt Nam Cộng Hòa bỏ lại ở Đà Nẵng do phi công Cộng Sản lái đã bất ngờ oanh tạc phi trường quân sự Tân Sơn Nhất.

Biến cố quá quá nhanh, không quân phản ứng yếu ớt, 24 phi cơ bị phá huỷ, nhiều thương vong. Súng phòng không trong dinh Độc lập bắn lên xối xả cùng với đủ loại súng từ nhiều địa điểm trong thành phố. Phi trường Tân Sơn Nhất khói lửa mịt mù. Dân chúng hoảng loạn vì nghĩ là Cộng quân đã vào tới trung tâm thành phố.

Dân chúng và binh sỹ đủ mọi binh chủng tràn ngập bến Bạch Đằng. Quân cảnh Hải quân lập hàng rào ngăn cản trước những chiến hạm nhưng tình hình rất găng.

Khoảng hai giờ chiều thành phố bắt đầu lên cơn sốt di tản trong lúc Cộng quân tiếp tục nã pháo vào phi trường Tân Sơn Nhất và giao tranh ác liệt với lực lượng biệt kích dù có nhiệm vụ bảo vệ vòng đai phi trường và Bộ Tổng Tham Mưu. Năm sáu chiếc xe tăng bị bắn cháy nằm ngổn ngang trên đường phố.

Sài Gòn giới nghiêm 24/24 nhưng không được tôn trọng tuyệt đối. Pháo binh Cộng sản vẫn tiếp tục oanh kích hỏa tiễn 122 ly vào khu phi trường tạo thành những đám cháy lớn suốt đêm khi kho nhiên liệu bị trúng đạn. Cuộc oanh kích vào phi trường tiếp tục tới sáng ngày 29, một số hoả tiễn lạc vào khu dân cư làm nhiều người chết.

Ngoài khu Hải Quân Công Xưởng, lớp sóng người đủ mọi thành phần ùn ùn kéo đến. Cổng khu doanh trại sau cùng cũng được mở, mọi người tràn vào, đổ xô về phía những chiến hạm đang nằm ụ chờ đại tu.

Sài Gòn, thành phố trên 3 triệu linh hồn ngất lịm trong buổi sáng ngày 29/4 với lệnh giới nghiêm 24/24. Trên các nẻo đường chỉ còn những nhóm nhân dân tự vệ, cảnh sát và quân đội. Xe cứu thương và những chiếc xe jeep phóng vội vã trên đường phố vắng bóng người.

Trận chiến Sài Gòn thực sự bắt đầu.

Đài phát thanh quân đội Hoa Kỳ phát liên tục một bài hát của ca sỹ Brink Crosby “tôi mơ một mùa giáng sinh tuyết trắng.” (I am dreaming of a white Christmas). Đó là ám hiệu cho những người Mỹ và Việt Nam có liên hệ với Hoa Kỳ phải tập trung ở những địa điểm định trước để di tản và cuộc hành quân Freequent Wind (Chiến dịch gió lốc) đã khởi sự.

Trưa ngày 29-4 kinh hoàng bắt đầu đạt cao điểm sau khi đài Sài Gòn công bố đòi người Mỹ rút khỏi việt Nam trong vòng 24 tiếng vì không còn bảo đảm an ninh cho người Mỹ.

Vậy là hết hi vọng! Người Mỹ đã chính thức rời khỏi Việt Nam! Không còn người Mỹ là tận cùng bằng số. Mọi người tung toé đổ ra khắp nẻo đường như một bầy ong động tổ để tìm cách thoát thân trong vô vọng. Tân chính quyền của ông Minh hoàn toàn bất lực kể cả việc điều động những ổ kháng cự của quân đội và an ninh còn lại.

Cơn mưa chiều làm không khí thêm u ám, Sài Gòn trong tình trạng vô chính phủ. Đã có những vụ hôi của nơi những căn nhà mà gia chủ bỏ đi hoặc thu lượm những xe gắn máy bỏ lại dọc đường.

Một bọn côn đồ có súng ống tự nhận thành phần thứ ba phá cửa vào những căn nhà bỏ trống để hôi của. Đám người này có thể là đám nhân dân tự vệ hoặc biệt động thành Cộng Sản vì có người cầm súng lục hoặc súng carbine.

Căn nhà của ông cảnh sát chịu chung số phận, lối xóm đứng ngó nhưng không can thiệp.

Hai phi trường Biên Hoà và Tân Sơn Nhất tiếp tục bị pháo kích nặng nề không còn khiển dụng cho phi cơ vận tải.

Đột nhiên không biết từ đâu tới, trên nền trời Sài Gòn, trong khu DAO của Bộ Quốc phòng Mỹ hoặc khu toà đại sứ Mỹ liên tục xuất hiện những chấm đen lớn dần của những phi cơ trực thăng như một bầy quạ đen kinh dị liên tục đáp xuống bãi đáp trên nóc toà đại sứ và nhiều địa điểm trong thành phố. Mọi người ngơ ngác không hiểu nhưng rồi mau chóng phát hiện ra nơi đây là những sinh lộ cuối cùng và mọi người bắt đầu đổ xô tới trước cuả toà đại sứ với đủ loại giấy tờ chứng minh. Nhiều cơ sở bí mật của CIA ngụy trang như những biệt thự hiền lành ẩn dật đột nhiên nhộn nhịp xe cộ người ra vào.

Tình trạng căng thẳng gia tăng khi biển người ngày một đông hơn xô nhau trước cổng tòa đại sứ Mỹ, thậm chí trèo cả lên hàng rào để liều mạng nhảy vào.

Mẹ đã đi rồi… không biết sống chết thế nào! Hi vọng cuối cùng là Tuấn sẽ an toàn trở về nhưng tin tức về những trận đánh ác liệt ở Phước Tuy, tin Vũng Tàu thất thủ càng làm héo hon ruột gan.

Như trong cơn mộng du, Vân cũng bị cuốn vào dòng người đang tuôn chảy khắp mọi hướng… cuống cuồng, hoảng loạn như những bầy kiến trên một chiếc chảo ngày càng nóng dần, chạy tán loạn nhưng không thoát khỏi…

Vân cũng chay loanh quanh khắp phố rồi tạt vào căn phòng của Tuấn với ảo tưởng điên rồ là mở cửa bước vào sẽ gặp Tuấn. Những ngày qua, dù có hay không có Tuấn, Vân vẫn ghé vào đây, thu mình yên ấm trong chiếc tổ nhỏ bé cuả riêng mình, khẽ ngồi xuống bên chiếc bàn nhỏ cạnh cửa sổ trông ra khu vườn hoa cải vàng và chìm đắm trong hạnh phúc. Mùa hè hoa nở rộ, như một tấm thảm vàng óng, rực rỡ một góc vườn, nhấp nhánh những cánh bướm trắng tung tăng bay lượn. Trang sách đã mở ra trước mắt nhưng tràn ngập hình ảnh Tuấn làm Vân thoáng mỉm cười với chính mình. Tuấn ơi, em nhớ anh quá! Trong khoảng không gian nhỏ bé im lặng này cuộc đời bên ngoài như tan chảy, chỉ còn Vân và căn phòng này kết tinh bất biến, như được bao bọc an toàn trong lòng một khối pha lê.

Như con chim lo thu vén cái tổ nhỏ bé của mình. Chẳng có gì để thu dọn nhưng lần nào tới đây Vân cũng loay hoay lo quét dọn, xếp đặt lại mọi thứ… bộ quần áo lính chưa giặt, bức tranh hai người treo trên tường hơi lệch, còn chút bụi trên kệ sách... Mọi thứ đều thân thiết! Của tôi, của tôi tất cả. Cả Tuấn nữa... Tuấn là của em!

Thả người trên giường tìm lại chút hơi hướng, Vân thèm được nhắm mắt ngủ quên đi, quên đi mọi lo nghĩ để khi tỉnh dậy mọi chuyện lại vẫn y nguyên như cũ nhưng không tài nào nằm yên được. Mẹ đang ở đâu? Tuấn sống chết ra sao? Vân ngồi dậy lại bàn hí hoáy viết cho Tuấn lá thư...

"Anh ơi, em đang ngồi trước cửa sổ nhìn ra vườn hoa cải vàng và nghĩ tới anh. Êm đềm dịu dàng quá! Sao cuộc đời không thể mãi em đềm như vậy, lòng em phút này điên đảo rối mù, cầu mong có anh bên cạnh nắm tay em để mọi lo sợ tan biến hết..."

Ngoài đường vắng tanh nhưng khúc ngã tư Hàng Sanh có hai ba chiếc Thiết vận xa và nhiều binh lính súng ống cầm tay, vẻ khẩn trương căng trên gương mặt. Một xe jeep tải thương đang phóng vội về phía thành phố, không thấy người bị thương chỉ thấy hai cẳng chân lòi ra trên chiếc planca. Nhìn về xa phía cầu xa lộ, những cột khói đang bốc lên pha lẫn tiếng đại bác ầm ì.

Khu bến Chương Dương bây giờ đông nghẹt

người. Tin đồn phi trường bị đóng vì không còn sử dụng được. Con đường thoát duy nhất là đường thủy. Tin ông Minh ra lệnh ngươi Mỹ phải rút khỏi Việt Nam trong vòng 24 tiếng lan truyền như lửa cháy càng đẩy sự kinh hoàng tới tận cùng tuyệt vọng.

Dọc theo bến Bạch Đằng hàng chục Chiến hạm im lìm đậu sát nhau từ bờ ra phía ngoài sông, trên bờ người ta xô đẩy nhau để tìm cách lên tàu nhưng chỉ gia đình Hải quân mới được lên tàu…

Trước cửa toà đại sứ đám đông có tới hàng vạn người, ngày một dày đặc, hỗn loạn cuồng nộ hơn nhưng không một ai có thể vào được trước hàng rào lính thuỷ quân lục chiến Mỹ, thỉnh thoảng lại bắn chỉ thiên để thị uy. Trong sân đã kẹt cứng đám người ngửa mặt lên trời trông ngóng những chuyến trực thăng như cầu xin sự cứu rỗi của đấng thiêng liêng.

Người nọ truyền người kia tin tức, bến Tân cảng có tàu, kho Năm có tàu. DAO vẫn chở người không cần giấy tờ nhưng làm sao vào được phi trường đang đánh nhau dữ dội... nhiều phi cơ vẫn liều mạng cất cánh. Quân Cộng Sản với xe tăng đã xâm nhập nhiều khu vực ngoại ô Sài Gòn Gia Định và giao tranh ác liệt ở khu Trương Minh Giảng gần phi trường…

Như mơ hoảng, Vân cũng phóng xe đuổi theo những tin tức này dù trong đầu ù lì không có dự tính nào rõ rệt, như một người ngoại cuộc ngơ ngác, đần độn đang theo dõi một thảm kịch không liên quan gì tới mình...

Trời Sài Gòn cuối tháng tư với những con mưa bất chợt làm không khí u ám càng đe doạ hơn vì tối 29-4, toàn thể Sài Gòn và Gia Định bị cúp điện.

Trên trời đêm, bóng dáng chập chờn đen đủi cuả những chiếc trực thăng như những con quái điểu liên tục hạ cánh bỗng trở nên kỳ bí và đe doạ với ánh đèn nhấp nháy như những con ma chơi.

Mò mẫm một mình trong căn phòng tối đen, kiếm không ra một cây nến, Vân chợt thấy kinh hoàng như đang bị chôn sống dưới một đáy mồ. Mọi vật đều tăm tối, một vài ánh nến mù mờ chập chờn của nhà hàng xóm như những bóng ma chơi.

Bản tin cuả đài VOA như vọng lại từ một thế giới khác... Chiến xa Cộng Sản đã vào tới nội đô Sài Gòn sau khi kiểm soát được cây cầu chính trên xa lộ Biên Hoà. Giao tranh còn tiếp diễn trong những ổ kháng cự của Việt Nam Cộng Hoà nhưng tình thế tuyệt vọng cho phía quân Chính phủ...

Phi trường Tân Sơn Nhất vẫn bị pháo kích dữ dội, Quân nhảy dù từ căn cứ Hoàng Hoa Thám đã rút về trung tâm thành phố. Giao tranh ác liệt với các đơn vị liên đoàn 81 biệt cách trong khu vực bộ tổng tham mưu Việt Nam Cộng Hoà...

Dù tối tăm nhưng bên ngoài người ta vẫn chạy tới chạy lui. Bác Tám người hàng xóm chạy chiếc xe lôi Lambretta chật ních người nhà, thấy Vân ngơ ngác đứng ở cửa ông la lớn:

- Cô Vân, mau chạy đi… Việt Cộng về tới Ngã tư bẩy Hiền rồi. Hoảng hốt Vân la lớn :

- Bác ơi, làm sao bây giờ?

Leo lên xe đi, bến Bạch Đằng còn nhiều tàu hải quân… chạy lại đó thử coi, mau lên!

Người thanh niên mặc áo lính là một trung úy cơ

khí hải quân, con trai bác Tám, Vân vẫn thường gặp trong xóm. Anh ta nhảy xuống đường nhường chỗ cho Vân rồi đứng bám phía sau.

Điện bị cúp, chiếc Lambretta chở nặng lạch bạch chuyển bánh, ánh đèn xe quét một vệt sáng lẻ loi trên con phố tăm tối chết lịm, câm nín, không một bóng người.

Trước khu Hải Quân Công Xưởng có rất đông người đứng đợi nhưng cổng khu cư xá Cửu Long chưa mở. Mọi người nhốn nháo chờ đợi trong lo sợ. Rất may là khoảng mười giờ đêm thì cổng mở. Mọi người ùa vào nhưng chưa được phép lên tàu vì ngươi ta còn đang sửa máy.

Mọi người tràn lên chiếc tàu đậu trong cùng. Sóng người cứ đùn đẩy nhau về phía trước rồi dồn vào chiếc cầu thang bắc lên chiến hạm. Thủy triều đang lên cao làm chiếc cầu thang dốc ngược nguy hiểm.

Khu công xưởng này rất lớn, ở cầu tàu có 5 chiến hạm nằm sát nhau đều là những tầu đang đợi đại tu bổ.

Phía trong cùng sát cầu tầu là một tầu há mồm rất lớn. Không có đèn đóm gì cả, trong bóng đêm con tàu đè nặng sự đe doạ như một con quái vật sắt thép lầm lì, trấn áp.

Tiếng súng ầm ì vọng về ngày càng gần hơn làm mọi người sốt ruột vì đã quá nửa đêm mà tầu vẫn nằm ụ.

Vân mở chiếc radio cố nghe tin tức nhưng không bắt được đài BBC. Đài phát thanh Sài Gòn chỉ có nhạc nhưng cũng chưa có tin tức nào mới lạ. Tin rỉ tai đầy lo sợ lan tràn trên tàu là có thể sẽ không thể tách bến được, không chỉ vì máy tàu chưa sửa xong mà con tàu lại bị kẹt trong cùng, bên ngoài là bốn chiếc tàu khác. Chỉ có chiếc ngoài cùng là sắp rời đi còn những chiếc khác trong tình trạng bất khiển dụng phải nhờ tàu kéo tới chỗ khác. Nghe tin những tàu không chạy được, mọi người trên những chiếc tàu hư cuống cuồng đổ ngược trở lại. Chiếc tàu bên trong cùng đang sửa chữa nhưng còn hi vọng.

Trong lúc người ta chen nhau tìm một chỗ đứng nhỏ trên tàu thì cũng có những thuỷ thủ bỏ tàu vì còn kẹt gia đình nên không muốn ra đi hoặc muốn trở về nhà đón gia đình.

Mấy người bạn năn nỉ cố thuyết phục nhưng anh ta vẫn nhất quyết lên bờ vì bà vợ đang có bầu. Anh chàng con bác Tám lắc đầu than:

- Kéo dài điệu này nguy quá... đặc công trà trộn cho nổ tầu là chết cả lũ... nghe nói đoàn viên chính của tàu cả trăm người chỉ còn khoảng trên mười người, phần đòi về nhà, phần vì trong thời gian sửa chữa nên không trực thường xuyên trên chiến hạm.

- Nguy quá… Anh ta tiếp.

- Không phải tầu của mình nhưng Ba và cô Vân ở đây đừng đi đâu, con xuống hầm máy giúp họ một tay vì nghe nói máy điện, chưa ráp hoàn chỉnh, hai máy tàu mới ráp thì chưa rà thử. Có lẽ con phải xuống hầm máy giúp họ một tay.

Hồi lâu anh ta trở lại đầy vẻ lo lắng.

- Nguy quá, dây cáp bánh lái bị phá hoại. Thuyền trưởng và vài đoàn viên đang lo sửa tạm. Điệu này chưa biết chừng phải kiếm tàu khác.

Tình hình suy sụp quá mau ngoài sự dự liệu cuả mọi người.

Dây cáp bánh lái đã sửa tạm, một máy đã nổ, sau

nhiều màn dàn xếp với sự trợ giúp của những tàu kéo, những tàu hư được kéo ra chỗ khác, con tàu khổng lồ với một biển người từ từ tách bến ra được giữa giòng sông. Tàu chạy rất chậm, ì ạch như quá tải nhưng mọi người thở phào nhẹ nhõm.

Trời còn mờ tối, tiếng đại bác ầm ì nghe rõ hơn khi ngang khu Nhà Bè, có thể kho đạn hay tổng kho xăng dầu đang phát nổ... lửa cháy hừng lên rực một góc trời.

Từ phía đặc khu Rừng Sát địch quân tiếp tục pháo kích dữ dội vào căn cứ hải quân tạo nên những tiếng nổ ghê rợn. Đêm đen âm u, những chiếc trực thăng nhấp nháy ánh đèn vẫn vần vũ trên nền trời như những con quái điểu sà xuống bốc người từ nhiều địa điểm trong thành phố...

Dù chạy chậm và khó xoay trở nhưng rất may tàu không bị súng trong bờ bắn. Lòng sông Sài Gòn hẹp, nhiều khúc quanh uốn éo, bánh lái hư chỉ vận hành hạn chế, hoả lực tự vệ không có, một trái B40 đủ nhận chìm mấy ngàn sinh linh....

Chương 9

Con tàu di chuyển chậm chạp vì chỉ còn một máy, vừa chạy vừa cố sửa máy hư còn lại. Ở khúc Nhà Bè, một số quân nhân người nhái và lính thuộc lực lượng đặc nhiệm 99 được thuyền nhỏ đưa lên tàu.

Đặc nhiệm 99 là chủ lực bảo vệ khúc sông này chống lại những cuộc tấn công từ đặc khu rừng Sát ngăn chặn ba sư đoàn 5, 7, 9 của Cộng quân đang tính vượt qua sông Vàm Cỏ Đông, Vàm Cỏ Tây để tràn về Long

An rồi cắt qua quốc lộ về miền Tây.

Nhờ hoả lực kinh hoàng của lực lượng thủy bộ này với súng phun lửa, vòi rồng phun nước, súng phóng lựu liên thanh, đại liên, giữ mức an ninh cao cho khúc thủy lộ, cổ họng sinh tử cuả Sài Gòn.

Sự hiện diện trong tình trạng tháo chạy cuả những lực lượng tinh nhuệ trấn giữ cửa ải này làm nhiều người lo lắng vì thuyền bè dễ bị đột kích. Chỉ cần một chiếc thuyền trúng B40 chìm giữa sông là đủ làm tắc nghẽn lưu thông.

Sông Sài Gòn oằn èo, thuyền bị hư bánh lái nên mờ sáng mới ra tới cửa biển. Hơi gió biển mát lạnh trong buổi sớm đầu ngày làm Vân choàng tỉnh dậy.

Bình minh rực rỡ, những cồn mây hồng tím giữa biển cả mênh mông, thoáng mát nhưng nhìn toàn cảnh trên boong tàu thật kinh hoàng. Khoảng ba ngàn người đang chật cứng trên boong dù đàn bà, trẻ em đã được yêu cầu xuống hầm chứa xe tăng.

Trước mặt Vân mở ra cả một khoảng trời thoáng rộng tinh sạch, sóng lăn tăn hút mắt tới tận chân trời. Nhiều tàu bè có mặt tại đây, thuyền nhỏ, thuyền lớn, chiến hạm… mọi con tàu đều chật ních người, tạo thành khung cảnh hoang mang huyễn hoặc không có thật, như trong cuốn phim Exodus chở người Do Thái về quê hương. Chỉ khác là bây giờ tàu đang chở người rời bỏ quê hương mà ra đi.

Lệt bệt lết được đến cửa Cần Giờ thì tàu chết máy, nằm lờ đờ trên biển.

Trên trời nhiều đợt máy bay trực thăng vẫn tiếp tục bay ra hướng biển. Có một chiếc trực thăng bay rất thấp dọc theo con tàu, chưa biết dụng ý gì nhưng nhìn lên trong máy bay toàn đàn bà trẻ em.

Lúc sau có lệnh của thuyền trưởng khẩn cấp dẹp mọi chướng ngại. Những người trên boong tàu phải xuống hết hầm tàu. Liên tiếp có hai trực thăng đáp xuống an toàn.

Trưa ngày 30 - 4, bỗng nhiên loa phóng thanh trên tàu loan báo và cho phát thanh lời tuyên bố đầu hàng của Dương Văn Minh. Nhiều người oà khóc. Nghĩ đến Tuấn, Vân cũng oà khóc.

Tình trạng lơ lửng ở cửa sông trở thành quá nguy hiểm vì có thể bị Cộng quân bắt giữ lại. Thuyền trưởng quyết định bằng mọi giá phải sửa cho máy chạy ra được tới hải phận quốc tế. Những ai biết về cơ khí được kêu gọi cùng tham gia trong đó có cả anh con trai bác Tám. Cuối cùng một máy hỏng còn lại cũng được chữa xong, con tàu rùng mình như mới hồi sinh và ra được khỏi cửa sông. Ì ạch với đủ vấn đề vậy mà trên đường con tàu cũng cứu mạng cho nhiều người.

Bỗng nhiên một máy bay bà già sà xuống thật thấp, gần con tàu như đang quan sát, rồi từ phi cơ có một người nhảy xuống biển.

Một người nhái đeo vội chân vịt nhảy xuống tiếp cứu. Hai người cố bơi theo tàu nhưng đuối sức dần vì sức đẩy nước của cánh quạt trong lúc đó phi công cũng bỏ con tàu để nhảy xuống theo nhưng có lẽ vì nhảy quá cao, bị ngất xỉu nên chìm nghỉm không cứu được. Người được cứu là em của phi công tử nạn, kêu khóc thảm thiết. Dù vậy mọi người trên tàu cũng reo hò mừng rỡ.

Đài Sài Gòn hoạt động lại nhưng không còn nghe

được giọng nói quen thuộc của xướng ngôn viên Mai Thy trong bản tin cuối cùng khi tóm tắt tình hình với câu kết cuả Tổng thống Mỹ. Gerald Ford "Đối với người Mỹ chiến tranh Đông Dương đã chấm dứt!"

Một người lính đứng gần đó chửi thề:

- Dm… dứt với nó nhưng chưa dứt với tụi tao! Hai chục năm nào đồng minh, nào tiền đồn chống Cộng, bảo vệ tự do. Dm… láo khoét! Dm… mấy thằng Mỹ chó!

Còn bây giờ chỉ nghe thấy bên tai là những lời lẽ đe doạ trên làn sóng phát thanh, kêu gọi quân cán chính ngụy quyền ra trình diện và được nghe Trịnh Công Sơn hát bài "Nối vòng tay lớn"

Bài hát này Vân từng nghe và hát nhiều lần trong những buổi sinh hoạt với đoàn văn công Thằng Bờm. Vân đã hát say sưa, hát thực tình, rung động nghĩ đến một ngày đất nước hoà bình, mọi người yêu thương nhau như lời ca, "gặp nhau mừng như bão cát quay cuồng bàn tay ta nắm nới tròn một vòng Việt Nam."

Lời bài hát thật thấm thía nhưng thực tế đang bày ra trước mắt là những con tàu đầy nghẹt người bỏ chạy trong kinh hoàng, bom đạn đang đổ xuống Sài Gòn, Tuấn không biết sống chết thế nào, luận điệu đanh ác thù hận của cô xướng ngôn viên Cách mạng chỉ làm trào dâng trong Vân một cảm giác khó chịu như thấy bị lừa gạt.

Chiến tranh, thực tình Vân không thể hiểu. Tại sao lại phải bắn giết nhau, tại sao họ giết cha nàng, tại sao thằng bồ cuả Tâm Nương tan xác, Tuấn nhất định không chịu bỏ chạy. Tại sao cuộc đời không thể đơn giản và hạnh phúc đơn sơ như căn phòng nhỏ bé của nàng và Tuấn. Mẹ bây giờ ở đâu, Tuấn bây giờ ra sao. Tại sao

Vân lại thất lạc ở đây, trên con tàu ghê gớm này, tại sao Vân không ở lại đợi Tuấn để rồi nếu chết thì cùng chết... Những ý nghĩ chắp nối quẫy lộn trong đầu. Vân ngồi tựa vào thành tàu và bắt đầu thấy khó chịu. Anh chàng lính hải quân nhìn Vân nói:

- Đứng dậy hoạt động một lúc sẽ quen, ngồi lì một chỗ sẽ bị say sóng. Sao cô không xuống nhà bếp phụ nấu cơm đi…

Trên tàu bây giờ gần ba ngàn nhân mạng… ăn uống, vệ sinh bắt đầu có vấn đề, còn lo sẽ phải đi nhiều ngày. Người Mỹ muốn mình đi đảo Guam nhưng Tư lệnh hạm đội quyết định đi Phi luật Tuân… Cũng phải thôi, cả hạm đội toàn những con tàu từ chết tới bị thương, như rẻ rách... Hạm đội 7 đi kèm yểm trợ nhưng đi gì nổi tới Guam.

Ì ạch… những con tàu bệnh hoạn chở nặng quá tải cuối cùng cũng đến được Côn Sơn để nhập vào tàn dư của một hạm đội hổ lốn gồm 30 chiến hạm đủ loại.

Mấy ngày qua như mơ hoảng trong một phản ứng sinh tồn, lần mò xô đẩy trong đêm tối… không hề có một ý niệm rõ ràng rằng sẽ trôi dạt về đâu. Đột nhiên Vân phát hiện con tàu còn đang ở đảo Phú Quốc và vẫn an toàn. Điều này chợt làm Vân chao đi trong một cảm giác ấm áp và hân hoan...Vậy là mình vẫn còn ở Việt Nam, vẫn là đất nước mình, vẫn còn hi vọng... như tin đồn trước đây vùng IV còn tiếp tục chiến đấu như Tuấn nói... sẽ tìm về vùng IV.

Cái hạm đội trên ba chục con tàu, những khối sắt thép, súng đạn sừng sững trước mặt như vẫn toát ra một uy lực bảo vệ hùng dũng. Sự che chở của miền Nam cho đến phút này vẫn còn hiện diện. Hạm đội đợi ở đây chắc sẽ liên lạc với vùng IV như Tuấn nói, sẽ về vùng IV chiến đấu.

Phát hiện bất ngờ vẫn còn ở Việt Nam chợt bừng bừng như một cứu rỗi.

Thế nhưng sau đó, thuyền trưởng cho biết hạm đội không ở đây mà sẽ di chuyển sang Phi Luật Tuân, những ai muốn trở về đất liền có thể sử dụng những tàu tuần duyên nhỏ của hạm đội bỏ lại.

Nhìn một số người đòi về làm lòng Vân sôi lên ý định trở về tìm Tuấn, mọi chuyện phó mặc cho rủi may... Tuấn ơi em không thể bỏ anh thế này được, em phải về...

Đã định gia nhập đám người trở về nhưng chợt hình ảnh mẹ tóc đã nhuốm mầu, bơ vơ một thân một mình nơi xa lạ lại làm Vân hoảng hốt. Từ bao năm nay chỉ có hai mẹ con nương tựa vào nhau, vả chăng đây chỉ là chạy loạn thôi, Vân nghĩ thế. Ngày mai mọi chuyện vẫn có thể thay đổi hoàn toàn, sẽ có cách trở về…

Những suy nghĩ quẫy lộn trong đầu, giằng co không thể quyết định, Vân đứng bại liệt. Cho tới lúc con tàu khởi động, Vân vẫn đứng chôn chân nhìn màu xanh của dãy núi Côn Sơn xa dần rồi tan nhòa trong mầu xám mênh mông của biển cả. Nước mắt ứa ra rồi bật thành tiếng kêu tắc nghẹn…Tuấn ơi em khổ quá!

Đoàn tàu nối đuôi nhau lệt bệt như một đoàn quân bại trận đầy thương tích. Người tị nạn từ những chiến hạm quá hư liệt được san sẻ sang các chiến hạm còn khiển dụng. Một vài tàu quá bết bát không thể hải hành an toàn đành phải đánh đắm.

Một vài tàu hư phải nhờ tàu khác kéo. Chiến hạm

Vân đang đi cũng phải có tàu đi kèm. Cảnh tượng những tàu hư bị chính những chiến hạm của mình bắn chìm mang một vẻ bi hùng đầy ấn tượng như trong một cuộc hải chiến..

Cách vịnh Subic 12 hải lý, bờ biển Phi Luật Tuân hiện ra, núi non chập chùng xanh thẫm trên nền trời. Cảm giác đang đứng ở biên giới một nước khác thoáng hãi hùng và hoang mang.

Tàu còn trong hải phận quốc tế, lệnh tháo gỡ mọi loại võ khí cá nhân và cộng đồng được ban hành, đạn dược vứt xuống biển. Tên chiến hạm đươc hải quân Mỹ mau lẹ xoá đi để bàn giao lại cho người Mỹ. Quốc kỳ Việt Nam Cộng Hòa được hạ xuống, cờ Mỹ được kéo lên.

Trên ba chục chiến hạm đồng loạt làm lễ hạ kỳ ngoài khơi vịnh Subic. Một buổi hạ kỳ trang nghiêm, bi phẫn và đầy nước mắt của trên ba chục ngàn người tị nạn và quân nhân trên các chiến hạm trong tiếng hát nghẹn ngào bài Quốc Việt Nam Cộng Hòa,. Dứt tiếng hát những tiếng khóc nghẹn ngào chợt bùng vỡ, những khoé mắt đẫm lệ, những tiếng rên rỉ gọi tên người thân yêu.

Ngay buổi chiều, người tị nạn trên các chiến hạm được chuyển sang những tàu buôn đã được người Mỹ thuê mướn từ trước chứng tỏ cuộc di tản đã được người Mỹ chuẩn bị từ trước.

Năm ngày sau tàu cập bến Guam nơi đã có một số đông người được chở tới từ trước bằng phi cơ.

Trại tạm trú trung chuyển Orote Point trên đảo Guam tuy chỉ là những nhà lều nhà binh nhưng cũng mang vẻ đã được chuẩn bị từ trước nên khá ổn thoả. Một cầu không vận quân sự để chuyển người vào lục địa đã khởi sự hoạt động. Điều này càng chứng tỏ việc bức tử miền Nam đã được người Mỹ mưu đồ từ trước. Cơn hấp hối có thể mau hay chóng nhưng thưc sự chung cuộc đã an bài…

Mọi người tị nạn đều phải đi qua nút thanh lọc trên đảo Guam, thường dân, quân nhân đủ mọi binh chủng.

Người ta ra đi từ nhiều địa điểm nhất là những khu vực duyên hải ngay cả nhiều ngày sau ngày 30 tháng 4 và được hạm đội 7 cứu vớt nên không thiếu những đoàn tụ tưởng như chỉ có trong chuyện thần tiên, người chồng rơi xuống sông tưởng đã chết vậy mà cuối cùng lại được một tàu khác cứu và gặp nhau trên đảo…

Tin tức của những người mới tới lại bừng lên trong Vân niềm hi vọng là từ Đất Đỏ đi tới những làng đánh cá ở Long Hải, Phước Hải rất gần và cũng không thiếu gì tàu đánh cá. Tuấn là lính trinh sát...Vân nghĩ thế, Tuấn đủ mưu trí để thoát thân.

Ngay từ ngày đầu ở đảo Guam, mọi người đều xôn xao đổ ra khắp các trại để tìm người nhà. Tin nhắn tìm kiếm thân nhân viết nguệch ngoạc trên giấy dán khắp nơi. Những tin tức mơ hồ nhưng cũng đủ làm người nghe tươi lên được trong hi vọng… vẫn còn tầu ra đi... “Tôi gặp ông ấy ở Bộ tư lệnh hải quân ngày 29, chiều 30 còn thấy bà vợ ông và các cháu ở bến Bạch Đằng.”

Đa phần người thất lạc gia đình là những quân nhân. Chồng lạc vợ, cha mẹ lạc con, đủ hoàn cảnh eó le bi thương khi lạc nhau trong giờ phút chót. Vợ con đã leo được lên tàu, chồng rơi xuống sông, mẹ đánh rơi con xuống sông...

Mọi người chạy tới chạy lui nghe ngóng tin tức, chờ đón thêm những chuyến tàu, chuyến máy bay sẽ tới và cố nấn ná tìm cách ở lại đảo

Số người tị nạn chỉ trong tuần lễ đầu đã vượt con số một trăm ngàn người. Khổ nỗi là người tới, người đi vẫn liên tục từng giờ, từng phút trôi đi như một dòng sông. Chỉ trong ngày mùng bảy có ba chiếc tàu đổ xuống Guam mười ba ngàn người trong tổng số năm mươi ngàn người đã tới trước.

Khung cảnh náo nhiệt kỳ lạ khi đám người cũ, mới đan vào nhau nhốn nháo thăm hỏi tin tức thân nhân.

Lẫn lộn giữa những nụ cười hân hoan tìm được người thân hoặc những gương mặt méo mó, những giọt nước mắt tuôn trào với tin buồn... Anh ấy chết ở cầu xa lộ. Nhà chị trúng hoả tiễn cháy sập rồi... Thương binh ở tổng y viện Duy Tân bị đuổi ra đường thảm lắm. Dân đánh cá Phước Tỉnh bỏ đi nguyên cả làng… Tàu hạm đội 7 tiếp tục cứu vớt những thuyền đi lẻ tẻ dọc theo bờ biển.

Cầu không vận hoạt động ngày đêm, hàng ngàn người được chở vào lục địa mỗi ngày nên không thể biết chắc người thân của mình ở đâu.

Việc di chuyển người vào lục địa phải thực hiện gấp rút vì đảo Guam sắp tới mùa bão lốc. Hòn đảo này nằm trơ trọi giữa Thái Bình Dương như một con tàu lớn thường xuyên chờ đợi phải chống chọi bão tố và những dãy lều nhà binh khó có thể đương cự.

Những thương thuyền chở món hàng tị nạn vẫn liên tục cặp bến. Không kể những chiến hạm Hoa Kỳ hay hàng không mẫu hạm Hancok Midway hay những tàu buôn được chính phủ Mỹ thuê bao.

Chiếc tàu buôn lớn đầu tiên tới đảo là tàu Việt Nam Thương Tín. Những ngày sau đó là tầu Nam Việt, tàu Đồng Nai và tới cuối tháng 5 còn có tàu Đại Dương.

Mỗi con tàu đổ xuống bến hàng ngàn người đối với Vân cũng là ngàn hi vọng sẽ có Tuấn trong đám người vừa tới nhưng đã gần một tháng qua chỉ đè nặng thêm tuyệt vọng.

Tàu Đại Dương có lẽ là con tàu cuối cùng tới Guam với ba ngàn người được tiếp cứu từ một con tàu chết máy ở Singapore

Đoàn xe bus vừa tới cổng trại. Những người tới trước, tay cầm hoa quả ùa ngay tới tiếp tế vì chính họ từng trải qua cảnh khát chất tươi trong cuộc hải hành, môt chút tươi của vỏ cam cũng thành quý giá.

Người ta chạy theo níu lấy chiếc xe bus ngay cả trước khi dừng bánh. Người trên xe cũng khích động nhào tới một phía nhốn nháo mong tìm kiếm một gương mặt quen thuộc. Chiếc xe chòng chành như nghiêng hẳn về một phía.

Lăn xả vào giữa đám người này, Vân cũng đôn đáo tìm kiếm, níu kéo, hỏi thăm, trình bày nhưng chæ nhận về những cái lắc đầu, cho tới những chuyến xe bus cuối cùng lấy đi chút hi vọng héo hon cuả Vân. Mệt lả, Vân ngu ngơ nhìn đám đông ào tới chiếc xe cuối cùng vừa tới, rồi tìm kieám, roài níu keùo hoûi haan nhöng mọi háo hức cũng tan đi thật mau trong nỗi thất vọng.

Người cuối cùng ra khỏi cửa xe là một thanh niên cũng trạc tuổi Tuấn, ăn măc gọn gàng, tươm tất khác hẳn đám đông luôm thuộm lúc trước. Thấy Vân còn ngơ ngác, đứng bơ vơ một mình trong lúc đám đông đã tan đi thật mau, ngang qua, anh ta gặng hỏi vu vơ:

- Sao... không thấy người nhà hả?

- Vâng...

Thoáng giễu cợt nhưng an ủi ngay sau đó, anh ta nói:

- Gần ba ngàn người đông thế này có khi đứng bên cạnh cũng không nhìn ra đâu... Có thể ngày mai không hẹn lại tìm được, mà người nhà cô là dân, lính hay quan…?

- Sao vậy anh?

- Tàu này phần lớn là dân chạy loạn, tàu chúng tôi vớt được ở Singapore chỉ có khoảng năm mươi quân nhân đi từ Vũng Tàu. Đa phần là quan lớn… Vào phút cuối ngày 30-4, lúc chúng tôi còn đang ở Vũng Tàu, "đổ bộ" lên tàu lúc đó không có lính chỉ toàn quan lớn thôi. Nếu người nhà cô là quan lớn thì dễ nhìn ra... thí dụ ông tướng thuỷ quân lục chiến Lê Nguyên Khang… ông đại tá Tạo Tỉnh trưởng Vũng Tàu Baria và một lô đại tá, trung tá...

Hơi bực mình vì cách nói mang vẻ bất cần trước sự thất vọng của mình Vân đáp xẵng giọng:

- Không, người nhà tôi không phải dân cũng không quan lớn... quan nhỏ thôi.

- Vậy thì chắc không có đâu vì thấy toàn tướng tá thôi, người nhà cô chắc cũng dân kaki.

- Vâng anh ấy ở đồn Thổ Mô ở Đất Đỏ.

Người đàn ông bật nói:

- Ngày 27 tôi còn lái xe jeep tới Đất Đỏ đón người nhà lên tàu…. ở đây lúc này còn yên lắm... Tôi có gặp một ông đại uý. À, ...tên Tuấn phải không.

Vân bật nói như reo mừng:

- Vâng, đúng đấy anh ấy là Nguyễn Anh Tuấn... nhưng anh ấy chỉ là trung uý thôi.

- Không biết nữa nhưng lúc đó thấy ông ấy mang lon đại uý. Trong mấy ngày đó tàu Đại Dương của ông bác tôi cứ phải chạy lòng vòng khu ven biển Vũng Tàu và coi như phải đặt dưới quyền kiểm soát của chính quyền tiểu khu Bà Rịa và bộ chỉ huy tiền phương sư đoàn Thủy quân lục chiến.

Lệnh của tướng Khang tư lệnh thủy quân lục chiến và đại tá tỉnh trưởng Vũng Tàu là chúng tôi không được bỏ đi, tàu phải nằm trong tầm đại bác của các đơn vị quân sự địa phương, vì thế tàu cứ lòng dòng trong khu vực suốt gần một tuần lễ.

Tôi có nói với chuyện với ông đại uý Tuấn là tình hình tuyệt vọng lắm rồi… Radio viễn tuyến trên tàu, tụi tôi theo dõi liên tục tình hình qua các đài quốc tế nên tôi cũng báo động cho ông ấy biết tình hình tuyệt vọng khắp nơi. Chỗ ông ấy còn yên có thể vì đang đánh nhau dữ ở Baria và Long Thành...Vũng Tàu. Nếu ông ấy muốn di tản tôi sẽ giúp ông ấy lên tàu nhưng ông ta từ chối nói còn quá sớm để quyết định, không thể bỏ đơn vị. Vả lại, ông còn gia đình ở Sài Gòn.

Ngay sau đó chính Vũng Tàu cũng mất an ninh... Chủ lực phòng thủ Vũng Tàu là Thuỷ quân lục chiến và cơ hữu của tiểu khu Bà Rịa khoảng năm trăm người rút về chiếm cao điểm trên lầu 4 của khách sạn Palace nhưng cuối cùng cũng phải rút lui. Ba mươi tháng tư, ông Minh đầu hàng, Bộ chỉ huy tuyến Vũng Tàu tan hàng theo.

Tướng Khang và đại tá Tạo, tiểu khu trưởng Bà Rịa cùng một lô sỹ quan cao cấp ào ào lên tàu và coi như chiếm quyền chỉ huy... Tới Singapore tàu tụi tôi còn tiếp cứu ba ngàn người từ một tàu chết máy… Tôi chắc ông đại uý của cô không có trên tàu đâu , nếu có tôi nhận ra liền vì tàu rất ít quân nhân.

Vân thở dài, không giấu được vẻ tuyệt vọng:

- Có lẽ cũng phải xin về thôi, Vân nói. Từ ngày đầu tới đây tôi đã gặp nhiều người nói chuyện yêu cầu người Mỹ cho về Việt Nam. Những người đến bằng máy bay phần lớn yên thân vì có đủ gia đình... khi lớp người này vơi dần làm nổi lên đám người muốn quay về Việt Nam... phần lớn là lính hải quân và không quân...

Mấy anh lính hải quân than thở nói, lúc đầu chỉ nghĩ đây là cuộc hành quân di tản hẹn tập họp hạm đội ở Phú Quốc để tái phối trí, thế rồi ông Minh đầu hàng rồi đột ngột phải ra đi bỏ lại gia đình vợ con không lời từ biệt... Có những oan trái chéo cẳng ngỗng, bà vợ và mấy đứa con đã lên tàu, ông chồng là hạm phó một chiến hạm, tưởng ăn chắc về đón bố mẹ nhưng khi trở lại tàu đã tách bến hiện chưa biết ông chồng sống chết ra sao, trông bà ta rối loạn như người điên... Đủ cảnh khổ não lòng... Một anh phi công trực thăng hẹn đón vợ con vào phút chót trên sân thượng, không ngờ sân quá nhỏ không đáp được đành phải gác càng trực thăng lên một phía để bà vợ đẩy con lên phi cơ, lóng ngóng thế nào bà vợ té rơi xuống đất nhưng không thể đáp xuống để cứu vợ, ông phi công điên dại nhưng đành phải bỏ đi vì có súng phía dưới bắn lên, bây giờ hai bố con lang thang như người mất hồn.

Người thanh niên nhìn Vân ái ngại:

- Ông Tuấn là chồng cô?

Vân ngập ngừng rồi gật đầu:

- Tôi nghĩ nên chờ thêm một thời gian nữa, mấy người vùng ven biển có thuyền nên vẫn còn người ra đi. Biết đâu đấy! Trở về bây giờ chín rủi một may…

- Đành vậy! Vân thở dài nói... nhưng nhìn về ngày mai thấy đen tối quá, không biết còn trôi dạt tới đâu. Hi vọng không còn đánh nhau, mọi chuyện sẽ ổn thôi, sẽ hết chiến tranh… chẳng nhẽ cứ giết nhau mãi.

- Ai chẳng mong thế nhưng nhớ lại đấu tố 54 và tắm máu mới đây ở Cam Bốt thì không thể biết chắc chuyện gì xảy ra trong mấy ngày sắp tới ... 54, ai không nghĩ là hoà bình độc lập rồi... dân Hà Nội liên hoan chào đón đoàn quân chiến thắng... rồi 20 năm qua khốn khổ ở miền Bắc, rồi chiến tranh chiếu cố miền Nam... Ai tin Cộng Sản thì cứ về...

Mấy bữa nay nhiều tin đồn loan truyền trong trại là ông thiếu tướng Kỳ đã vận động với chính phủ Mỹ xin cấp đất ở tiểu bang Ăn Con Sò (Arkansor) để người tị nạn tới khẩn hoang kiểu như người di cư năm 1954 lập nghiệp tại Cái Sắn. Nếu có Tuấn bên cạnh… Vân chợt nghĩ, cầy sâu cuốc bẫm mấy cũng được… nhưng hiện tại Vân một thân một mình, chân yếu tay mềm làm sao mà xoay sở được… mẹ cũng không biết trôi dạt nơi đâu, sống chết ra sao, dò danh sách của Hồng Thập tự cũng vô phương vì với hàng vạn người đã tới, hàng ngàn người đang đổ vào đảo mỗi ngày, chi tiết lý lịch mù mờ thiếu sót, không biết bao nhiêu người trùng tên, không có những chi tiết đặc biệt nào để phân biệt. Càng nghĩ càng thấy tuyệt vọng.

Văn phòng phủ cao uỷ tị nạn mới thiết lập cho biết, những ai muốn về Việt Nam có thể đến ghi tên.

Vân thoáng ngạc nhiên vì chỉ mấy ngày trước, mọi người trong đó có Vân cuống cuồng, điên dại liều chết ra đi bằng mọi giá vậy mà bây giờ lại có khá đông muốn xin về. Nhìn đám người đông đảo muốn trở về, Vân chợt phát hiện có một điều gì gần gũi giữa nàng và đám người này. Tất cả đều là những người trong cơn hoảng loạn đã bỏ lại đằng sau những gì trân quý nhất, một mái ấm gia đình, một sự nghiệp gây dựng suốt một đời… của cải, danh vọng, địa vị đột nhiên tan biến.... Vân chợt mỉm cười với chính mình... Tôi không có gì cả, Vân thoáng nghĩ ... tôi chỉ có một căn phòng nhỏ, một cửa sổ nhìn ra một vườn hoa cải vàng, óng mướt trong nắng, để thu mình nhỏ bé trong cô tịch chờ mong, rồi hạnh phúc bùng vỡ mỗi lần Tuấn về ... Chừng đó thôi mà sao thương nhớ như đứt ruột gan...

Chương 10

Nhìn Vân thơ thẩn như một người vô can đứng ngó đám đông xôn xao bàn tán trước văn phòng cao uỷ tị nạn. Đám người đang tranh luận ồn ào về chuyện ở lại hay xin về Việt Nam… hầu như toàn là lính, nhiều người còn giữ bộ quân phục tả tơi. Một người đàn ông đứng gần đó góp chuyện.

- Cô tính xin về sao?

Vân đáp ngắn "Không", rồi lửng lơ...

- "Không biết nữa!"

Ngươi đàn ông tiếp câu chuyện:

- Gia đình tôi kẹt lại… một vợ hai con nhỏ. Tôi làm báo ở Cần Thơ, báo Ánh Sáng. Về Sài Gòn làm phóng sự, phút chót pháo kích, phóng lên tàu Việt Nam Thương Tín… bụng nghĩ chỉ tạm lánh nạn nhưng rồi thấy mình ở đây, như mê ngủ. Nghĩ tới vợ con kẹt lại mà rầu thúi ruột, bà xã tôi lại đang bầu bì sắp tới ngày sanh.

Anh chàng than thở một hồi rồi tự giới thiệu:

- Tôi tên Anh Tâm, còn cô tên chi?

- Dạ tên Vân.

Anh chàng nhà báo có vẻ khá thông thạo tình hình. Anh ta nói:

- Ông tướng Kỳ xin Mỹ cấp đất đinh điền cho dân tị nạn. Sức mấy mà nó cho, nghe nói tụi nó sẽ phân tán mấy người tị nạn thành những nhóm nhỏ khắp nước Mỹ rồi đưa đi làm công nhân hầm mỏ, lên Bắc Cực đánh cá hoặc làm công nhân trong xưởng máy hoặc làm nông nghiệp hái dâu, cày cấy ở California...

Ở Cali, nghe nói cần rất nhiều người là nghề nông. Kiểu như ngày trước cho người Tàu, người Nhật đến đây làm cu ly đường rầy xe hỏa, chăn bò trong nông trại… Cô thấy không, ngay ở Guam cũng đã có vài người địa phương vào trại kiếm nhân công giá rẻ, dễ khai thác vì trong từng ấy năm chiến tranh người Mỹ coi truyền hình chỉ thấy những túp nhà tranh lụp xụp, những nông dân chạy loạn tơi tả rách rưới... Đối với người Mỹ thì cả nước Việt Nam chỉ toàn những nông dân đói rách, run rẩy trong bom đạn, đó là hình ảnh mà họ nhìn thấy trên truyền hình mỗi tối trước khi lên giường.

Anh ta tiếp, vẫn giọng cay đắng:

- Sức mấy… nhìn coi, toàn là tướng tá, bác sỹ, thương gia, dân có tiền, có quyền quen ăn trên ngồi trốc, tệ nhất cũng dân viết lách như tôi... đâu phải dân lao động, một sớm một chiều bỗng nhiên mất tất cả. Của cải đã đành nhưng đau đớn nhất là mất gia đình người thân... Nhiều đêm nghĩ tới sắp nhỏ và bà xã đang mang bầu không biết xoay sở ra sao là tôi muốn phát điên. Đau đớn nhất khi nghĩ bà vợ tôi chắc không hiểu sẽ cho rằng tôi là một thằng khốn nạn bỏ rơi gia đình chạy thoát thân, đây mới là điều dằn vặt mình nhất.

Vân hỏi:

- Ông định xin trở về?

- Chắc thế, có chết cũng phải về để bà ấy hiểu là tôi bất ngờ bị xô đẩy lên tàu trong cơn hỗn loạn... đâu ngờ đi xa như thế này.

Vân lắng nghe, thoáng nổi lên trong trí óc một cảm giác ân hận đã bỏ Tuấn ở lại. Tại sao không ở lại đợi Tuấn? Tại sao mình ở đây không có Tuấn? Em không biết nữa, em không hiểu nổi, nhưng phút này rõ ràng em đang ở đây, trên cái hòn đảo xa lạ này… em chết đuối giữa những người xa lạ... một ngày mai xa lạ, vô định... Bỗng nhiên em mất tất cả, mất anh, mất mẹ... mất căn phòng đầy kỷ niệm những ngày yêu thương hoan lạc...

Nhìn Vân đứng ngây ngô, im lặng như lạc trong dòng suy nghĩ, người đàn ông nói:

- Gia đình cô những ai kẹt lại?

Câu hỏi bất ngờ làm Vân thoáng lúng túng:

- Mẹ tôi di tản từ trước… nhưng mất liên lạc.

Ngập ngừng hồi lâu Vân tiếp:

- Ông xã tôi là sỹ quan ở Phước Tuy. Nghĩ tới tắm máu ở Căm Bốt mà lo quá, mẹ tôi đã ghi tên anh ấy trong danh sách di tản nhưng anh ấy nhất quyết không chịu bỏ đơn vị, còn tôi sắp vào phi trường với bà già không hiểu sao lại liều mạng nhảy xuống… rồi như ma xui quỷ ám chen nhau lên tàu và tới đây. Ông chồng tôi là lính tác chiến, có lẽ họ sẽ trả thù…

Người đàn ông giữ vẻ tự tin cười nói:

- Làm gì có chuyện đó, người quen tôi mới di tản qua ngả toà đại sứ Pháp, có gửi thơ và ít hình ảnh cho thấy vài thay đổi lối sống thì có nhưng nói chung thì vẫn vậy… vẫn có chợ trời, lính Cộng Sản súng ống lỉnh kỉnh coi ghê sợ nhưng ngô nghê như mán rừng thèm khát mọi thứ nhưng không ăn cướp, không cưỡng hiếp, vẫn cà phê, xe gắn máy chạy đầy đường, coi bộ còn nhộn nhịp hơn trước ngày chạy loạn. Lính tráng chỉ trình diện học tập ba ngày rồi ai về nhà nấy. Cô nghĩ coi, cả triệu người lính, hàng vạn sỹ quan... tắm máu, giết hết cả sao... người mình đâu có phải Cam bốt!

Đột nhiên anh ta lặp lại câu hỏi:

- Cô có tính xin trở về không?

Vân ngập ngừng hồi lâu...

- Nghe ông nói, tôi cũng thấy bớt lo nhưng vẫn sợ lắm... Ông bố tôi bị Cộng Sản giết khi làm xã trưởng ấp chiến lược...

- Thời chiến tranh, phe nào chả vậy... bây giờ hết đánh nhau rồi phải khác đi chứ. Phần tôi nhất quyết phải về... thủ tục rất đơn giản, ai muốn hồi hương chỉ cần điền mẫu đơn có sẵn, chụp hình lăn tay làm hồ sơ.

Hiện tại Cao uỷ tị nạn sẽ làm trung gian liên lạc giữa Mỹ và Việt Nam, đồng thời can thiệp với chính phủ Mỹ để cung cấp phương tiện khi có thoả thuận của Chính phủ Sài Gòn.

- Việt Nam không cho mình về sao?

- Tất nhiên là không cản trở nhưng họ cũng phải đề phòng chứ! CIA xâm nhập thì sao?

Vân cãi lại:

- Tôi thấy hơi vô lí, nếu là CIA gài lại thì họ cứ ở Sài Gòn, cần gì phải bỏ chạy rồi đòi trở về... Thật không hiểu nổi, mình là người Việt Nam, mình ra đi bây giờ mình về có gì mà không bằng lòng.

Vân nói thế nhưng nhưng tin tức có vẻ lạc quan và lý lẽ đầy vẻ tự tin của anh nhà báo Anh Tâm về tình hình ở Việt Nam cũng làm Vân chao đảo trong ý muốn trở về. Anh ta nói nghe cũng có lý, đánh nhau gần hai mươi năm trời, tất nhiên phải có thù có hận nhưng bây giờ họ đã thắng, đã đạt mục đích không lẽ cứ thù hận hay đòi trả thù, lợi ích gì? Có thể sẽ có một giai đoạn căng thẳng quá độ như giai đoạn nước Pháp mới giải phóng, mấy người phụ nữ quan hệ với lính Đức bị lột quần áo, bị cạo đầu giễu phố làm nhục. Nhưng rất mau sau đó sự cuồng hận này tự động chấm dứt. Việt Nam chắc cũng thế thôi.

Anh chàng nhà báo Anh Tâm còn đưa Vân coi báo Pháp Le Monde chụp hình dân chúng Sài Gòn tươi cười mừng chiến thắng, phố xá nhộn nhịp bình thường.

Cũng có cảnh hung bạo ghê rợn như hình ảnh người cảnh sát tự tử trước pho tượng người lính cầm súng chĩa vào Quốc hội bên cạnh là hình pho tượng này bị đám đông giật đổ, hình phố xá sinh hoạt nhộn nhịp.

Vân cố gắng nán lại trong hi vọng cuối cùng Tuấn sẽ thoát được nhưng hai tháng trôi qua, cầu không vận chở người vào lục địa không con dập dìu náo nhiệt như mấy ngày đầu. Trại Orote Point chỉ còn lại khoảng năm ngàn người, những phương tiện phục vụ người di tản đã dẹp đi hầu hết. Lều trại vẫn còn nhưng bây giờ trống rỗng, tiêu điều, mang vẻ rã rời, hoang phế đáng sợ như đang giẫy chết.

Trước đó… mỗi lều có khoảng năm sáu gia đình, ríu rít nói chuyện, chia sẻ tin tức, bàn luận…, vậy mà bây giờ trống rỗng. Căn lều cuả Vân chỉ còn một gia đình đến muộn và cũng sắp được chở đi.

Đa số những người còn nán lại, khoảng ba ngàn người đều là lính tráng hoặc người độc thân. Một mình Vân là phụ nữ giữa đám đàn ông nhiều lúc thấy rất bất ổn nên cũng phải kiếm lều nào còn nhiều người để nhập vào, dù vậy vẫn không ngăn được cảm giá côi cút, lạc loài dù mọi người vẫn nương nhẹ, chia sẻ với nàng như một người em gái lạc lõng.

Vân vẫn chưa thể quyết định dứt khoát đi hay ở. Ngay chính đám người đã ghi tên cũng hoang mang không kém. Không thiếu những cuộc tranh luận sôi nổi quanh vấn đề kẻ chiến thắng sẽ đối đãi với họ thế nào khi trở về. Người thì nói dẫu sao cũng là người Việt với nhau, người thì nói cứ tin Cộng Sản đi... Ông Thiệu nói vậy mà đúng, “đừng nghe những gì Cộng Sản nói… hãy nhìn những gì Cộng Sản làm”. Hiệp định Ba lê đó, kết quả thè lè ra trước mắt... nhớ vợ thương con thì cứ về nhưng cũng đành nhắm mắt đưa chân nhất chín nhì bù...

Một anh thiếu uý cho biết mới nhận được thư gia đình báo tin vẫn bình an và khuyên nên ở lại nắm cơ hội được ở Mỹ để học hành và cho biết "đời sống bà con ở nhà vẫn êm đềm hạnh phúc như thời mùa hè 1972 lúc con còn ở nhà... tháng ba tới biển lặng sóng êm ba mẹ và vợ con tính du lịch Rạch Giá".

Lá thơ khó hiểu, mọi người xúm lại bàn luận lý giải. Một người nói:

"Mừng chú mày gia đình bình yên".

Một người khác xía vô: "Yên cái mẹ gì, mùa hè 72 đánh nhau tóe khói… chết như rạ trên đại lộ kinh hoàng. Không nghe các cụ nói sao, "tháng ba bà già đi biển", tao đoán có lẽ họ mưu vượt biên gì đó…

Cãi nhau nhưng kết cục mọi người đều lơ lửng chuyện ở lại hay trở về. Trở về vẫn là nỗi ám ảnh chính nhưng không thể quyết dịnh dứt khoát.

Một mình trong căn lều đã vắng người, Vân thả lỏng trong cơn mơ mộng về ngày trở lại đươc gặp lại Tuấn. Tuấn gầy và đen đủi trong bộ đồ lính tơi tả, cũ nát. Vân trách yêu... vắng em ít lâu mà đã bê bối thế này. Tuấn chỉ cười câm lặng.

Vân kể lể huyên thuyên chuyện nhảy khỏi xe bus, cuộc di tản gian truân trên chiến hạm chết máy... trở về căn phòng của hai người, bụi mù mịt, màng nhện khắp nơi như đã bỏ hoang từ rất lâu rồi. Vân cằn nhằn... "anh bê bối quá, ...em nhớ anh quá, ...nhớ phát điên lên được" Rồi Tuấn ôm hôn nàng, hương vị cuả người yêu ấm áp mê đi trong một cuộc làm tình sôi nổi.

Cánh cửa ra vào đột nhiên bật mở cùng một cơn gió lạnh buốt làm tung bay rối loạn mọi vật trong phòng....

Vân bừng tỉnh dậy. Dư vị hạnh phúc còn đầy ứ trong mọi ngõ ngách của cảm xúc, phải vài phút sau nàng mới hoàn toàn ý thức được mình không ở Sài Gòn, trong căn phòng của hai người mà đang nằm trơ trọi trên một chiếc ghế bố trong căn lều nhà binh trống rỗng của trại tị nạn. Ngó đồng hồ, đã ba giờ sáng, cơn xúc động còn ngây ngất, không thể tiếp giấc ngủ, Vân ra cửa lều thả người trên một chiếc ghế.

Đêm đen kịt trên đảo, gió từ biển khơi bốn hướng thổi về mát lạnh sảng khoái dưới một trời đầy sao long lanh. Cuối trời, ngôi sao mai long lanh rực rỡ, Vân chợt như muốn reo lên "Tuấn ơi em thấy anh rồi, anh có thấy em không?" Kỷ niệm quay cuồng trong trí óc về ngày đầu gặp Tuấn ở suối Máu, rồi những ngày náo nức chờ đám cưới, căn phòng ở Hàng Sanh và những phút giây hoan lạc...

Bình minh hừng chút ánh tím hồng cuối chân trời, gió mạnh hơn làm Vân rùng mình ớn lạnh.

Trở vào lều nằm cố dỗ thêm giấc ngủ oằn oại... Cơn sốt ập đến tự lúc nào không biết, càng ngày càng dữ dội, hết nóng tới lạnh. Vân run lên co quắp, muốn đứngg dậy tìm một ly nước nhưng ngã vật ngay xuống trong cơn sốt mê sảng.

Có những tiếng gọi mơ hồ và những bàn tay lay gọi.

Vân muốn trả lời nhưng cổ họng đặc quánh, trí óc chập chờn mê thiếp đi. Trôi đi giữa những cơn mê tỉnh, Vân mở mắt và thấy mình đang nằm trên một giường bệnh viện, lủng lẳng những chai thuốc tiêm truyền trên đầu, bên cạnh là một y tá người Mỹ và một người đàn ông tự giới thiệu tên Chỉnh là một sỹ quan không quân ở cùng lều. Anh ta nắm tay Vân nói:

- Ba ngày qua chị sốt mê man, mấy người trong lều lo quá phải đưa chị đi cấp cứu. Họ nói chị bị cảm lạnh và bị sưng phổi...

Vân nằm yên lắng nghe, tủi thân nước mắt ứa ra.

Chỉnh nói:

- Chị đừng lo, hết nguy hiểm rồi… chị yên tâm tĩnh dưỡng. Tui tôi sắp chuyển trại tới một khu tập trung những người xin về Việt Nam nhưng tình hình còn găng lắm vì nghe nói phía Việt Nam không chấp nhận cho quay về còn phía Mỹ thì cứ lừng khừng không dứt khoát.

Anh chàng nhà báo Anh Tâm cũng đến thăm Vân cho biết nhiều tin tức và nói anh đã quyết định sẽ xin về Việt Nam.

- Cô nghĩ coi thân tôi một mình trơ trọi, người thân vợ con đều kẹt lại. Ở lại đây sống lay lắt làm cu li nơi quê người ích gì!

Giọng bí mật anh ta tiết lộ:

- Tôi có tin riêng là người Mỹ sẽ đưa người tị nạn đi làm hầm mỏ, đàn bà thì làm hái dâu ở Cali hay chăn bò ở những nông trại phía Bắc, hoặc lên đánh cá ở Bắc Cực… kiểu như ngày xưa họ mang người Tầu tới đây làm đường xe lửa, người Nhật làm ruộng. Nói tóm lại là giải quyết nhu cầu cần nhân công lao động …

Ghê vậy, Vân nói... mà sao anh biết. Tôi thấy họ đối xử với người tị nạn rất tử tế nhân đạo...

- Tôi là dân làm báo mà, người Mỹ họ đang lo chuyện đòi về của cả ngàn người... sợ bỉ mặt với thế giới về âm mưu cưỡng bức di tản của họ. Cô không thấy sao, một mặt đe doạ tắm máu này nọ để mọi người cuống cuồng bỏ chạy, mặt khác họ đã lo trước thuyền bè ở Phi để chở người vào nước Mỹ... Nói tóm lại là mẻ lưới công nhân làm nô lệ bán chính thức.

Nghĩ coi, trại Orote point này đâu phải mọc lên một sớm một chiều, nó được chuẩn bị từ sáu tháng trước... Thấy không, người Mỹ họ cần culi Á Châu, họ tử tế lúc đầu là để che mắt thôi. Tôi đã quyết định xin về sống nốt cuộc đời bên người thân, cho dù khổ cực cũng còn có nhau.

Thư từ gửi qua trung gian từ Pháp, Úc cho thấy làm gì có chuyện tắm máu như người Mỹ đe doạ... Một chiếc tàu từ Singapore trở về được chính quyền mới tiếp đón... nghe nói còn có điện tín qua lại với Sài Gòn, không thấy có chuyện gì ghê gớm cả, cuộc sống vẫn bình thường...

Anh chàng đưa Vân coi một tờ báo khổ lớn in mầu tuyệt đẹp của Sài Gòn, cho thấy mọi người vui tươi bên cạnh lính Cộng Sản, thân thiện như với lính miền Nam ngày trước. Hình ảnh làm Vân chợt nghĩ tới những lần đi úy lạo chiến sỹ và lần đầu gặp Tuấn. Kỷ niệm lao xao trở về đầm ấm, thương nhớ… Những ngày nằm dưỡng bệnh, Vân suy nghĩ về những tin tức của anh chàng nhà báo. Nghe cũng có lý lắm, hết chiến tranh rồi... trong một triệu người di cư năm 54 gia đình nào mà không có chia ly kẻ Nam người Bắc, không lý người miền Bắc lại muốn trả thù, muốn tàn sát mấy chục triệu người miền Nam hay sao? Vô lý quá, cũng là người Việt với nhau...

Không có tin tức gì của Tuấn nhưng theo anh chàng trên tàu Đại Dương thì ngày 27 còn gặp Tuấn bình an ở Đất Ñỏ... Chắc là Tuấn vẫn an toàn... Hàng trăm câu hỏi quẫy lộn trong đầu nhưng không thể dứt khoát. Mẹ bây giờ đang ở đâu? Tuấn sống chết ra sao? Nghĩ tới thân phận mình đàn bà con gái bơ vơ nơi đất lạ, tương lai rồi làm sao để sống sót nếu phải làm công nhân hầm mỏ hay đi hái dâu như anh chàng nhà báo nói. Mẹ đã lớn tuổi rồi, thôi cũng đành buông theo số phận, còn thân mình, còn một đời dài để sống, một đời bình thường an phận với Tuấn, đói no miễn được bên nhau.

Vậy là Vân đã quyết định.

Rời khỏi nhà thương, Vân đến thẳng văn phòng Cao uỷ tị nạn ghi tên xin về Việt Nam.

Chương 11

Kể từ tháng 8, trại Orote point hầu như ngừng hoạt động, văn phòng điều hành di trú đóng cửa không còn những chuyến bay vào lục địa nữa nhưng Cao uỷ tị nạn vẫn làm việc vì vẫn có những người đòi về Việt Nam được chở tới Guam trong nhân số khoảng trên ba ngàn người muốn hồi hương. Orote không còn phương tiện phục vụ nên số người còn lại được chuyển tới bốn địa điểm mới là những trại lính cũ có đủ phương tiện sinh hoạt ổn định hơn khu lều trại.

Vân được xe đưa tới trại có tên là Black Construction.

Với sự lo lắng của văn phòng Cao uỷ tị nạn và quân đội Mỹ, đời sống vật chất rất đầy đủ… từ thực phẩm, nhu yếu phẩm cho đến những phương tiện giải trí. Hàng ngày có xe bus chở người ra phố tự do mua sắm như đi du lịch, có nhà thầu cung cấp ngày ba bữa thực phẩm tươi, cà phê, thuốc lá, thuốc men, quần áo tràn đầy.

Lần đầu tiên rời khỏi trại được thong dong bước đi trên đường phố một quốc gia khác, cảm giá đã thực sự đứt đoạn với Việt Nam làm Vân thoáng hoảng hốt trong một cảm giác gai gai sợ hãi.

Thật kỳ lạ, luẩn quẩn trong trại giữa những người Việt đồng cảnh ngộ, vậy mà vẫn cảm nhận như có một mối dây liên lạc với Việt Nam. Dường như những biến cố vừa qua từ ngày nàng hoảng hốt chen chân lên chiến hạm trong đêm đen rồi tới đây vẫn chỉ là một chuyến đi xa chưa chấm dứt, chỉ là một chuyến đi du lịch ngắn chưa đứt đoạn với Việt Nam. Guam chỉ là một con tàu trong một chuyến hải hành sẽ quay về bến cũ.

Trại khá đông, cũng tới vài trăm người, đủ mọi thành phần người đòi trở về, không chỉ trên nước Mỹ mà cả những người đến từ các quốc gia đệ tam và những hải đảo như Wake, Philipine…

Đa số ngươi muốn hồi hương là quân nhân từ cấp tá trở xuống.

Nếu không có sự nôn nóng muốn trở về với người thân thì cuộc sống ở đây khá đầy đủ thoải mái, tự do. Báo chí ngoại quốc và cả báo Cộng Sản đủ loại, thư từ của thân nhân ở ngoại quốc tràn ngập những tin tức trái ngược. Mỗi lá thư đều mang đến những tin tức mới làm mọi người xúm lại chia sẻ bàn tán.

Tin và hình ảnh qua báo chí ngoại quốc thì Sài Gòn cũng không thay đổi gì nhiều lắm nếu không nói sinh hoạt lại có vẻ nhộn nhịp, hỗn tạp hơn xưa với hình ảnh bộ đội ngơ ngẩn đeo súng Ak như một món đồ tuỳ thân, hiền lành đi dạo phố hay mê mẩn trước những món đồ tân tiến bày bán ngoài chợ trời… nhưng cũng có những lá thư mang tay qua đệ tam quốc tịch với những câu chuyện rùng rợn như viêc xử bắn ngươi dân dù với những ly do vớ vẩn, những toà án nhân dân gọi là trừng trị những tên phản động ngoan cố.

Tin tức qua thư từ gia đình mang nhiều nét bi quan hơn về đời sống kinh tế. Những hé lộ đầu tiên là đám sỹ quan đi học tập mười lăm ngày như chính quyền hứa hẹn nhưng ba tháng vẫn chưa thấy được cho về và cũng rất ít tin tức về số phận của họ.

Phần lớn những lá thư không giấu đươc sự vui mừng được tin người thân sẽ trở về nhưng cũng tỏ ý e dè, lo ngại qua cách viết vòng vo ám chỉ là không nên về.

Tin tức truyền miệng lan truyền mau chóng và càng ngày càng phức tạp rối mù. Việt Nam không muốn nhận người trở về, Mỹ nói không làm gì được vì không có quan hệ ngoại giao với tân chính quyền nên phải nhờ Cao Uỷ Tị Nạn làm trung gian điều đình.

Cũng có tin đồn là Mỹ không muốn cho trở về nên cứ cù cưa qua ngày, kể cả có những tin kinh khủng được phóng ra là có một số phi công bị Mỹ đánh thuốc mê bắt cóc từ Tân Sơn Nhất mang đi căn cứ Utapao ở Thái Lan và cưỡng bức chở đi mất tích. Mấy anh sỹ quan không quân nói, mình liều mạng xin về vì thương vợ nhớ con nhưng rõ ràng đây là trò tuyên truyền phá hoại của bọn Cộng Sản nằm vùng. Mình trở về là đánh lô tô với số phận, chưa biết họ sẽ đối xử thế nào nhưng thực là khó chịu trong cách tuyên truyền này. ..Mỹ nó đâu có ngu mà làm như vậy.

Người bênh, kẻ chống bàn luận suốt ngày nhưng thực tế trước mắt là chẳng có gì thay đổi… ngày tháng trôi qua, cơm ngày ba bữa.

Cao Uỷ Tỵ Nạn cho biết Việt Nam đã đồng ý trên nguyên tắc cho về nhưng lại nói hiện "chưa thuận tiện".

Những cuộc tranh luận lại nổ ra.

Tại sao lại chưa thuận tiện... chúng tôi chỉ muốn trở về phục vụ đất nước dù với cương vị nào…

Có người nói, thì họ cũng phải đề phòng Mỹ gài CIA về thì sao... Chẳng lẽ mấy ngàn người ở đây CIA cả sao? CIA sao không ở lại nằm vùng mà bỏ đi để bây giờ chường mặt ra xin về, vô lý! Có người hỏi vặn lại.

Vân chao đảo giữa những tin tức hỗn tạp nhưng đành buông xuôi không biết làm gì hơn là ngơ ngác dõi theo những biến chuyển.

Tình trạng chờ đợi kéo dài và trì trệ khiến nhiều người bắt đầu mất kiên nhẫn, nhất là những quân nhân trẻ tuổi, cấp bậc nhỏ.

Bỗng nhiên như có một kết nối bí mật nào đó, đồng loạt trong bốn trại nổi lên những ý kiến là phải đấu tranh thì người Mỹ mới xúc tiến việc cho hồi hương.

Một số biểu ngữ được căng lên trong trại với nội dung đổ lỗi sự trì trệ là do âm mưu của Hoa Kỳ. Họ đòi người Mỹ phải trả người trên đảo về Việt Nam càng sớm càng tốt với lý do: "Mỹ phải có trách nhiệm trả chúng tôi về Việt Nam!"

Ngay khẩu hiệu này cũng gây nhiều tranh luận... Sự thực là mình bỏ chạy, có ai bắt mình đâu... tụi Mỹ đâu có trách nhiệm gì. Xin nó cho phương tiện trở về là may rồi.

Một anh lính hải quân cãi lại:

- Tụi em đâu biết là di tản sang Mỹ, theo Hạm đội

tưởng là đi hành quân. Hạm đội tập trung ở Phú Quốc. Mỹ nó nói đi tới đâu biết tới đó, bỏ lại vợ con gia đình. Vỡ lẽ ra mới biết ra là mình bị Mỹ nó lừa để lấy lại Hạm đội...

Vân biết anh chàng này nói láo vì ở Phú Quốc người ta thông báo rõ ràng là ai muốn trở về tùy ý, sẽ cho tàu nhỏ chở về đất liền. Chính Vân đã chọn ở lại nhưng nghĩ cho cùng thì giây phút đó trước những biến cố mãnh liệt và dồn dập, mọi người đều tê liệt, mọi suy nghĩ nên anh ta nói cũng phần nào có lý.

Ông nhà báo Anh Tâm đột nhiên trở thành quân sư uy tín của đám quân nhân trẻ này. Họ hào hứng hàng ngày họp nhau hoạch định phương lược đấu tranh. Mọi người được kêu gọi và khích động tập họp ngoài sân trại để tranh đấu ôn hoà và thăm dò phản ứng của người Mỹ.

Không thấy nhà chức trách địa phương phản đối hay ngăn cản, chỉ thấy họ lặng lẽ cho tăng cường nhân viên an ninh quanh trại.

Anh chàng nhà báo Anh Tâm bây giờ hoạt động rất tích cực từ trại này sang trại khác hô hào, giải thích tại sao phải tranh đấu. Anh ta nói với Vân:

- Cô Vân à, mình phải tranh đấu nếu không tụi Mỹ sẽ ì ra để mình héo hắt chết rục ở đây, lấy cớ nhà nước Việt Nam không cho mình về... Đâu có bằng chứng gì về chuyện này, chỉ là từ miệng người Mỹ mà thôi.

Vân cãi lại:

- Đại diện Cao Uỷ nói như vậy mà! Trở ngại là phía Việt Nam, phía người Mỹ lúc nào cũng sẵn sàng đưa mình về, nhưng họ cũng muốn là tính mạng mọi người trở về phải được bảo đảm, quyền sống tự do phải được tôn trọng.

- Cô đừng tin, Cao Uỷ hay Liên Hiệp Quốc cũng chỉ là tay sai của Mỹ thôi... Mỹ chi tiền nuôi đám này, mình phải kiên quyết đấu tranh mới dành được thắng lợi. Luận điệu ru ngủ của Cao Uỷ nào là phải kiên nhẫn, phải bình tĩnh chỉ là một âm mưu "để lâu cứt trâu hóa bùn", vu khống cho Nhà nước Việt Nam và phá hoại cuộc đấu tranh đòi hồi hương... Đã có một số người nhẹ dạ xin ra khỏi chương trình hồi hương, đây là "những đứa con dị dạng của Tổ quốc!" Bọn này bám đít đế quốc cần phải trừng phạt. Mình đâu có mất nước, đâu có bị ngoại nhân đô hộ, chỉ là thay đổi chế độ thôi. Đó là luận điệu bọn phản động bán nước.

Luận điệu quá khích, sắt máu của anh chàng nhà báo làm Vân ngạc nhiên. Nó làm nhớ lại những ngày sinh hoạt với đoàn Thanh niên sinh viên học sinh Thằng Bờm và phong thái nghiến răng trọn mắt, say đắm đấu tranh của anh chàng trưởng đoàn.

Có những buổi lửa trại ngoài trời, trong ánh lửa bập bùng, hình bóng anh ta trong chiếc áo nâu trở thành huyền ảo, trong âm hưởng những bài hát du ca hay nhạc quê hương, nhạc Trịnh Công Sơn tạo một ấn tượng mạnh. Giơ cao tay, anh nói:

"Cuộc đấu tranh của nhân dân ta theo gương những quốc gia tiến bộ trên toàn thế giới để chống lại mọi áp bức của tập đoàn tư bản quyền lực, bọn phiêu liêu quốc tế nhất định sẽ thắng lợi… Đất nước, quê hương Việt Nam của chúng ta bị bóc lột nhiều rồi, đã đến lúc phải vùng lên tranh đấu đòi quyền sống…"

Đám thanh niên nam nữ vây quanh trong đó có

Vân không rõ có hiểu anh ta nói gì không nhưng đều bị lôi cuốn trong một cảm giác sôi nổi cuồng nhiệt, phấn khích. Mọi người vỗ tay, hào hứng hát bài Việt Nam quê hương ngạo nghễ của một anh nhạc sỹ du ca. Những câu ca đầy khích động, dữ dội như những câu thần chú: "ta khua xích kêu vang dậy trước mọi người… máu ta từ thành Văn Lang dồn lại trên bàn chông hát cười đùa vang vang... Hỡi những ai gục xuống ngồi dậy hùng cường lên đi..."

Từ ngày quen Tuấn, chạm mặt cụ thể và thân thiết hơn với cuộc chiến mà Tuấn đang đối đầu bằng chính sinh mạng cuả mình, cuộc chiến đã gắn chặt với chính đời mình, Vân hiểu nhiều hơn về Cộng Sản, về chiến tranh và bắt đầu cảm nhận có điều gì không ổn. Một điều gì xa lạ, giả tạo trong cung cách sinh hoạt cuả đoàn nên không còn đi họp nữa.

Anh chàng nhà báo cũng hoan hỉ cho Vân biết một nhóm người đã được chở vào lục địa ở trại Fort Chaffee nhưng bây giờ cũng đòi hồi hương và đã chở về Guam.

Họ đang ở khách sạn ngoài phố. Trong số này có anh Tân và một người bạn làm báo là dân biểu Nhữ Văn Uý. Hai anh này tranh đấu dữ dội ở trại Fort Chafee và Arkansas đòi hồi hương nên mới được Mỹ chở về đây. Anh chàng Tân, tôi không rõ lắm… nghe nói từng làm sở Mỹ nhiều năm nhưng anh Uý quen tranh đấu rồi, trước đó anh Uý ra tờ Con Muỗi để tranh đấu chống chế độ Thiệu, bút hiệu là Thanh Chiêu…

Với cái nhãn nhà báo tranh đấu, nghị viên vùng Hóc Môn rồi dân biểu Gia Định, Nhữ Văn Uý đươc bầu làm trưởng trại Hawaian, còn Tân nói tiếng Anh lưu loát được bầu làm đại diện trại Barrigada.

Sự nổi lên bất chợt của hai nhân vật từ xa đến khiến những người lớn tuổi từng có địa vị trước đây thắc mắc và nghi ngại.

Một ông thiếu tá cảnh sát nói:

- Tôi biết rõ thằng lùn bộ dạng như hề Charlot này... nó là thứ nhà báo cắc ké tỉnh lẻ chửi bới lung tung, đóng vai đối lập vậy mà không hiểu thế lực nào yểm trợ mà nó thành dân biểu Gia Định. Thằng này nhăng nhố kinh khủng nên còn có hỗn danh là “ông đùng đùng”. Là dân biểu nên được trốn lính, một lần bị quân cảnh xét giấy, hắn rút súng đe doạ và còn nói “dân biểu phải được tiếp đón như tư lệnh quân khu”.

Giọng mỉa mai ông sỹ quan cảnh sát nói:

“Cũng vì thằng hề này mà mình mới có ngày hôm nay, người quốc gia mình dễ tin thật”

Nói vậy thôi nhưng không thấy ai phản đối việc Nhữ Văn Uý làm đại diện. Hoặc tìm cách ngăn cản hoạt động quá khích của hai người này.

Từ ngày có cặp đôi Uý và Tân thì chiều hướng đấu tranh ngày một sôi nổi hơn, từ biểu tình ôn hoà đưa kiến nghị biến thành tuyệt thực đã lan tới bốn trại...

Phía người Mỹ tăng cường an ninh chống bạo động. Chính phản ứng đề phòng của giới an ninh Hoa Kỳ lại như chất thuốc khích thích làm không khí phản kháng sôi nổi trong các trại gia tăng, số người tham gia đông hơn dù không tích cực.

Chỉ vài ngày từ lúc cặp Tân, Uý tới Guam, hoạt động “tranh đấu” tăng cường độ như được điều động theo một kế hoạch gắn bó nhịp nhàng.

Hoạt động ở hai trại Hawaian và Barrigada trở thành bạo động. Đám tranh đấu vượt hàng rào trại tiến về thành phố mang biểu ngữ đòi Mỹ phải có trách nhiệm mang họ về nước và chủ trương sẽ bạo hành đập phá ngoài phố để gây cú shock tâm lý quốc tế. Đám người lập tức bị bắt ngay mang về trại.

Như một đám cháy, lửa bắt đầu lan sang những trại khác trở thành một cái trớn a dua ngu muội của đám đông dưới sự lèo lái của những tay khích động.

Những cuộc biểu tình ngày càng căng thẳng, 250 người tham gia tuyệt thực bên khẩu hiệu "36 tiếng tuyệt thực, cạo đầu, tọa kháng, tịnh khẩu đòi sớm hồi hương."

Ngay lập tức nhân viên an ninh dùng kẽm gai quây kín cô lập nhóm người biểu tình.

Đã bốn ngày tuyệt thực không hiệu quả. Người Mỹ tảng lờ như không liên quan.

Tân tiến thêm một bước nữa, xúi dục phá hoại nhà cửa và phóng hỏa đốt khu nhà bỏ trống.

Mấy dãy nhà làm bằng gỗ và vật liệu tiền chế bắt lửa mau chóng. Lửa rực trời lan sang những dãy nhà khác. Xe cứu hỏa và vệ binh đổ đến trước cổng trại với cảnh sát chống khủng bố súng ống đầy mình tiến vào trại dùng loa phóng thanh kêu gọi bình tĩnh để chữa cháy.

Nhóm đấu tranh không cho vào, lựu đạn khói bắn ra tung toé trong lúc đám tranh đấu với gậy gộc quyết chống cự.

Lửa cháy ngày một dữ dội, vệ binh yêu cầu giải tán để cứu hoả nhưng đám tranh đấu vẫn hung hăng hô khẩu hiệu và không nhượng bộ.

Lựu đạn cay được sử dụng, đám tranh đấu ném đá

chống cự nhưng khói cay quá đành bỏ chạy tán loạn để xe cứu hỏa làm việc. Ngoài bãi biển ngổn ngang người tị nạn, đàn bà trẻ con kêu khóc inh ỏi.

Khung cảnh dập khuôn những cuộc biểu tình mang bàn thờ xuống đường của những nhà sư khuynh tả trong nhóm Phật giáo Ấn Quang mà chính Vân và đoàn Thằng Bờm từng tham dự, chỉ khác là thay vì bàn thờ Phật thì nhóm tranh đấu cho treo một bức ảnh lớn của ông Hồ Chí Minh và biểu ngữ bằng tiếng Anh “Tinh thần Hồ Chí Minh bất diệt”.

Mục đích của nhóm đấu tranh là thách thức giới An ninh tạo thương tích vì nếu có người bị thương hay chết thì sẽ tạo được một màn kịch bi thảm làm bùng nổ cuộc đấu tranh lên tầm mức một biến cố Quốc tế, sẽ có cơ hội vu vạ đổ tội cho Hoa Kỳ cưỡng bách di tản vô nhân đạo. Tương tự như trong vụ Nam Kỳ Khởi Nghĩa. Việt Minh cho Hoa Kỳ biết họ muốn khiêu khích ngươi Pháp và sẵn sàng trả giá để gây dư luận quốc tế. Những nhà sư tự thiêu trong cuộc đảo chính 1963 cũng vậy. Người Mỹ cũng đoán biết mưu định này nên cố gắng nhịn nhục, chỉ tìm cách kiềm toả cuộc nổi loạn trong hàng rào trại tị nạn.

Ở hai trại do Uý và Tân điều động vẫn gia tăng những hành động bạo hành, phá hoại nhà cửa nhưng bị dẹp ngay vì Cơ quan an ninh địa phương lập tức có biện pháp mạnh.

Dư luận trong các trại cũng bắt đầu phân tán vì nhìn rõ mục tiêu xin về nước đã bị lái sang một hướng khác, trở thành thù nghịch với người Mỹ nhưng mọi người chỉ phản ứng thụ động như những kẻ bàng quang nhìn một đám nhỏ lộng hành.

Những sỹ quan cao cấp và viên chức Việt Nam Cộng Hoà bắt đầu nghi ngờ cái màu đỏ chóe và xuất xứ của cặp Tân, Uý đang giựt dây cuộc tranh đấu. Chắc chắn là như thế. Coi cung cách thì thọt của mấy tay kích động thì rõ ràng cái mánh của Cộng Sản nằm vùng ra đi theo chỉ thị bằng chứng là có một anh trung sỹ cảnh sát công khai thú nhận là người của Mặt trận Giải Phóng ở Kiên Giang được lệnh di tản để nằm vùng chờ công tác.

Người ta cho rằng hiển nhiên hai gã Tân, Uý là những cán bộ khuynh đảo Agitpop của Cộng Sản.

Trở về với gia đình thì ai cũng muốn, nếu không nói tha thiết muốn nên mọi người đều chấp nhận mọi rủi ro. Thế nhưng, chính thức phản bội lại những đồng đội cũ là chuyện khó có thể nuốt trôi.

Hai chục năm cầm súng đứng bên này chiến tuyến chống Cộng, thực tình tin tưởng ở lý tưởng của mình không thể một phút trở cờ, không thể để hai gã này thao túng.

Thật ra hoạt động hung hăng của hai gã Tân, Uý chỉ là một nhóm khích động nhỏ không hoàn toàn đươc ủng hộ của mọi ngươi vì cứ mỗi lần họ tung ra những hoạt động quá khích là lại có một số người xin ra khỏi danh sách hồi hương. Đa số còn lại giữ thái độ chờ đợi bất can thiệp mặc hai gã Tân Uý muốn làm gì thì làm miễn là không gia nhập với nhóm tranh đấu.

Có người lại nói hai gã này là CIA bằng chứng họ được người Mỹ đưa về Guam cho ở khách sạn ngoài phố để nhận chỉ thị trước khi vào trại để thực hiện nhịp nhàng, đồng khởi cuộc đấu tranh bạo động.

Còn gì nữa, thằng Tân từng làm sở Mỹ nhiều năm. Còn thằng Uý này có thể là Cộng Sản nằm vùng từng đóng vai "trâu đánh", được yểm trợ của Cộng Sản nên một thằng vô danh khùng khùng như nó mới được dựng lên thành dân biểu…

Biết đâu chính Mỹ dàn dựng, một mặt xui bạo động mặt khác vu vạ Nhà nước Việt Nam không nhận người về để có cớ mang mọi người đến một hoang đảo khỉ ho cò gáy nào đó rồi bỏ mặc trong quên lãng... Có thể lắm chứ! Mình đến đây không phép tắc gì cả, Việt Nam không nhận thì mình thành dân vô chính phủ và họ có thể lấy cớ an ninh hoặc nhập cảnh bất hợp pháp để chở mình đi đầy ở bất kỳ đâu.

Mọi người bàn tán xôn xao nhưng cuối cùng không thể đi đến một kết luận nào. Tất cả chỉ là có thể "maybe"

Những cuộc họp liên miên với Cao Uỷ và đại diện chính phủ Mỹ cho biết Việt Nam vẫn cương quyết không chấp nhận cho người tị nạn trở về. Trong lúc đó, ở hai trại của Uý và Tân bạo động ở hai trại của Uý và Tân vẫn liên tiếp xảy ra, gây nhiều hư hại về vật chất.

Cuộc đấu tranh bây giờ chuyển hướng thành việc yêu cầu cung cấp tàu cho người hồi hương. Khẩu hiệu tranh đấu bây giờ là "Give us a boat!" (cho chúng tôi một con tàu)

Đòi hỏi thoạt nghe rất dễ thực hiện, người tị nạn đến bằng phương tiện nào thì cho về bằng phương tiện đó. Hiện có rất nhiều tàu chở người tị nạn còn bỏ lại trong vịnh Guam kể cả những tàu viễn duyên như tàu Việt Nam Thương Tín, tàu Đại Dương. Nhà đương cuộc đòi đánh thuế bến những tàu này, chủ tàu không có tiền đành phế bỏ chủ quyền.

Đại diện Hoa Kỳ nói rằng, họ không thiếu tàu thủy... thậm chí máy bay cũng sẵn sàng. Hoa Kỳ đã lên tới mặt trăng thì chuyện gì cũng làm được nhưng vì người tị nạn đã ở trên đất Hoa Kỳ nên chính phủ Mỹ có bổn phận bảo đảm an toàn của mọi người cho đến lúc rời khỏi lãnh thổ Mỹ và cập bến Việt Nam.

Việc người tị nạn biểu tình bạo động đòi về đã gây khó chịu cho nước Mỹ vì sự việc được nhiều cơ quan truyền thông tường thuật sai lệch khiến dư luận Quốc tế hoang mang. Bây giờ nếu phó mặc ngươi tị nạn ra biển mà không bảo đảm được an ninh lỡ tàu đắm hàng ngàn người chết thì nước Mỹ sẽ bị quy trách chưa kể bị Cộng Sản chụp mũ là xua đuổi tị nạn ra biển.

Cả hai vấn đề đều nan giải vì nhà cầm quyền quân quản không thực tâm hợp tác.

Trước hết trách nhiệm của Hoa Kỳ là phương tiện hồi hương phải an toàn cho đến lúc đặt chân lên lãnh thổ Việt Nam. Kế đó là phải bảo đảm những người trở về được sống tự do không bị trả thù.

Trong hai điều kiện này thì điều kiện phương tiện hồi hương an toàn là trong tầm tay của người Mỹ nên việc đòi "cho chúng tôi một con tàu" dễ dàng được Hoa Thịnh Đốn chấp nhận.

Con tàu Việt Nam Thương Tín được chọn vì bán chính thức là tài sản của Nhà nước Việt Nam nên cũng làm nhẹ đi phần nào những vấn nạn chính trị.

Con tàu này mang nhiều thương tích vì khi di chuyển tới sông Lòng Tàu thuộc đặc khu Rừng Sát thì bị trúng ba trái B40, nước ngập trong khoang tàu nhưng vẫn chạy được và lết tới căn cứ vịnh Subic. Sau khi được tiếp tế lương thực tàu đi tiếp tới đảo Guam.

Giải pháp Việt Nam Thương Tín được chấp thuận đã hoá giải âm mưu kéo dài căng thẳng để tuyên truyền cuả nhóm hành động.

Lập tức phía Hoa Kỳ cho một đại đội công binh và chuyên viên tới sửa chữa hoàn chỉnh con tàu và yêu cầu phía người tị nạn thành lập danh sách thuỷ thủ đoàn đủ điều kiện chuyên môn cho cuộc hải hành. Con tàu không những được đại tu mà còn được cung cấp thực phẩm đủ cho 1600 người. Con số người đòi về rút ñaõ xuống từ 2000 người luùc ñaàu

Mọi chuyện tưởng như đã giải quyết thỏa đáng, nhưng trước sự ngỡ ngàng của mọi người, ngay tức khắc Hà Nội chính thức từ chối tiếp nhận người trở về, viện cớ Hoa Kỳ cho con tàu trở về là vi phạm chủ quyền và thẩm quyền của tân Chính phủ Cách mạng lâm thời miền Nam Việt Nam, đây chỉ là một âm mưu thâm hiểm của Mỹ.

Trong một thông cáo chính thức được phía Hoa Kỳ cho phổ biến rộng rãi trong trại thì chính quyền quân quản Sài Gòn cho rằng:

"Việc hồi hương người tị nạn là một tội ác mới của Hoa Kỳ nhắm vào nhân dân Việt Nam. Chính phủ Cách mạng lâm thời kêu gọi những người yêu nước bị cưỡng bách sống tại hải ngoại cần phải cảnh giác âm mưu của đế quốc Mỹ và phải đoàn kết để tự bảo vệ chính mình, bảo vệ chủ quyền đất nước chống lại mọi hành động gian trá của đế quốc Mỹ. Chính phủ Cách mạng lâm thời đòi hỏi Chính phủ Mỹ phải chấm dứt giải quyết vấn đề tị nạn như cách họ đang tiến hành, đây chỉ là một cuộc phiêu liêu mới cuả đế quốc. Người Mỹ chỉ dùng cuộc hồi hương để trả về Việt Nam những điệp viên CIA"

Thế là thế nào?

Những người xin hồi hương trong tình thế tiến thoái lưỡng nan, một mặt thực lòng tha thiết trở về hoặc bị đám tranh đấu xa gần đe dọa, mặt khác Hoa Kỳ lại nghiêm trọng cảnh báo là nhà nước Việt Nam lộ rõ sự thù ghét việc hồi hương, nhiều hi vọng là họ có thể bị trả thù.

Để mở một lối thoát và giải tỏa của phía Việt Nam, nhà đương cục cho biết sẽ dành cơ hội chót cho người nào muốn ra khỏi chương trình hồi hương và muốn ở lại Mỹ.

Từ ngày vào trại hồi hương, Vân lạc lõng cô đơn giữa một trận chiến khó hiểu của những âm mưu, những cuộc tranh luận gay gắt có khi kéo dài tới khuya giữa những người đàn ông, những vận động xúi bẩy bí mật và những hoạt động bạo hành, đe doạ ngấm ngầm liên tục gia tăng cường độ trên cái chủ đề về Việt Nam hay ở lại mà trong suy nghĩ cuả Vân thật đơn giản.

Vân có Tuấn, những người lính, những ông sỹ quan có những bà vợ những đứa con yêu bỗng nhiên bị cách rời và mọi người đều tha thiết muốn trở về đoàn tụ. Không hiểu nổi tại sao chế độ mới lại ngăn cản, tại sao ở đây phải biểu tình đòi về và tố cáo Mỹ ngăn cản.

Anh chàng Tân dẫn 250 người mặc áo thun trắng đi bộ ra khỏi trại với khẩu hiệu "giết chúng tôi hoặc trả chúng tôi về". Ngay hôm sau một đoàn cả trăm người trói tay sau lưng với những khẩu hiệu "chúng tôi không là tù binh chiến tranh…"

Với giải pháp con tàu Việt Nam Thương Tín đươc

Mỹ ưng thuận, cuộc đấu tranh đột nhiên dịu xuống vì mất đối tượng. Phía Hoa Kỳ không những đồng ý để người tị nạn trở về mà còn yểm trợ tối đa việc sửa chữa con tàu để bảo đảm hải hành an toàn. Chi phí lên tới cả triệu đô.

Tàu được sơn lại, máy móc được gỡ ra kiểm nghiệm hay thay đổi, những thiết bị hải hành được thử lại kỹ lưỡng từng bộ phận. Chưa hết, người Mỹ còn cho thiết kế lại nơi ăn chốn ở cuả hành khách, khu vệ sinh, phòng khám bệnh, những khoang hàng hoá được biến thành phòng ngủ ngăn nắp. Khu nhà bếp dự trù nấu ăn cho 2000 người, có phòng lạnh chứa thực phẩm tươi. Đại diện Hoa Kỳ cho biết nhiên liệu và thực phẩm được tăng gấp đôi số dự trù cho tuyến hải hành trong trường hợp tàu không được nhà nước Cộng Sản chấp nhận cho cặp bến thì vẫn có đủ nhiên liệu để quay về Mỹ.

Con tàu được sơn sửa lại hoành tráng đậu ở cầu tàu. Một tấm hình Hồ Chí Minh rất lớn được đám khích động treo ở thành tàu như đang ăn mừng một ngày hội lớn. Ngươi Mỹ ngó lơ coi như không cần biết và ban đại diện cũng chịu thua phó mặc không ý kiến, không cản trở.

Đứng trên cầu tàu nhìn hoạt cảnh nhộn nhịp chuẩn bị ngày về đột nhiên Vân thấy bối rối, lưỡng lự. Cảm nhận giống như sắp phải từ biệt, phải đoạn tuyệt với một mối quan hệ mà mình rất thân thiết, trân trọng và gần gũi từ lâu rồi. Hình ảnh Tuấn đứng trước những người lính súng ống lổn ngổn và lá cờ vàng phất phơ ở tiền đồn Thổ Mộ xơ xác trong buổi sáng hôm đó, rồi những ngày thương yêu ngọt ngào ở Sài Gòn… câu chuyện hãi hùng mẹ kể lúc bố bị giết ở ấp chiến lược, những ngày tranh đấu Phật giáo, những cuộc biểu tình, tự thiêu… chuyện cái cổ tay bị cắt đứt của con Tâm Nương khi thằng bồ nó ăn SA7 tan xác, rồi câu chuyện kinh hoàng cuả ông sỹ quan chạy về trên tỉnh lộ 7, đêm bỏ chạy kinh hoàng trên con tàu hàng ngàn người.

Kỳ lạ là những hình ảnh này lại có vẻ rất gần cận với những người Mỹ.. Khúc phim lướt mau trong đầu, Vân đứng ngơ ngác trong nắng chiều. Con tàu này sẽ đưa nàng về với Tuấn, sẽ trả lại cho nàng những hạnh phúc đánh mất... Không cần gì cả, bất chấp tất cả… chỉ cần có Tuấn thôi.

Có một điều gì đó không ổn chợt lóe lên trong đầu Vân. Có thể chỉ là chấn động rớt lại sau những vụ đốt phá quá khích vừa qua hoặc do ảnh hưởng từ những cuộc tranh cãi, thảo luận thâu đêm cuả mấy ông sỹ quan về hành tung và lý lịch khó hiểu cuả đám tranh đấu.

Không biết nữa nhưng hình ảnh ấn tượng và chấn động nhất là lúc thấy họ treo ảnh Hồ Chí Minh trong cuộc tuyệt thực.

Suốt hai chục năm ở miền Nam, hình ảnh này nhồi nhét trong tâm trí mọi người như một ám ảnh của huỷ diệt, bám chặt trong trí óc, trong mọi suy nghĩ, biến thành một phản xạ, phút này lại bừng sáng khi đứng trước con tàu lộng lẫy và hình ảnh Hồ chí Minh.

Vân đứng ngây ngô trong nắng chiều nhìn ngắm con tàu sẽ đưa nàng về với Tuấn, vang vọng trong đầu bài hát của Lâm Tuyền Vân “Rồi một hoàng hôn ta sẽ hồi hương ... Trở về quê xưa thêm bao tình thương… bao con buồm xưa đến đón cố nhân ...” Trong âm hưởng của bài hát, Vân chợt nghe như có thể ngửi được cái mùi nóng bụi khô cháy của Sài Gòn, như cái mùi khét cháy, còn vương mùi cỏ cháy, mùi khói súng trên da thịt Tuấn lần đầu gặp mặt. Dưới bến Sài Gòn sẽ có hàng trăm người xôn xao chờ đón, trong đó sẽ nổi lên bóng dáng Tuấn và nỗi vui mừng. Vân sẽ chạy tới ôm lấy Tuấn, sẽ khóc thật nhiều, sẽ la lên thật lớn. Tuấn ơi em đã về, em đã về!

Đêm cuối cùng Vân không thể an giấc, những cơn mộng mị, đối chọi… hình ảnh cứ đan vào nhau, tranh giành. Lời khuyên cuả ông sỹ quan cảnh sát

-"Không tin được Cộng Sản đâu...1954 tôi từng cầm cờ chào đón đoàn quân Việt Minh về Hà Nội, cũngg tưng bừng những nụ cười hân hoan ngày giải phóng hệt như ở Sài Gòn bây giờ... Tôi cũng như mọi người dân Hà Nội 1954 từng say sưa hát "Năm cửa ô đón mừng đoàn quân tiến về… Hà Nội vang tiến quân ca". Hà Nội giải phóng… Một năm sau tôi phải vượt tuyến vào miền Nam. Bây giờ lại giải phóng, một vợ năm con kẹt lại, tôi điên lên đòi trở về nhưng chính bà xã nhắn tin qua Pháp nói đừng về. Tụi nó cũng đâu muốn mình về... Sỹ quan nói học tập mười lăm ngày, bốn tháng rồi đã về đâu...Tôi phải ở lại thôi.

Trung tá Trụ người sẽ lái tàu trở về mới lên họp với thiếu tướng Mỹ Herbert đã cho phổ biến công khai tới mọi người bản văn một thông cáo sáu điểm của đài phát thanh Hà Nội tố cáo Hoa Kỳ âm mưu phá hoại Việt Nam bằng cách đưa người về bằng tàu, hành động này xâm phạm chủ quyền Việt Nam.

Đáng sợ nhất là đe doạ:

"Mọi người trên đảo Guam phải chấm dứt ngay ý định trở về, phải chờ khi có phép cuả chính phủ Việt

Nam, không được tự ý trở về, phải đoàn kết đề cao cảnh giác, không rơi vào âm mưu thâm độc của đế quốc Mỹ... Đồng bào Việt Nam tại đảo Guam phải hoàn toàn chịu trách nhiệm, nếu đơn phương hành động, tự ý quyết định trở về mà chưa đươc chấp thuận của nhà nước Việt Nam”

Sáng mai tàu sẽ tách bến. Phía nhà chức trách Hoa Kỳ cho biết sẽ có cuộc thanh lọc cuối cùng vì sợ rằng một số người có thể đã bị đe doạ áp đảo, bằng chứng là số người muốn trở về lúc đầu là 3000 đã rút xuống còn 2000 và có thể sẽ rút xuống nữa trong lần thanh lọc cuối cùng.

Sự thực thì sau khi phổ biến công khai bản tin của đài Hà Nội, rất nhiều người muốn đổi ý định. Ban hành động của đám tranh đấu được lệnh bám sát ông thuyền trưởng Trần Đình Trụ để áp lực sợ ông đổi ý vì khi thông báo điện văn cuả đài Hà Nội, ông đã bật khóc.

Từ ngày được bầu làm thuyền trưởng, mọi người nhất là đám hải quân tin tưởng tuyệt đối ông Trụ nên nếu ông ở lại họ sẽ hùa theo ngay. Bọn tranh đấu doạ sẽ có biện pháp mạnh thậm chí cướp tàu cho người khác thay thế.

Ngày 15-10, những đoàn xe chở người hồi hương đến khu Hải quân công xưởng nơi con tàu Việt Nam Thương Tín chờ đón nhưng không được lên tàu ngay.

Mọi người được hướng dẫn vào phòng chờ đợi để làm thủ tục cuối cùng trước khi rời đảo. Tại đây có nhân viên điều phối Hoa Kỳ làm việc trong những phòng riêng để phỏng vấn từng người một, tránh việc bị áp đảo hay lôi kéo như trong vụ trao đổi tù binh Cộng Sản năm 1973.

Một đêm chập chờn mộng mị, hoang mang, chao đảo… cho đến lúc ngồi trên xe bus tới nơi tàu đậu, những ý tưởng đối chọi vẫn liên tục quẫy lộn căng thẳng trong đầu. Về hay ở lại?

Nhìn con tàu sừng sững trước mặt với tấm hình Hồ Chí Minh, đột nhiên như một phản xạ, Vân thấy mình chao đi trong một nỗi sợ hãi khó hiểu, rồi hình ảnh Tuấn cầm khẩu M16 trước hàng quân, thoáng nghĩ về mẹ một thân một mình lúc tuổi già, không biết đang trôi dạt nơi đâu. Trở về, nếu Tuấn bị bỏ tù hay đã chết...rồi ra sao...? Thân mình sẽ ra sao? Hay là cứ chờ đợi một thời gian ở Mỹ xem tình hình diễn tiến thế nào.

Bước vào phòng phỏng vấn, Vân ngơ ngác như người mất hồn. Người phỏng vấn là một thanh niên Mỹ còn trẻ. Anh ta bắt tay Vân và tự giới thiêu tên là Asley. Anh ta nói tiếng Việt lưu loát và cho biết có vợ người Việt Nam. Nhìn dáng điệu rụt rè, thoáng lo sợ của Vân anh ta nói:

- Tôi yêu nước Việt Nam, yêu người Việt Nam… tôi định hết chiến tranh sẽ đưa vợ con về sống ở Việt Nam. Tôi có nhiều sách của Tự Lực văn Đoàn và cả truyện Kiều nữa. Thật tiếc chiến tranh kết thúc như thế này.

Đột nhiên anh ta hỏi:

- Cô còn gia đình ở Việt Nam?

Câu hỏi vô tình làm Vân bật khóc tấm tức, phải lâu sau mới trả lời được:

- Vâng, tôi có người yêu sắp cưới, anh ấy là sỹ quan trong quân đội.

- Cô có tin tức gì của anh ấy không?

- Không... tôi chỉ biết ngày 27 - 5 anh ấy còn sống…

Ashley thở dài

- Tôi không có thẩm quyền khuyên bảo hay ý kiến gì nhưng xin được hỏi cô đã suy nghĩ kỹ chưa và lúc này, xin cho biết cô còn ý định trở về hay muốn ở lại?

Vân không thể trả lời ngay, nước mắt cứ ứa ra trong tiếng nức nở. Người đàn ông đưa Vân một chiếc khăn giấy và nói:

- Cô cứ bình tĩnh suy nghĩ, rất bình tĩnh… đừng vội vàng gì cả. Tôi chỉ làm theo ý muốn của cô.

Khoảng yên lặng kéo dài, cơn xúc động dịu dần, Vân ngước lên nhìn. Asley nhẹ nhàng nói:

- Tôi xin ở lại!
- Cô có muốn cho biết ý kiến gì không?
- Dạ không.
- Good! Vậy xin cô ra theo cửa bên phải của tôi.

Ra khỏi phòng thẩm vấn, Vân được đưa về một khu trại đặc biệt dành cho những người ở lại Mỹ để được trở về đại lục.

Vân phát hiện một chuyện bất ngờ là nghe nói hai anh chàng Tân và Uý cầm đầu cuộc tranh đấu, đến phút chót lại đổi ý, xin ở lại. Nghe nói vậy thôi nhưng Vân không gặp mặt vì hai người này biến đi biệt tích. Còn anh chàng nhà báo Anh Tâm, người suốt thời gian tranh đấu đã nỗ lực khuyến cáo mọi người nên trở về với Tổ quốc cũng bất ngờ có mặt trong số 500 người ở lại vào phút chót.

Gặp anh ta, Vân định hỏi lý do nhưng hắn ta chỉ cười, nhún vai và lủi đi mất.

Những người ở lại được chuyển sang khu tạm trú và mau chóng được đưa vào lục địa.

Nhiều trại lều cho ngươi tị nạn đang đóng cửa. Pendleton là trại lớn thứ nhì trên nước MỸ, dự trù đóng cửa vào cuối tháng mười vì chính phủ Mỹ không muốn keó dài thêm tình trạng tị nạn nhốn nháo.

Thành phố lều “tent city” ở Pendleton California đã dẹp gần hết, trả lại đồi núi trơ trụi. Trung tâm điều hành còn hoạt động chính yếu là để giải quyết cho một số người muốn xin định cư tại đệ tam quốc gia hoặc những người có vấn đề với người bảo lãnh trở về đây tạm trú để chờ kiếm bảo lãnh mới. Lèo tèo chỉ con vài căn lều, dấu vết còn lại cuả khu doanh trại từng là nơi trú ngụ của trên 50.000 ngươi tị nạn chỉ còn là những mẩu giấy nhắn tin tìm người nhà tơi tả khắp nơi, trên những cột điện, vách tường, gốc cây. Vợ tìm chồng, chồng tìm vợ, mẹ tìm con, người yêu tìm nhau...

Vân thơ thẩn không chủ đích đọc những dòng nhắn tin này. Có tin ngắn ngủi “Chồng trung uý phi đoàn Thần Tượng Biên Hoà...tìm vợ Vũ Thị Thuý!” Một nhắn tin khác, “Vợ Trần Thị Thanh nhắn chồng Lê Văn Ba - Em và con đã tới Mỹ, anh yên tâm!”

Cũng có những nhắn tin dài lê thê, kể sự tích đi trên tàu nào, lạc nhau ngày nào, có ai biết tin xin chỉ dùm... Có cả những tin chấm dứt bằng câu niệm phật A di Đà xin phù hộ.

Trong lúc chờ đợi người bảo lãnh, Vân dùng trọn thời giờ giải trí bằng cách đuổi theo những mẩu nhắn tin này. Mỗi mẩu nhắn tin đơn giản và ngắn ngủi này như có chở theo cả một trời biến động đổi đời như chính hoàn cảnh của Vân, làm sao có thể dự đoán nàng đột nhiên lạc loài nơi đây.

Bỗng nhiên, một mẩu nhắn tin đập vào mắt Vân như một ánh chớp loé sáng, tạo thành một dòng điện làm rung chuyển toàn thân thể. Mảnh giấy nhắn tin viết phần nào nguyệch ngoạc của một người ít học. Vân đọc mau "Mẹ Nguyễn Thị Ngọc trước ở 151/10 Chi Lăng, Tân Bình tìm con Lê Thị Vân sinh năm 1954 trên tàu Mỹ, học trường Gia Long... Mẹ được bảo lãnh ở nhà thờ thành phố Nữu Ước, con liên lạc ngay.."

Tên người, địa chỉ đúng là mẹ rồi càng không thể nhầm lẫn với cái chi tiết buồn cười nhưng độc đáo "đẻ trên tàu Mỹ". Vân hét to vỡ buồng phổi, đúng mẹ rồi... đã tìm được mẹ rồi!

Gỡ mẩu nhắn tin, Vân chạy vội lên phòng điều hợp Processing Center miệng la rối rít...Tìm được rồi... Tìm được rồi…

Một nhân viên người Việt Nam lộ rõ vẻ ngạc nhiên không hiểu, anh ta hỏi Vân:

- Cô mất cái gì?

Cơn xúc động còn đè nặng, Vân đưa mảnh giấy cho anh ta và nói vội:

- Tôi tìm được mẹ tôi ... xin nhờ liên lạc.

Sau một hồi tìm lục trong hồ sơ anh ta cho biết có nhiều người trùng tên mà không có chi tiết địa chỉ cũ, chỉ có ngày sinh tháng đẻ thôi. Cô có nhớ ngày sinh của bà cụ không.

Câu hỏi làm Vân bật kêu lên trong tuyệt vọng vì thực tình nàng không nhớ chi tiết này.

Ngươi đàn ông mau mắn trấn an:

- Có hai người trùng tên được hai nhà thờ bảo trợ ở Nữu Ước. Để tôi gọi điện thoại tìm hiểu thêm.

Cuộc gọi thứ nhất không đúng, người đầu giây không có con gái tên Vân. Vân chờ đợi trong lo sợ, lắng nghe cuộc điện đàm thứ nhì, bụng thầm cầu xin Phật bà Quan Âm phù hộ.

- Có phải Bà Nguyễn Thị Ngọc địa chỉ cũ ở đường Chi Lăng, quận Tân Bình. Dạ, đúng phải không thưa Bà... Bà có cô con gái tên là Vân!

Âm thanh bùng vỡ khi người đàn ông la lớn.

Đúng rồi cô Vân ơi... lại đây nói chuyện với cụ bà đi.

Vân cầm điện thoại mà tay run lẩy bẩy, nước mắt chan hòa nghẹn ngào mẹ ơi, con Vân đây...

Đầu dây bên kia, giọng bà cụ cũng chan hoà nước mắt... Trời ơi! Con ơi, lạy Trời, lạy Phật. Hai mẹ con cứ ríu rít như vậy rất lâu mới lấy lại bình tĩnh.

- Anh Tuấn kẹt lại rồi mẹ ơi! Vân nói và oà khóc nức nở, anh ấy không về kịp… con bỏ chạy rồi lên tàu nhà binh... con sẽ liên lạc với mẹ…

Người đàn ông nói với Vân:

- Cô đừng lo, tôi sẽ liên lạc ngay với nhà thờ bảo lãnh để cô và bác sớm đoàn tụ.

Chương 12

Cầm bộ bà ba đen thằng đệ tử đưa cho, bộ đồ hơi chật, phải khó khăn mới mặc được, ống quần ngắn cũn cỡn. Ngó xuống, Tuấn thoáng buồn cười về hình dạng kịch cỡm cuả mình trong bộ vó mới nhưng đồng thời một cơn uất hận bất chợt sôi trào. Trong một tích tắc, Tuấn nắm khẩu colt lên đạn dí vào màng tang mình.

Có tiếng kêu thất thanh của thằng Sáu... ông thầy... rồi khẩu súng bị gạt mạnh rơi xuống một góc nhà phát nổ.

Tiếng nổ ầm vang làm cả hai sửng sốt bừng tỉnh. Thằng đệ tử chồm tới ôm lấy Tuấn miệng rối rít... ông thầy... ông thầy ơi!

Đột nhiên Tuấn thấy bình tĩnh lạ lùng như vừa rơi trong không gian im lặng chết sững, tưởng chừng như đang ở trong một căn phòng cách âm với thế giới xung quanh. Tuấn vẫn đứng sững giữa nhà... hoàn toàn im lặng, bất động, phải vài phút sau mới có thể vận động được cơ thể mình. Rồi như không có gì xảy ra, hai thầy trò vẫn im lặng. Tuấn tiếp tục chỉnh lại bộ quần áo chật cứng, cởi bỏ bít tất, xỏ chân vào đôi dép nhựa, gỡ bỏ dây đeo thẻ bài đưa cho Sáu nhỏ.

Đưa tấm thẻ bài cho Sáu nhỏ, thoáng hiện trong đầu Tuấn cảm giác bàng hoàng kỳ lạ như mình vùa mới chết, hồn phách còn lơ lửng, mọi chuyện xung quanh như đang diễn ra trong một thế giới khác hoàn toàn im lặng, như phút giây cậy miệng một người lính mới tử trận nhét vào tấm thẻ bài... sự im lặng đột ngột như giọng nói vài phút trước còn léo nhéo bên tai bất chợt ngưng bặt.

Chiếc xe gắn máy lẻ loi chở hai người trên quốc lộ 15 vắng tanh, còn mang vẻ rờn rợn của những ngày chiến trận, súng có thể đột nhiên nã đạn từ một ụ đất, bụi cây ven đường.

Qua trung tâm huấn luyện Vạn Kiếp, dấu vết cuả một trận chiến dữ dội còn hiển hiện, đột nhiên lố nhố rất nhiều binh sỹ Cộng Sản tụ tập quanh hai chiếc T54 nói chuyện ồn ào không có vẻ gì là đang trong tình trạng tác chiến.

Nhìn đám lính Cộng Sản trong những bộ quân phục màu cỏ úa, súng ống, chiến cụ, xe cộ ngổn ngang, Tuấn chợt có cảm tưởng mình đang nhìn một đạo âm binh được phù phép đột nhiên trồi lên từ những nấm mồ.

Một anh du kích mang súng Carbine ăn vận nửa dân nửa lính, mũ tai bèo, quần đùi nhưng phía trên là áo rằn ri của lính Việt Nam Cộng Hoà có một băng đỏ quanh tay áo.

Gã du kích đưa khẩu carbine chấn ngang đường, hất hàm hỏi.

- Hai thằng mày đi đâu?

Sáu mau mắn trả lời:

- Dạ, em về nhà vợ ở Bà Rịa.

- Hai đứa mày đưa giấy tờ coi. Nhìn căn cước của hai người, gã du kích hất hàm nói:

-Tuổi lính... mày lính Ngụy phải không, chín trăm hay ngàn hai? Ý hắn ta muốn hỏi lính địa phương quân hay nghĩa quân vì Cộng Sản có câu đồng dao “Ngàn hai bắt đươc thì tha, chín trăm bắt được đem ra chặt đầu”

- Dạ không, em làm cá ở Phước Hải.

Ngó Tuấn hắn hất hàm nói:

- Thằng Bắc Kỳ này, sỹ quan ngụy phải không?

Câu hỏi làm Tuấn muốn bùng nổ trong cơn nóng giận, tưởng như muốn chồm tới bóp cổ gã du kích nhưng nén được ngay, chỉ lạnh lùng trả lời:

- Tôi là thầy giáo ở Đất Đỏ.

Không khí bắt đầu găng và nguy hiểm khi gã du kích tiếp tục dò hỏi thêm chi tiết của Tuấn

- Mày nói láo… trường nào?

Tuấn lùng bùng nói đại:

- Trường tiểu học Đất Đỏ.

Tuấn bắt đầu hoảng vì nếu hắn tiếp tục dò hỏi thêm chắc không giấu được. Bỗng nhiên, một người lính có lẽ là dân chính quy vì thấy có cấp bậc ở cổ áo đi tới. Thằng du kích nói:

- Mấy thằng này chắc lính Ngụy, cho tụi nó về với ông bà cho xong chuyện... thiếu uý?

Người lính mà Tuấn không biết cấp bậc gì nhưng chắc là lính chính quy vì nói giọng Nghệ Tĩnh:

-Cho tụi nó đi đi, hoà bình rồi...

Anh ta nói thế và hất mũi súng ra hiệu cho phép hai nguời bỏ đi.

Trung tâm Bà Rịa chịu đựng trận pháo kích từ đêm 26 tan hoang, lá cờ hai màu xanh đỏ của mặt trận Giải phóng đã bay trên bồn chứa nước của thị trấn. Ở một góc phố, ba bốn chiếc T54 bị bắn cháy và vệ đường còn vương lại xác chết đã trương mọng cuả một vài người lính dù. Cầu Cỏ May bị giật sập, mọi người phải trả tiền thuê đò chở qua sông nên hai thầy trò đành chia tay.

Nắm tay Sáu, Tuấn nói:

- Thôi mình chia tay, em về với gia đình an toàn... thế nào mình cũng gặp lại. Cám ơn em lo cho anh đến phút chót!

- Thằng em không quên ông Thầy, mình từng sống chết có nhau…

Bên này sông đông nghẹt người chạy loạn… người bỏ đi, người tìm về Bà Rịa. Xe lôi, xe gắn máy đủ loại, không có xe đò, phải đi bộ một hồi mới có xe đò về Sài

Gòn.

Chiều ngày 1-5 Tuấn mới về tới Sài Gòn. Không khí thủ đô mang vẻ lặng lờ rã rời dù trước đó từ 2 giờ sáng chính quyền quân quản đã tung cán bộ tới từng nhà để vận động quần chúng tham dự ăn mừng chiến thắng và cũng là ngày Quốc tế Lao động.

Cuộc biểu tình vĩ đại, rực rỡ tràn ngập lá cờ xanh đỏ sao vàng của Mặt trận Giải phóng Miền Nam và những nụ cười rất tươi hoan hỉ bên cạnh những dấu vết tàn phá chết chóc của trận chiến còn vương vất khắp nơi.

Trên những nẻo đường, khu phố, quần áo… giầy trận… nón sắt… võ khí vứt vương vãi được một số thanh niên mang băng đỏ tịch thu. Nhà cửa vô chủ bị chiếm ngụ coi như một chiến tích hoặc như dấu hiệu đã tham gia Cách mạng để trừng trị bọn ngụy quân, ngụy quyền.

Đám người này chất đống trên những xe zeep, trong quần áo dân sự, đầu đội nón cối sao vàng, tay cầm đủ loại võ khí, phóng ào ào trên đường phố với lá cờ mặt trận giải phóng. Khu ngã tư Bẩy Hiền ba chiếc tăng T54 bị bắn cháy, dồn thành một đống trên đường phố, người qua đường tò mò dừng lại ngó nhìn. Ở một con đường khác, chiếc máy bay "bà già" L19 đâm xuống vệ đường nhưng không cháy tạo nên khung cảnh kỳ lạ như trong một phim trường Cine. Dân chúng vẫn qua lại, bình thản ngó nhìn như không chú ý gì lắm.

Khu đường Lý Thái tổ còn xác cháy đen của một chiếc trực thăng. Chiếc phi cơ đáp xuống mặt đường để đón người nhà nhưng bị đám đông ào tới bám vào càng trực thăng khiến phi công phải khẩn cấp cất cánh khẩn cấp và quệt vào một đường điện cao thế rơi xuống phát nổ đè chết đám ngươi cuồng loạn.

Những ổ kháng cự lẻ tẻ còn tiếp diễn ở nhiều địa điểm. Lính Cộng Sản đã nắm ưu thế tuyệt đối nên cũng không vội vã thanh toán đối thủ, họ mau chóng bao vây và bắc loa đe doạ “hàng sống chống chết!”

Ẩn dưới vẻ nhởn nhơ lãnh cảm như thụ động chấp nhận số phận của đa số quần chúng, lại cũng không thiếu những vụ tự tử tập thể, hay cá nhân.

Đâu đó, một sỹ quan nhảy dù mở lựu đạn tự tử cùng gia đình một vợ ba con, một sỹ quan cảnh sát nghiêm chào trước tượng người lính cầm súng trước quốc hội rồi bắn vào đầu tự sát, một nhóm năm sáu lính dù tụm lại hát quốc ca Việt Nam Cộng Hòa rồi đồng loạt mở lựu đạn tự sát. Toán lính nhảy dù bảo vệ đài phát thanh Sài Gòn xả súng bắn vào lẫn nhau để tìm chết.

Tin các ông tướng Nguyên Khoa Nam, Lê Văn Hưng, Phạm Văn Phú tự tử được loan truyền rộng rãi nhưng không hề gây xúc động trong dư luận. Một ông tướng hay một người lính chết trong giờ phút này cũng thường tình như nhau.

Trên đường phố rải rác những xác chết vô thừa nhận. Trên một cành cây lủng lẳng mái tóc dài của một phụ nữ chết vì trúng đạn pháo kích.

Luật lệ quân quản rất nghiêm khắc. Trộm cắp cướp giựt hay vì bất cứ sự cố nghi ngờ nào đều bị bắn bỏ tại chỗ không cần xét xử, bỏ mặc thi thể trên hè phố.

Nếu chỉ hai ngày trước đó người ta sợ hãi điên cuồng khi nghĩ đến Cộng Sản, ghê sợ như nghĩ về đám ác quỷ trồi lên từ địa ngục thì chỉ một ngày sau 30 - 4, cuộc sống ngoại diện của Sài Gòn có vẻ như đã trở lại bình thường.

Công chức tới trình diện nhiệm sở, tiền Việt Nam Cộng Hoà vẫn lưu hành. Ba chiếc xe tăng T54 đậu ở góc đường Catina Nguyễn Huệ, vài chiếc jeep đậu trước cửa Quốc hội hay những anh bộ đội ngơ ngác trong bộ quân phục nhàu nát màu cỏ úa hay đám thanh niên trở cờ mang băng đỏ hoạt náo trên đường phố cũng không khác gì những cuộc đảo chánh chỉnh lý từng xảy ra trước đây ở miền Nam. Rất nhiều thanh niên thiếu nữ thơ thới leo lên xe tăng tươi cười, hình ảnh giống hệt như trong cuộc đảo chánh Diệm 1963.

Nhìn chung, kể cả giới quân đội, mọi người đều chấp nhận sự thay đổi cơ chế cai trị, đơn giản như từ ông Diệm sang ông Thiệu. Cuộc sống tất nhiên sẽ bị xáo trộn, nhiều giá trị, thang bậc xã hội sẽ lật nhào, sẽ nổi lên những quyền lực mới nhưng rồi coi, đâu sẽ vào đó, mọi người sẽ phải tự điều chỉnh theo những luật lệ mới nhưng chính yếu là đã hết chiến tranh và không có tắm máu...

Hai chục năm chiến tranh làm người ta mệt mỏi nên sự thay đổi từ chiến tranh sang hòa bình được mọi người dễ dãi chấp nhận.

Hai mươi năm chống Cộng và những hình ảnh tàn bạo của chiến tranh, thảm sát Mậu Thân, đại lộ kinh hoàng mùa hè 72, mới nhất là con đường máu tỉnh lô 7B trong cuộc di tản Pleiku đã làm sự sợ hãi lính Cộng Sản đạt tới cực điểm. Thế nhưng ngay từ chiều 30-4 khi những chiến xa T54 và những đoàn xe motova chở đám lính rừng rậm tràn vào thành phố như một trận hồng thủy, người ta mau chóng phát hiện ra đám ma quỷ này bỗng hiện nguyên hình thành con người, hành tung, y phục coi là lạ nhưng cũng là người ta thôi.

Lạ lẫm nhưng cũng là lính… như lính Thái, lính Đại Hàn, lính Phi từng tới Việt Nam trước đây.

Vẫn con một chút e dè thoáng tò mò nhưng không còn sợ hãi kinh hoàng như mới ngày hôm trước. Người ta đứng bên hè phố, thập thò trước cửa nhà nhìn đám lính xa lạ đi trước mặt hoặc bình thản đạp xe bên cạnh những chiếc xe tăng.

Sài Gòn trong buổi chiều ngày 1-5 vắng vẻ và yên tĩnh hơn thông lệ nhưng không mang vẻ ghê rợn của một thành phố vừa bị chinh phục, ngay cả khi có những nhóm bộ đội, súng Ak khoác vai, đi lang thang trong phố hay đi tuần tiễu … Cũng vẫn là lính thôi, lính người Việt Nam.

Chính Tuấn cũng nhận ra cái cảm quan đổi thay bất chợt của chính mình dù chỉ vài tiếng đồng hồ trước hai bên có thể bắn giết tàn sát nhau không thương tiếc.

Về đến nhà, gặp mẹ… bà oà khóc ôm lấy Tuấn.

- Trời ơi, mẹ tưởng con chết rồi.

Tuấn chỉ biết ôm mẹ vỗ về trong câm lặng.

Lấy xe, Tuấn phóng mau lại nhà Vân, lòng hoảng hốt, nôn nao cầu mong Vân vẫn còn ở đó. Vân không theo mẹ đi tản. Vân vẫn đợi anh trong căn nhà đó…

Từ xa, Tuấn nhận ra rất mau là không có chiếc khoá đồng lớn vẫn khoá thêm một lần cửa những khi cả nhà đi vắng. Chính Tuấn đã mua ổ khoá này và nhắc nhở Vân phải khoá hai lần cửa cho an toàn mỗi khi vắng nhà. Thoáng nhận biết này bừng lên hi vọng là Vân đang ở nhà.

Lại gần, thấy cửa chỉ khép hờ, Tuấn mở cửa bước vào. Trước mắt mở ra một khung cảnh tàn phá tan hoang, bàn ghế tủ giả xô lệch… giấy tờ, thư từ hình ảnh tung toé trên mặt đất. Chiếc xe honda dame của Vân biến mất.

Ngỡ ngàng như không tin vào mắt mình nữa, trí óc mụ mẫm. Tuấn cúi đọc những lá thư anh gửi Vân từ ngày quen nhau, vương vãi trên nền gạch.

Có tiếng động rồi từ phòng trong một người đàn ông cánh tay mang băng đỏ bước ra, trên tay cầm một khẩu súng Colt đã lên đạn, hất hàm hỏi Tuấn:

- Mày làm gì ở đây... định hôi của hả. Tuấn đáp ngô nghê:

- Không…

- Không là sao?

- Không, đây là nhà tôi... nhà vợ tôi…

- Chủ nhà theo Mỹ cút rồi. Bây giờ là của Cách mạng, cút đi... tôi là an ninh khu vực này.

Tuấn ngước lên nhìn trừng vào gã công an với khẩu súng lăm le trước mặt... Không thấy sợ hãi, chỉ cố gắng đè nén một con tức giận kinh hoàng đang bừng bừng sôi trong trí óc.

Chặp sau Tuấn nói, rất bình tĩnh:

- Tôi chỉ thu lại những thư từ và giấy tờ cá nhân thôi!

Tuấn cúi xuống tiếp tục thu lượm những lá thư và giấy tờ. Gã công an nhận ra Tuấn không phải chủ nhà đến làm khó nên thôi hung hổ, gã đứng im không phản đối.

Rời khỏi nhà Vân, Tuấn chạy về căn phòng cuả mình thuê ở Hàng Sanh… Mở cửa bước vào, mọi vật vẫn y nguyên như cũ, gọn gàng sạch sẽ. Trên bàn có bức thư của Vân để lại..

"Anh ơi, em đang ngồi trước cửa sổ nhìn ra vườn hoa cải vàng nghĩ tới anh, êm đềm dịu dàng quá! Sao cuộc đời không thể mãi êm đềm như vậy...lòng em phút này điên đảo rối mù, cầu mong có anh bên cạnh nắm tay em để mọi lo sợ sẽ tan biến đi......"

"Tình hình Sài Gòn mấy bữa này rối loạn lắm, ông Hương mới lên chức Tổng thống hứa hẹn quyết tử nhưng dân tình chao đảo hoang mang cực độ. Nhìn người Mỹ ào ào chở người ra đi, không chỉ đám người xếp hàng quanh toà đại sứ mà từ nhiều địa điểm bất ngờ trong thành phố. Mẹ cũng được báo động sẽ phải ra đi bất kỳ lúc nào. Đài BBC nói Cộng Sản không chịu nói chuyện với ông Hương, tướng Minh đòi lên thay để hoà giải nên quốc hội đang họp để cho phép cụ Hương nhường quyền cho tướng Minh. Báo chí tiên đoán chắc chắn ông Minh sẽ lên thay. Hy vọng sẽ điều đình lập Chính phủ Liên hiệp. Em lạy trời cho chuyện này xảy ra.

Dân chúng báo động sau vụ phi trường bị máy bay oanh kích nên kinh hoàng chạy tới bám quanh những xe bus cuả quân đội Mỹ như cố gắng níu chiếc xe lại…một bà mẹ ôm con nhỏ bị xe cán lên.

Toà đại sứ đóng chặt cửa, nhiều người leo tường định nhảy vào bị lính thuỷ quân lục chiến đánh bằng báng súng, buông tay rơi xuống đám đông.

Em đang ngồi đây, trong căn phòng của chúng mình… yên tĩnh và an toàn quá nhưng vẫn nghe tiếng súng vọng về từ cầu Tân Cảng. Đang đánh lớn ở đó nhưng ở đây mọi thứ vẫn bình thản như không có gì quan trọng… cũng như hồi Mậu Thân nhưng lần này dưới vẻ lặng lờ bất cần…mọi người và chính em đều cảm nhận được sự che giấu một điều gì đó ghê gớm lắm…tuy mơ hồ nhưng quyết liệt đang phủ chụp nỗi sợ hãi lên mọi người, giống như bị lún chân xuống một bãi lầy hay đang mò mẫm trong một đường hầm tối tăm đầy kinh hoàng, bị xô đẩy tới trước mà không kiếm được lối ra.

Ngồi viết cho anh những dòng này mà lòng em như điên dại trong lo lắng không biết anh có về kịp không vì mẹ có thể phải ra đi bất cứ lúc nào. Em bối rối quá, Tuấn ơi...em cần có anh...em mong anh từng giây, lòng em đang điên loạn trong lo sợ..."

Bức thư bỏ dở...

Cả tháng rồi không về đây nhưng mọi vật trong phòng đều ngay ngắn, gọn gàng. Chắc Vân đã dành nhiều thời gian trong căn phòng này.

Mở tủ, những bộ quân phục được hồ ủi, xếp ngay ngắn gọn ghẽ bên cạnh những bộ quần áo dân sự, chiếc mũ sỹ quan quân đội, đội giầy saut cũng được đánh bóng xếp trong một góc tủ và ở cánh cửa là tấm hình Tuấn trong quân phục đại lễ ngày mãn khoá trường bộ binh Thủ Đức, mang kiếm oai phong...

Tuấn đứng lặng trước chiếc tủ hồi lâu, ngây người nhìn ngắm những dấu vết của một thời. Trong phút giây đã định quơ cả lại mang vứt đi nhưng rồi khựng ngay lại, hình ảnh những bộ quân phục vứt vương vãi thảm hại trên hè phố chợt đau nhoi đan xen trong hình ảnh Vân tỉ mỉ đầy yêu thương xếp những bộ quân phục thẳng nếp trong tủ áo... Tuấn thả người trên giường lịm đi trong giấc ngủ mê thiếp.

Bừng tỉnh trong bóng đêm tăm tối, bốn bề vắng ngắt, im lìm. Thoáng hoảng hốt như một ánh chớp, chợt tưởng như không còn ai trên cuộc đời này nữa, mọi ngươi đều đã chết, đã tan biến đi, Tuấn là người duy nhất con sống sót, cô đơn, lạc lõng.

Trời bắt đầu hừng sáng, ra đường nhìn ngược xuôi suốt con phố lạnh, vắng tanh không một bóng người. Thường ngày vào giờ này, sinh hoạt đã bắt đầu rộn lên, quán cà phê đầu một con hẻm cạnh nhà chú Ngầu đã lao xao bóng người, mùi cà phê thơm lừng khi ông chủ quán người Hoa đổ nước sôi vào chiếc vợt lớn đựng cà phê làm khói bay mù mịt, bà chủ nhà có người con là lính không quân đã lui cui xếp đặt gánh cháo gà chờ khách. Giờ đây, không…không có gì cả, mọi thứ đều im lìm.

Tuấn phóng xe về Sài Gòn. Ở một góc phố cạnh cây cầu Phan Thanh Giản, lô nhô một nhóm bộ đội đang nhóm lửa nấu ăn ngay vỉa hè chân cầu bên cạnh hai chiếc T54, súng ống ngổn ngang nhưng không khí thoải mái, lơ là, không có vẻ gì đang trong tình trạng chiến tranh. Một hai anh lính đang loay hoay ngắm nghía, thử thách, bàn cãi bên chiếc xe gắn máy rồi cười toe toét khi đạp máy nổ phun khói.

Đường phố vắng tanh chỉ có những chiếc xe jeep chở toán thanh niên đeo băng đỏ chạy tới chạy lui dùng loa yêu cầu moi người làm chuyện này chuyện nọ.

Những toán bộ đội xuất hiện rải rác khắp nơi nhưng nguy hiểm là không chỉ bộ đội võ trang trong quân phục mà rất nhiều người thuộc lọai dân quân du kích hay những đám thanh niên trở cờ sau ngày 30 - 4 cũng mang vũ khí đủ loại, đăng biểu ngữ câu nói của Hồ Chí Minh "vì dân, do dân, bởi dân".

Súng đạn nhiều quá và không ai kiểm soát. Mấy

gã thanh niên vác trên vai những khẩu trung liên Bar, đại liên M60 đi lang thang trong phố miệng tươi cười hãnh diện với món đồ chơi nguy hiểm mới nhặt được.

Người Sài Gòn có ngay một tên mới cho đám người này là những ông Cách mạng 30.

Trong cảnh tranh tối tranh sáng đám người này được thả lỏng để reo rắc kinh hoàng. Họ ngồi trên xe hơi chạy khắp phố phường, ồn ào với xe phóng thanh hô khẩu hiệu hay nổi hứng nổ súng lung tung như đốt pháo hoặc lùng bắt để trả thù cá nhân rồi thiết lập toà án nhân dân mang xử bắn nạn nhân ngay trên đường phố.

Ngày lên, không khí nhộn nhip trở lại với những cuộc tuần hành do Cộng Sản tổ chức hoặc do nhóm Phật giáo đấu tranh.

Không khí khu trung tâm Sài Gòn hầu như trở lại bình thường. Chợ búa, hàng rong đầy đường, chợ trời bắt đầu sinh hoạt lại trong lúc nhiều người tiếp tục lùng soát, hôi của nơi tư gia những người đã bỏ đi hay thu nhặt những bộ quân phục, giầy trận vương vãi trên đường phố. Những tiệm cafe máy lạnh quen thuộc đã hoạt động lại như thường và đông nghẹt đủ loại người.

Có thể là một chủ trương, những toán lính Cộng Sản năm hay sáu người được tung vào đường phố nói chuyện với người dân tạo một hình ảnh hiền lành, kỷ luật, mau chóng gây được cảm tình và xoá bỏ sự sợ hãi.

Một anh chàng bộ đội vớ được một chiếc xe gắn máy đang tập sử dụng, khoái chí cười khi đã biết điều khiển chiếc xe tân kỳ. Hàng hóa ngoại quốc tràn đầy sau những đợt hôi của còn tiếp diễn ở những cơ sở của người Mỹ. Không thiếu thứ gì… bàn ghế, tủ giả, vật dụng máy móc, thực phẩm đủ loại.

Tuấn dựng xe đứng quan sát trong một cảm nghĩ vừa ngạc nhiên vừa tội tình nhìn những chú bộ đội bộ dạng còn non choẹt, gương mặt ngơ ngác nắm tay nhau hay đèo nhau trên xe đạp đi dạo phố, mê mẩn trước những sản phẩm tân kỳ của đế quốc được bày bán ở chợ trời đang mọc lên khắp nơi nhưng rất lễ phép, hiền lành, không đe doạ, cướp giật hay áp đảo bạn hàng.

Cầm những món đồ tân kỳ hiện đại trên tay… ngắm nghía, thử thách, bàn tán. Một chiếc đồng hồ Sheiko không người lái hai cửa sổ, những chiếc máy thu thanh bán dẫn, máy chụp hình, cassette... được chị bán hàng cho thu thanh thử giọng nói của chính mình. Đám lính ngỡ ngàng như đang coi trò quỷ thuật và cười nói bình luận ồn ào. Ngắm chán rồi bỏ xuống vì không có tiền để mua, vẻ thèm muốn khát khao và thất vọng rất tội tình hiện rõ trên khuôn mặt.

Cờ Mặt trận Giải phóng biến đi thật mau thay vào đó là những lá cờ đỏ chói của miền Bắc và hình Hồ Chí Minh. Hai món hàng này bán chạy vì hầu như là một thứ chứng minh cho sự khuất phục cần thiết của mọi người miền Nam.

Xăng dầu rất khan hiếm. Cây xăng Shell bán nốt những bồn xăng với giá tăng vọt, mắc như vàng nhưng thiên hạ vẫn đổ xô đi mua từng can nhựa để dành. Xe gắn máy, xe hơi vẫn chạy đầy đường.

Bức tượng người lính cầm súng chĩa vào quốc hội bị đám đông cột giây giật đổ. Đám người hăm hở dùng búa đập phá pho tượng thoả mãn khoái cảm tàn phá như đang hưởng thụ một bữa ăn ngon, một cuộc vui chơi hào hứng. Tại sao? Không thể hiểu nổi. Tại sao cái đám người ăn mặc tươm tất đang đập phá pho tượng hoặc những thiếu nữ áo trắng tinh khôi, chỉ hôm trước còn lo sợ cuống cuồng tìm mọi cách bỏ trốn, giờ lại có thể tươi cười leo lên những chiếc xe tăng cuả đám người mà không lâu trước đó họ còn ghê sợ như nghĩ về những con quái vật hung hiểm. Có ý nghĩa gì không? Tuấn tự hỏi, chợt nghĩ mỉa mai về những năm tháng cầm súng, sống chết vì đám người này.

Nhìn những đoàn xe cơ giới với đủ loai võ khí tối tân, một dòng cuồn cuộn bất tận những người lính Cộng Sản trang bị súng Ak ngang nhiên đi giữa phố Sài Gòn, Tuấn chợt ngạc nhiên tự hỏi không biết trước đây họ trốn ở đâu rồi đột nhiên trồi lên khỏi mặt đất như một đám âm binh được hoá phép thành người. Nhiều năm đánh nhau với đám âm binh này bây giờ họ hiện hình thành kẻ chiến thắng, sẽ cai trị đất nước này, không biết họ có tái sanh thành những con người thực sự có nhân tính hay mãi mãi chỉ là một đám âm binh.

Không thể biết được nhưng trước mắt là biểu tượng một người lính miền Nam đang bị trả thù và một quần chúng sẵn sàng chấp nhận chủ mới miễn là hoà bình.

Chương 13

Những dấu hiệu đổi thay trong đời sống dưới chế độ mới đến chậm chạp và hiền lành nếu không nói nhuốm màu hoan lạc, hớn hở trong những ngày đầu hoà bình.

Nhận biết đầu tiên của người Sài Gòn là hội họp, sinh hoạt tập thể nhiều hơn và được vận động rất có tổ chức. Cán bộ hoặc ngay cả những ông cách mạng 30 đến từng nhà, lễ phép mời đồng bào đi họp an ninh vệ sinh khu phố, gia nhập tổ này, tổ kia. Từ chối cũng không sao, không có ai bị bắt bỏ tù vì không hợp tác, cán bộ vẫn kiên trì giải thích và xây dựng.

Đặc biệt sinh hoạt đoàn thể được đẩy mạnh trong giới sinh viên học sinh. Cán bộ tuyên vận nằm vùng nổi lên mau chóng trong những trường học. Học viên với những trò chơi ca hát tập thể nam nữ rất hào hứng tham dự.

Sài Gòn còn nguyên vẹn. Đời sống không thay đổi mà còn có vẻ náo nhiệt hơn. Kẻ chiến thắng, ông chủ mới coi bộ cũng hiền lành, không thấy chảy máu. Nỗi kinh hoàng chỉ mấy ngày trước đó biến đi một cách kỳ diệu. Một vài vũ trường hoặc những địa điểm nhảy đầm ban ngày người Sài Gòn gọi là Matiné đã hoạt động trở lại.

Người ta chỉ cảm nhận mong manh là cái lối sống tự do cá nhân cuả mình có hơi bị va chạm khi liên tục được cán bộ phường khóm lễ phép tới mời đồng bào tham dự những buổi sinh hoạt để đả thông đường lối khoan hồng nhân đạo cuả cách mạng đối với tàn dư của chế độ cũ và thông báo phát động một vài công việc có mục tiêu tiện ích công cộng.

Người miền Nam quen lối sống cá nhân, việc công cộng là của Nhà nước nên tuy vẫn phải tham dự nhưng bắt đầu thấy khó chịu. Từ chối cũng không sao, ngay cả có bà văng tục "Họp đéo gì mà họp lắm thế!" Cán bộ vẫn bình tĩnh lải nhải giải thích, đả thông tư tưởng.

Như mọi người, Tuấn cũng được mời tham dự những buổi sinh hoạt này để thấm nhuần đường lối khoan hồng nhân đạo của cách mạng.

Trong một buổi sinh hoạt, một bà đứng lên cám ơn cách mạng vì từ ngày có cách mạng thì chiến tranh kết thúc dân lành sống yên ổn hơn...không còn bị Việt Cộng pháo kích. Cán bộ á khẩu giải thích lăng nhăng và mọi người không nín được cười.

Đối với quảng đại quần chúng, có một vài thay đổi nhỏ trong sinh hoạt nhưng cuộc sống ngoại diện vẫn thế dù sự để ý, dò la của công an và cán bộ thường xuyên và kiên trì ngày một lộ rõ hơn.

Năm sáu chục hộ lại có một anh an ninh khu vực. Anh chàng công an khu vực này cư xử thân tình ở mức độ có thể tới thăm nhà đồng bào bất kể lúc nào.

Tới thăm hỏi nhân dân nên, anh ta tự nhiên la cà đi lại tìm hiểu khắp nơi trong nhà, ngoài ngõ hỏi han gia chủ đủ thứ chuyện.

Công an áo vàng vai đeo cặp tới thăm vài gia đình. Chủ nhà hàng ngày được mời lên phường làm việc, viết đi viết lại lời khai nhiều lần rồi được buông tha bình thường nhưng cũng có người biến đi một cách bí mật.

Những ông cách mạng 30 dẫn đường công an tới tịch biên những căn nhà bỏ trống…

"Mặc kệ nó không đụng tới mình thì thôi." Người Sài Gòn tiếp tục sống hồn nhiên trong hương vị hoà bình..

Ngay từ đầu tháng 5, có lệnh binh sỹ và hạ sỹ quan phải trình diện học tập ba ngày để xứng đáng là một công dân tốt trong xã hội chủ nghĩa. Đợt học tập cải tạo diễn ra trật tự và êm ả. Sau ba ngày học tập chính trị, mọi người đều được trả về nguyên quán.

Trong một buổi ra mắt mừng chiến thắng, thượng

tướng Trần Văn Trà Chủ tịch Ủy ban quân quản thành phố Sài Gòn tuyên bố trước báo chí một câu nói mát lòng: "Đối với người Việt Nam không có kẻ thắng người bại, chỉ có đế quốc Mỹ bị đánh bại mà thôi!"

Thực ra, ngay từ đầu Chính phủ Lâm thời Cộng Hòa Miền Nam đã phân loại bốn thành phần cần phải học tập cải tạo là Ngụy quân từ cấp uý trở lên, Ngụy quyền gồm công cán chính, cảnh sát an ninh, đảng phái và hồi chánh.

Nhìn vào đợt học tập ba ngày êm ả của binh sỹ và lời tuyên bố của tướng Trà nên đầu tháng sáu khi có lệnh sỹ quan cấp uý trình diện cải tạo mang theo mười lăm ngày lương thực, mọi người tuân hành êm ả và nhẹ nhàng. Giấy mời được gửi tới tận nhà vì máy điện toán của bộ tổng tham mưu đã được chuyên viên Nga cho vận hành trở lại không thiếu chi tiết nào cuả những quân nhân Việt Nam Cộng Hoà. Địa điểm chỉ định Tuấn tới trình diện là một trường trung học.

Không khí buổi trình diện thoải mái. Bạn bè, chiến hữu mừng rỡ gặp nhau hàn huyên thăm hỏi ai còn ai mất, ai đã thoát đi và xôn xao bàn bạc, dự đoán về chính sách tương lai của chế độ mới.

Có vài người lạc quan cho rằng bây giờ không còn kẻ thù nữa, ngay cả có thể chính phủ cách mạng sẽ cho họ tái ngũ với cấp bậc cũ để huấn luyện cách sử dụng kho chiến cụ khổng lồ bạc tỷ bỏ lại, đã có sẵn người biết sử dụng khỏi phải huấn luyện mất công.

Ngươi ta lý luận là "họ" cũng cần nghiên thuật của phương Tây để rút kinh nghiệm vì nếu có chiến tranh là đánh nhau với Thái Lan đồng minh cuả Mỹ. Một triệu quân nhân Việt Nam Cộng Hoà sẽ là một lực lượng tổng trừ bị quý giá để duy trì thế áp đảo của Việt Nam ở Đông Nam Á. Chắc Hà Nội phải nhìn thấy lợi thế này.

Một anh không quân cho biết quả thực bạn anh ta đang được Cộng Sản sử dụng để huấn luyện phi công lái F5E…

Có người lên tiếng:

- Có phải thằng Nguyễn Thành Trung không?

- Không, bạn tôi mà…quốc gia 100%

Luận điệu có vẻ hợp lý và càng đáng tin tưởng hơn vì ngay sau đó là một bữa ăn tươm tất do nhà hàng Tàu Soái Kinh Lâm cung ứng, được các em tiểu nhị mặc đồng phục tận tình phục vụ.

Có một điểm làm mọi ngươi thắc mắc là đám lính Cộng Sản không chịu chung vui mà ngồi ăn ngay trên bãi cỏ với đồ ăn kham khổ của họ chỉ có cơm, rau muống luộc và cá khô.

Hỏi tại sao không ăn chung họ nói:

- Tụi em quen rồi....các anh cứ tự nhiên đi.

Sau bữa ăn, mọi người được đưa tới xếp hàng trong khu vực làm việc. Bên một chiếc bàn lố nhố năm ba người mặc quân phục và dân sư.

Tuấn hoảng hốt tưởng như mình đang mơ ngủ vì nhìn từ xa đã có thể nhận ra bóng dáng quen thuộc của ông lính già thượng sỹ thường vụ đại đội nhưng bây giờ lại mang quân hàm thiếu tá Cộng Sản.

Phát hiện đầy ngạc nhiên và chấn động nhưng không giấu được thoáng vui mừng. Hình ảnh buổi bàn giao ở Thổ Mộ còn cháy sáng trong trí óc và những buổi hai người lính một già một trẻ ngồi bàn luận thế sự, tình hình đất nước, trận mạc. Nhớ nhất là nụ cười lúc nào cũng bình tĩnh hiền lành cuả ông thượng sỹ.

Đến trước mặt người chiến hữu cũ, Tuấn định bật lên những câu hỏi... Một câu gì đó dù vô nghĩa chẳng hạn như "bất ngờ quá" hoặc "sao vậy" hoặc chỉ đơn giản như "chào ông" nhưng sao âm thanh chết cứng trên đầu lưỡi.

Tuấn lẳng lặng xuất trình thẻ căn cước và giấy gọi trình diện. Người sỹ quan Cộng Sản cũng im lặng, lạnh lùng làm việc như không hề biết Tuấn từ trước.

Ông ta quay sang nói chuyện với người cộng sự để đánh máy điều gì đó trên một mảnh giấy, ngước lên nhìn Tuấn thật mau rồi thoáng một nụ cười hiền hậu, trấn an quen thuộc nói ngắn: "Ông về đi!"

Tuấn liếc vội mạnh giấy với hàng chữ ghi "hạ sỹ Nguyễn Anh Tuấn, hoàn tất học tập, trả về nguyên quán".

Tuấn còn ngần ngừ đứng tại chỗ như chưa hiểu nhưng ông lính già đã vẫy tay như xua đuổi và lặp lại rất nhỏ "Ông về đi"....

Ánh mắt nhiều người dồn về phía Tuấn như dò hỏi tin tức nhưng Tuấn chỉ biết nhún vai vẫy tay chào bạn bè và nói như giễu cợt "bị đuổi về… thiếu tiêu chuẩn"

Có nhiều tiếng cười phụ hoạ vì dù sao đi học tập mười lăm ngày hay bị đuổi về sớm vì một lý do nào đó thì cũng thế thôi, chẳng có gì quan trọng.

Khu nhà Tuấn mới có một anh công an khu vực người Thái Bình, gầy khô đét, dáng đi lom khom, đầu chúi nhũi về phía trước như đang khúm núm xin xỏ một điều gì đó. Chỉ khi hắn ta ngước lên với nụ cười nửa miệng người ta mới bắt được nét quái ác, gian manh trong giọng nói ngọng nghịu, tức cười giữa hai vần L, N, cách xưng em thoải mái với mọi người khi lân la dò hỏi và thường kết thúc bằng tiếng "ạ" đặc trưng "em muốn nàm thế lày ạ".

- Thế anh Tuấn không đi lính nguy ạ?

Tuấn đáp tỉnh bơ, đưa anh ta coi giấy học tập.

- Có chứ, miền Nam ai mà không là lính Nguỵ. Tôi là hạ sỹ hậu cần.

- Tội của anh chắc cũng nhẹ thôi nên mới được khoan hồng sớm... nghe nói "nính" Nguỵ đầu cọp thích ăn gan chiến sỹ ta… vậy mà cách mệnh vẫn khoan hồng chỉ dạy bảo chính sách nửa tháng rồi cho về...

Mười lăm ngày rồi cho về... Tuấn không muốn cãi vì đám sỹ quan cấp uý với mười lăm ngày lương thực đi mất tăm đã trên ba tháng rồi vẫn chưa thấy về, gia đình nhốn nháo tìm kiếm cũng không thể biết đang ở đâu. Dư luận xôn xao, thân nhân thắc mắc khiếu nại lên phường, leân quaän nhưng không ai có câu trả lời ngoài lời an ủi "Đồng bào yên tâm, mấy anh được Đảng giáo dục tốt, thấm nhuần tư tưởng Cách mạng, sẽ đươc cho về xây dựng đất nước"

Ngươi đi chưa về, ba tháng rồi một năm, cuộc sống của những người ở lại cũng héo hắt dần, kinh tế cũng như hi vọng.

Tình trạng tự vô sản hoá của người dân chậm chạp đến độ không nhận biết được, trở thành đương nhiên, như một cái cây khát nước cứ héo dần đi trong mùa hạn hán, rễ cây ìm mọi ngõ ngách chui sâu hơn trong lòng đất cố tìm chút hơi ẩm.

Không thể kiếm được bất cứ một công việc chính thức nào ở thành phố ngoài việc bán dần những gì đã có trước ngày giải phóng và luôn luôn có những người sẵn sàng mua. Mua bất cứ thứ gì vì đã có một thị trường tiêu thụ bất tận ở miền Bắc.

Mới đầu là những vật dụng không thiết yếu lắm, máy cassette, đồng hồ, quạt máy National cuả Nhật, radio bán dẫn, máy chụp hình… tiến dần đến những vật tùy thân, quần jean, áo montagu, áo len, thuốc tây…

Để tránh bị tịch thu người ta mặc hai ba chiếc áo, hai ba chiếc quần, độn hàng muốn bán trong người giả làm bụng bầu, nếu ngã giá là lột ra tại chỗ.

Cuộc sống khó khăn, nghề chính là chạy hàng sách chợ đen nhưng đặc biệt là các quán cafe đủ loại lại mọc lên khắp hang cùng ngõ hẻm vì đó là những trạm trao đổi tin tức dịch vụ. Đủ loại áp phe, mánh mung, đường dây, tuy ô làm ăn diễn ra thường trực ở đây…

Cán bộ vẫn thường xuyên ra vào coi xét và hạch hỏi:

- Anh Tuấn không kiếm công việc gì làm sao?

- Dạ, ngày nào tôi cũng đi kiếm việc nhưng chẳng có việc gì...

- Thế tụi Ngụy nó không dạy anh lao động để sinh tồn sao? Người Cộng Sản tốt phải coi lao động là vinh quang...

Tuấn trả lời đưa đà cho qua chuyện.

- Anh biết đấy, tụi Ngụy ngu dốt lắm, ăn bám đế quốc quen rồi, chẳng dạy tôi nghề ngỗng gì cả. Tôi là lính “tà lọc” lo phục vụ các quan thôi.

- Tà lọc là làm gì vậy? Khiếp quá, nghe như như lính trinh sát đặc công.

- Không, chỉ lo phục vụ các quan chức như lính

cần vụ của mấy anh ý mà. Đồ ăn, quần áo, lương tháng, thuốc lá thơm, tiền lương là do Mỹ nó cung cấp tràn đầy, ăn không hết mang vứt đi cho chó, chó cũng chê đồ ăn đế quốc nên chẳng thèm nhai, vậy mà thằng cu ị ra còn nóng hổi là chạy tới đớp liền. Anh thấy đó, chó cũng chê đồ đế quốc. Tụi tôi chẳng phải lao động gì cả.

- Thế đấy, bọn Ngụy các anh không được học tập lời dạy của Bác Hồ “lao động là vinh quang”.

Đó nà một chân “ní”, nà sức mạnh thần thánh, nà sức đẩy để giai cấp vô sản tiến lên dành thắng nợi vĩ đại trong sự nghiệp thống nhất đất nước... Các anh nà lính đánh thuê của đế quốc Mỹ nên ỉ nại ươn hèn không biết được giá trị thiêng niêng của nao động, để khắc phục và thu hoạch thắng nợi vẻ vang trong sứ mạng lịch sử cuả giai cấp vô sản...

Anh công an nói một hơi dài, ngọng líu lo nhưng say sưa như một người lên đồng. Không biết chính hắn có hiểu đang nói gì không nhưng dứt khoát hắn thuộc vở như thuộc một bài kinh cầu. Tuấn ngồi im lắng nghe, không khỏi ngạc nhiên vì thường ngày anh ta ăn nói gầm gừ ngọng nghịu nhưng mỗi khi lên cơn giáo dục quần chúng thì giống như một kép hát thuộc vở, nhuần nhuyễn vai trò hoặc như một chiếc đĩa hát cũ phóng ra một chuỗi những danh từ to lớn.

Tuấn buột miệng, thoáng mỉa mai:

- Đồng chí thấy đó, ngày nào mà tôi không ra đường tìm kiếm việc gì đó để lao động nhưng chẳng tìm được gì.

Anh công an cau mặt chỉnh ngay:

- Tôi với anh không là đồng chí. Anh là tàn dư

của Mỹ Nguỵ được cách mạng khoan hồng nhưng còn phải giáo dục bồi dưỡng nhiều mới có được ý thức cách mạng để xứng đáng có quyền công dân trong xã hội chủ nghĩa ưu việt, công bằng, tiến bộ… mọi người sản xuất và hưởng thụ đồng đều.

Ngó Tuấn ngồi nín lặng. Anh ta chợt hỏi:

- Anh Tuấn à... anh khoẻ mạnh thế sao không đi vùng kinh tế mới để xây dựng một tương nai mới. Luẩn quẩn ăn bám xã hội ở thành phố làm gì. Ở ngoài Bắc, Nhà nước phát động chính sách này từ 1961 rất thành công, nhiều vùng cao, vùng xa trở lên trù phú no ấm sung sướng lắm.

Tuấn chỉ im lặng ngồi nghe vì ai mà không biết những ngươi dân thị thành tuyệt vọng sau hai đợt đánh tư sản. Hàng ngàn cán bộ miền Bắc ào ạt đổ vào Sài Gòn lập nghiệp, chiếm cứ những ngôi nhà bị tịch thu… Dân có máu mặt ở Sài Gòn mất nhà, bán hết những tài sản cuối cùng, đành dấn thân đi vùng kinh tế mới.

Đa phần những người đi kinh tế mới là vợ con gia đình những sỹ quan miền Nam, những người phụ nữ thành thị chân yếu tay mềm, không một chút kinh nghiệm nào về nghề nông, sau một thời gian dở sống dở chết lại mò về Sài Gòn nhưng đã mất nhà mất cửa, có gia đình phải đi ăn mày hay lay lất sống nhờ người thân quen. Thảm cảnh không sao kể xiết, cùng quá, cô con gái nữ sinh Sài Gòn đành bán thân để nuôi gia đình. Cũng không thiếu những ông cán bộ uy quyền lắm tiền nhiều bạc muốn thưởng thức hương vị gái Nam thơm tho mềm mại…

Đời sống ở những khu kinh tế mới này đúng ra là

một cuộc lưu đầy, phải tự làm lấy mái lều tạm che mưa nắng, không nông cụ, không điện nước, thuốc men như câu cửa miệng “với sức người sỏi đá cũng thành cơm…”

Tuấn cười thầm. Đúng thế, những bữa cơm gạo trắng sạm dần lại đầy sạn, cát, phải ngồi cả buổi để nhặt sạn. Sỏi không thành cơm mà cơm thành sỏi. Tuấn mỉm cười với chính mình chợt nghĩ tới câu nói của Churchill khi học môn kinh tế ở trường Luật: “Tội lỗi bẩm sinh của tư bản chủ nghĩa là không chia sẻ đồng đều ân sủng cho mọi người còn đức tính bẩm sinh của xã hội chủ nghĩa là ban bố đồng đều sự nghèo đói, cơ hàn”

Tuấn cố lì ra nhưng anh công an khu vực vẫn kiên trì, thỉnh thoảng lại nhắc nhở, khuyến cáo việc đi kinh tế mới.

Cách cầm cự là lâu lâu lại đẩy cho hắn một vật gì đó… một chiếc bút máy Paker, cái bật lửa Zipo có hình cô đầm cởi truồng một anh lính Úc tặng Tuấn. Hắn lấy bật lửa nhưng không quên chê bai tụi đế quốc vô đạo đức đồi trụy. Nhìn chiếc đồng hồ để trên bàn, hắn ta cầm lên ngắm nghía khen đẹp. Năm ba lần tới thăm hỏi, ngắm nghía như vậy thì phải hiểu ý là hắn ta muốn giao lưu và phải thi hành triệt để mới đưốïc yên thân.

Được cho đồ, mắt anh ta sáng lên, cười toe và lập tức khẩn trương đổi lập trường, xưng em ngọt sớt. Anh Tuấn cần gì cứ nói, em sẽ thoả mãn ngay...

Đã một năm qua từ ngày Sài Gòn giải phóng, đồ đạc trong nhà đội nón ra đi vơi dần, cạn kiệt. Tuấn cũng như mọi người, phải lao vào cái nghề duy nhất sau cuộc đại thắng mùa xuân là chạy hàng sách và môi giới. Thời gian trải dài vô nghĩa trong những quán cafe vỉa hè, những góc phố, dấm dúi trao đổi lọ thuốc ngoại, môi giới bán một đầu máy Akai, chiếc xe đạp Peugeot cổ lỗ sĩ vứt trong xó nhà từ đời nào không biết, hoen rỉ, bụi bặm nhưng là Peugeot nên phục chế lại vẫn là hàng hiệu.

Hàng họ khan hiếm dần nhưng vẫn tấp nập kẻ bán người mua vì vẫn có hàng ngoại của thân nhân từ Pháp gửi về hoặc tận cùng bằng số là hàng lậu từ ngả Tây Ninh. Đồ dư thừa vô dụng của người này thành nhu cầu sinh tử của người khác. Một cái địa bàn cá nhân của lính, phích nước nóng Trung Cộng, xà phòng thơm santal, vỏ lốp xe đạp.

Miền Bắc là là cái đầu ra vô tận, vô giới hạn, bất kể những sản phẩm tân kỳ hay chỉ là mấy con ốc, chiếc niềng xe đạp rỉ mang vào Chợ Lớn mạ lại.

Trong cái vòng luẩn quẩn này người ta vẫn sống, vẫn tồn tại!

Mỹ phong tỏa toàn diện, Tầu cũng đang ngắc ngư đói kém, Nga xa lắc xa lơ đang đòi nợ viện trợ chiến tranh.

Đã hai năm rồi, người đi chưa về, cuộc sống mòn đi, trơn nhẵn.

Hóa thân trong cái lý lịch mới, hạ sỹ Tuấn đươc cách mạng khoan hồng cho sống sót. Nhưng sỹ quan đi hoc tập cải tạo đa phần vẫn chưa được thả nhưng khoảng từ 1977 qua một số người được thả về sớm vì cấp bậc nhỏ hoặc có thân nhân cách mạng.

Rồi sau những đợt thăm nuôi đầu tiên người ta mới vỡ lẽ ra chồng mình không phải đi học tập mà là tù nhân trong những nhà tù khổ sai vô thời hạn vì không có bản án. Cuộc sống đầy đọa, đói khổ, bị hành hạ từ thể xác đến tinh thần khiến một vài người liều mạng vượt trại bị bắt mang ra xử bắn.

Tin tức về đời sống trong những trại tù lan truyền ngày một nhiều hơn làm dư luận bên ngoài xôn xao nên 1977 nhà nước quân quản phải ra thông cáo trấn an xác nhận án tù cải tạo là ba năm.

Thông cáo này làm dịu đi chút ít sự căng thẳng vì đã gần qua thời hạn ba năm.

Người ta chờ đợi, người ở tù cũng như người bên ngoài nhưng vẫn không có gì xảy ra và sự tuyệt vọng lên đến tột cùng nên đã có những vụ chống đối, tuyệt thực, vượt ngục.

Âm thầm, không thông báo, không giải thích, từ 1977 những sỹ quan cao cấp hoặc từng phục vụ trong những đơn vị mà Cộng Sản cho là nguy hiểm, CIA gài lại như ngành an ninh, tình báo, tâm lý chiến, những đơn vị tác chiến chủ lực như Biệt động quân, Nhẩy dù, Thủy quân lục chiến âm thầm được chở ra Bắc mất tích.

Tạm yên trong cái lý lịch giả nhưng lúc nào cũng thấy rờn rợn như có con dao kề cổ. Tuấn bàn với mẹ:

- Ở đây lâu ngày không ổn vì một hai người còn lại trong xóm có thể biết lai lịch của mình... con tính phải tìm cách trốn tới một nơi nào khác không ai biết nhưng khó là chưa biết làm thế nào để xin hộ khẩu.

Bà mẹ cũng đồng ý nói:

- Tính vậy cũng phải, mẹ già rồi… sống chết chẳng biết thế nào... Anh đi được nơi khác an toàn tôi cho thuê bớt một phòng trong nhà cũng đủ sống yên thân...

- Tình thế này cũng phải tìm phương kế nào khác, công ăn việc làm không có, đồ đạc bán dần, thiếu điều gỡ cánh cửa mang đi bán.

Bà thở dài:

- Tôi tính thế này anh nghĩ được không... mình sang nhà cho người ta, làm giấy tờ chỉ giữ lại một buồng phía sau cho hai mẹ con. Có chủ nhà mới ở chung với mình, lại có món tiền để anh đi làm ăn.

- Nhà mình trong hẻm chúng không thèm đâu, nhà mặt phố coi... đợt đầu đánh tư sản trên 17 tỉnh thị, không biết bao nhiêu người bị tịch thu nhà cửa nhất là những tài phú Trung Hoa Chợ Lớn hay nhưng phú thương. Đợt này thì thiên hạ cũng không chú ý lắm và cũng mát mặt vì chỉ liên quan tới dân nhà giầu.

Bây giờ nghe nói họ đang phát động đợt X2 chủ yếu nhắm vào tiểu thương, tiểu tư sản. Chưa biết họ ấn định ở mức nào là tiểu tư sản, mình còn có chỗ này để chui ra chui vào không biết có là tư sản không.

Sài Gòn đang phát điên lên trong đợt đánh tư sản mại bản đợt hai này vì không biết thế nào là tư sản, hàng vạn người bị mất nhà mất cửa vì do họ tùy nghi quyết định.

Tuấn thở dài:

- Tính vậy cũng được, đâu kéo dài mãi được tình trạng sống vật vờ thế này. Đi cầy, đi cuốc, làm cu li cũng được nhưng phải có một công việc gì chắc chắn… còn tình trạng hiện nay ở Sài Gòn là sống cầm hơi được ngày nào hay ngày đó… sẽ phải tới lúc kiệt quệ khi đã bán hết mọi thứ.

- Đành thế, nhưng biết làm gì bây giờ. Mình người thành phố lại không quen lao động đi nơi khác không có hộ khẩu cũng chết đói thôi.

- Hồi đi lính, con có thằng đệ tử thân thiết từng sống chết với nhau nhiều phen... Nhà nó ở Phước Hải làm nghề đánh cá… dân biển cũng dễ sống không chết đói được. Con tính về tá túc với nó học nghề đánh cá, dần dà xoay sở hộ khẩu... có tiền cũng xong thôi. Nếu tay công an bằng lòng cấp giấy giới thiệu cho phép đi làm xa thì có thể xin chuyển thành diện hộ khẩu KT4 dành cho những người đi lao động xa nhà.

Hai mẹ con đang bàn bạc thì tay công an khu vực đi vào nhà, miệng cười vui vẻ nói:

- Anh Tuấn, có tin vui...

Tuấn ngỡ ngàng chưa hiểu thì hắn vẫy vẫy trên tay một lá thư. Hình ảnh này làm Tuấn thoáng hoảng hốt vì từ ngày sống dưới chế độ mới, mỗi lần nhận được giấy mời là sợ toát mồ hôi không biết chuyện gì xảy ra cho mình, hoăc bị gọi đi làm thuỷ lợi hoặc bị mời lên công an làm việc. Tuấn đang ngớ người ra trong hoảng hốt thì tay công an mắt láo liên cười một cách láu cá nói:

- Tin vui, tin vui… Hắn nói như reo, có thư từ Pháp gửi cho anh, không có ai ở nhà nên phu trạm nhờ tôi đưa lại.

Thư từ Pháp...Bari..

Tuấn ngơ ngác không hiểu và chưa thể hình dung thư của ai. Ngoài bì thư là tên của một ngươi lạ. Vội vã, Tuấn bóc lá thư và liếc mau.

Thư rất ngắn nhưng chỉ liếc sơ mấy dòng đầu và nhìn tuồng chữ, Tuấn có thể biết ngay thư của ai. Vân... thư của Vân!

Choáng váng như không thể tin được mắt mình... Đã hai năm qua không một tin tức gì. Trôi trong cuộc mưu sinh cơm áo vật vã, hình bóng Vân chìm sâu, lẩn khuất một nơi nào đó trong tâm hồn, thảng hoặc mới có dịp trồi lên. Những buổi tối vắng lặng một mình nhìn ngắm chính đời mình, chợt hiện hình trong làn khói thuốc hình bóng Vân và những ngày hạnh phúc, những con đường, những quán vắng, những ngày mưa đứng nép vào nhau chia chút hơi ấm bảo bọc.

Tuấn ơi!

Em viết nhiều thơ cho anh gửi về các địa chỉ cũ nhưng không có thơ trả lời...không rõ tại sao...Thơ naỳ em nhờ ông cậu ở Pháp chuyển ... Hi vọng anh nhận được. Địa chỉ cuả em 1200 south 101 st Newyork. USA zip.......em ở với mẹ bình an, mong tin anh…"

Lá thư trong tay, Tuấn đứng ngây người trong câm lặng. Thư của Vân, có thật không hay mình đang mơ hoảng?

Chợt ngó lên thấy tay công an đang chăm chú quan sát mình như dò hỏi. Giọng láu cá hắn nói:

- Chà, anh Tuấn có người nhà ở nước ngoại. Ai vậy anh, bà xã hả?

Như chợt tỉnh hồn, Tuấn chống chế:

- Không, thư của cô em họ… họ xa thôi.

- Có tin mừng gì không anh?

Chợt nghĩ những lá thư ngoại quốc cũng đã qua kiểm duyệt, có thể hắn cũng biết nội dung nên Tuấn chìa lá thư cho hắn coi với giọng thành khẩn khai báo.

- Anh coi đi, hỏi thăm vớ vẩn… không tiền thì chán bỏ mẹ.

Gã công an coi thơ cười nói:

- Thì anh trả lời xin ủng hộ đi, mấy đứa chạy ra

ngoại quốc giàu mau lắm. Đường nước Mỹ lát bằng vàng mà... chẳng thế mà bây giờ cứ đua nhau vượt biên, ùn ù bỏ nước ra đi, bị bắt bỏ tù hoài mà không sợ...

Vẻ mỉa mai nửa đùa nửa thật để thăm dò, hắn nói:

- Có người nhà ở nước ngoại, đã có cơ sở anh Tuấn có tính vượt biên không... cho tôi biết trước nhé!

- Không đời nào đâu thủ trưởng, đất nước mình thì mình ở dại gì đi xin ở nhờ. Vả lại tôi còn mẹ già.

Được sự đồng tình tay công an mở máy tuyên truyền

- Chính xác! Nghe tụi phản động xúi bẩy ùn ùn kéo nhau đi vượt biên để hải tặc Thái Lan bắt giữ, cướp, hiếp... khổ chưa. Nhà nước giáo dục răn đe mãi mà không được. Đất nước đã hoà bình độc lập thống nhất. Phải kiên quyết nỗ lực anh Tuấn ơi! Hi sinh đời bố củng cố đời con là thế…

Tuấn như muốn nhắm mắt lại mặc kệ để sớm được yên đọc lại bức thư và nghĩ về Vân.

Ngồi đọc đi đọc lại mấy dòng tin ngắn ngủi mà như kéo dài tới vô tận, mỗi nét chữ như những hình bóng Vân nhảy múa trước mắt… lúc Vân cười , lúc Vân khóc giận hơn…những giờ phút bên nhau hạnh phúc trong căn phòng tĩnh lặng ở Hàng Sanh , tách rời khỏi cuộc đời .

Nhiều lúc Tuấn muốn hào hứng viết ngay thơ trả lời nhưng rồi lại thôi. Đã trên hai năm rồi, cách ngăn hầu như không thể vượt qua đươc làm sao cứ vướng bận đời nhau. Vân còn trẻ, thôi thì hãy để yên trong quên lãng... Nghĩ thế nhưng Tuấn vẫn không dằn được sự thôi thúc ngồi vào bàn viết cho Vân một lá thư thật dài, dài vô tận vì chính lòng mình không muốn dừng lại.

Tay công an vẫn mò sang nhà dò hỏi:

- Anh Tuấn đã viết thơ hỏi thăm cô em ở Mỹ chưa… đất nước trong giai đoạn tiến lên xã hội chủ nghĩa con nhiều khó khăn, động viên người ở nước ngoài đóng góp cũng tốt thôi...

Cố giữ bình tĩnh Tuấn nói:

- Không, họ hàng xa bắn cà nông không tới... cầu mong gì!

Chuyển hướng câu chuyện, Tuấn nói nịnh:

- Tôi vẫn nghĩ tới lời khuyên của thủ trưởng đi kinh tế mới nhưng không biết chút gì về nghề nông, sợ không thực hiện được, tôi có người quen dân chài ở Phước Lễ, đang tính nhờ thủ trưởng giúp cho phép di chuyển làm ăn xa, luẩn quẩn ở Sài Gòn không giải quyết được vấn đề gì.

Có thoáng nghi ngờ trong ánh mắt tay công an nên Tuấn phải sửa chữa ngay:

- Chài lưới chỉ cần sức khoẻ thôi, học nghề cũng nhanh, lên rừng chậm không bới được củ sắn là đói liền.... Thật ra cũng là làm nghề ông cố ông sơ thôi... Ông nội tôi là dân chài Đồ Sơn đấy. Tôi lại là tay sát cá, cứ xách cần câu ra sông là có cá đầy rổ...

Thấy hắn đã bớt nghi ngờ qua câu chuyện lung tung, Tuấn lái đề tài xa hơn một chút. Biết từ lâu rồi hắn vẫn mê mẩn chiếc Honda 67 nên Tuấn cũng mưu định nhân dịp này dùng chiếc xe làm mồi dụ hắn cho phép tách hộ khẩu tới một vùng khác.

Việc xin chuyển hay tách hộ khẩu tới một vùng ngoại tỉnh thời này rất khó khăn vì an ninh và chính yếu là việc kiểm soát nhân dân bằng cái bao tử. Không có hộ khẩu là chết đói, là đứng đường vì không ai dám chấp chứa.

Việc xin tách hộ khẩu cũng rất nguy hiểm vì một trong những điều kiện gọi là "cơ sở pháp lý" của việc xin tách hộ tức là phải có lý do hợp lý của việc xin di chuyển. Càng nguy hiểm hơn là việc kiểm tra an ninh. Không lo lót khéo thì việc bới bèo ra bọ những lý lịch cũ đã ngủ quên có thể bất ngờ trồi lên ánh sáng một chuyện gì đó đưa đến tù tội.

Từ bữa nhận được thư Vân, ý định vượt biên lóe lên, không rời khỏi trí óc. Bằng mọi giá phải rơi khỏi nơi đây, mảnh đất này đang tuyệt đường sinh lộ.

Mà cũng lạ là trước đây Tuấn không để ý nhưng từ lúc nảy ra ý định vượt biên thì xung quanh mình lại nghe toàn chuyện vượt biên.

Trong quán cà phê, trong một vụ mua bán hải bàn, thuốc tây, thầm thì một đầu mối tổ chức tin cẩn, giá cả hoặc những chuyến đi bị bể, những chuyến đi thành công hay thất bại, móc nối một anh trung sỹ hải quân có kinh nghiệm đi biển hoặc ngay cả một anh võ sỹ, một ông giáo sư giỏi tiếng Anh... Dường như mỗi con người, mỗi vật dụng đều có vai trò của nó trong sự hình thành một chuyến ra khơi cần phối hợp nhiều yếu tố sống còn nhưng chính yếu vẫn là tiền. Đơn vị là một "cây" (một lạng vàng).

Giá cho một đầu người là hai cây, ba cây tuỳ quy mô tổ chức, tình trạng của tàu nhưng không bảo đảm sẽ thành công hay bị lừa. Nhiều tổ chức lại do chính công an cầm đầu nên có người bị bể ba bốn lần, ra tù lại đi nữa cho đến lúc hết sạch vốn liếng. Vậy mà cuối cùng cũng đi thoát.

Luẩn quẩn quen biết nhiều tay môi giới, nhiều tay vượt biên kinh niên không tiền nhưng cứ lì canh me rình rập tại những khu vực bãi đáp quen thuộc rồi xông đại lên tàu, có anh mang theo trái lựu đạn quyết tử nên chủ tàu đành chấp nhận cho quá giang.

Gia tài của Tuấn còn lại mỗi chiếc Honda 67, loại xe này đang ăn khách nhưng mang bán cũng chỉ được vài chæ, làm sao có thể mua chỗ vượt biên. Thời buổi này phó thường dân mà đi xe Honda khoâng coù saêng như chọc kim vào mắt công an, dễ bị kiếm chuyện lắm.

Ngó chiếc xe ở góc nhà, Tuấn gợi ý vu vơ:

- Chán mớ đời, xăng mắc quá, cả năm nay để thờ không dám chạy một lần...

Tay công an thăm dò:

- Sao không bán đi?

- Thời buổi này mấy ai có tiền mua xe, mua xăng ngoài mấy quan chức… nhân dân anh hùng đành chịu thua thôi..

Tay công an đã có miếng mồi, nói thăm dò:

-Ừ, anh nói cũng phải, cũng ít người mua mà bán đổ bán tháo đi thì cũng tiếc...

Nhìn hắn lại gần sờ mó, quan sát chiếc xe. Tuấn biết sự thèm khát của hắn đã lên tới đầu nhưng Tuấn giả đò nói lảng:

- Đúng thế, chẳng muốn bán làm gì, đợi kiếm đươc việc làm đổ xăng chạy chơi.

Đột nhiên Tuấn chuyển đề tài như nói vu vơ:

- Sài Gòn khó sống quá! Giá mà được tách hộ khẩu đi xa kiếm ăn thì đỡ quá.

- Sao anh không đi đi?

Như để nhắc khéo, Tuấn lại gần chiếc xe lấy tay phủi bụi trên yên xe và nói.

- Anh trong ngành an ninh cũng biết là đâu có dễ, phải có người giúp đỡ...

Một nụ cười như hiểu ý thoáng hiện trên môi tay công an:

- Anh cần gì cứ nói để em giúp cho.

Đến đây thì không cần thăm dò quanh co nữa Tuấn nói thẳng:

- Tôi có người quen ở Phước Hải muốn giúp tôi học nghề đánh cá... hi vọng cải thiện cuộc sống không biết anh có giúp được không.

Gã công an cười khoái chí:

- Khó đấy nhưng mà "đầu qua thì đuôi lọt." Cấp phường mà làm tốt thì cấp tỉnh cũng xong.

- Đi vào thực tế, nói thẳng nếu anh giúp được, tôi bán rẻ cho anh chiếc xế nổ này lấy ba chỉ đi đường thôi.

Tay công an nằn nì:

- Một chỉ thôi anh Tuấn, đâu phải mình tôi, còn trên nữa... còn nhiều bộ phận phải bôi trơn. Tôi làm báo cáo tốt đề nghị anh có thiện chí muốn lao động tốt, đã giác ngộ tư tưởng cách mạng muốn gia tăng sản xuất nhưng địa phương không có phương tiện...

Tuấn làm như ngần ngừ tính toán rồi như miễn cưỡng bằng lòng.

- Thôi cũng được, miễn là anh làm tốt cho tôi.

Chương 14

Ba năm rồi trở lại Đất Đỏ, thời gian như ngừng lại, cảnh vật vẫn y nguyên như cũ làm Tuấn chao đi, kỷ niệm bừng bừng trong niềm vui rộn ràng như vừa uống cạn một ly rượu mạnh, chợt như sống dậy trọn vẹn dấu vết những ngày qua chinh chiến, như vừa gặp lại một người tình xưa, mừng mừng tủi tủi, đầm ấm vô chừng.

Ba năm qua mà như trong chớp mắt, tưởng như không có thật. Phút giây Tuấn thoáng hoảng hốt tưởng như còn đang mặc trên người bộ áo trận, đôi giầy saut, sà vào một quán hàng ngồi uống ly café nóng ấm sau một đêm phục kích vô sự, ngồi đấy chờ ngày lên, nắng và gió biển huy hoàng, hạnh phúc quá, thêm một ngày an lành, mọi người đều an lành...

Lại nghĩ đến Vân trong nỗi nhớ điên cuồng. Bỗng khát khao quá thân thể mềm mại ấm áp của người yêu, đêm cuối cùng gần nhau trong đồn Thổ Mộ và những giọt nước mắt van xin... Bỏ tất cả đi anh, em không thể sống thiếu anh...

Về Đất Đỏ như gặp lại người tình xưa, Tuấn cười với chính mình và hát trong đầu một bài hát quen thuộc cuả Phạm Duy... ba năm rồi không gặp, người con nhớ hay quên, rồi tự trả lời "còn nhớ y nguyên".

Chợ Phước Lễ vẫn thế, có khác chăng là lá cờ đỏ sao vàng lớn cắm trên nóc bồn chứa nước nhưng những mái tôn rỉ sét của khu chợ thì vẫn vậy, ngay cả những mặt hàng độc tồn trữ từ thời các đơn vị lính Úc đồn trú tại đây bắt đầu tuôn ra thị trường. Chiếc quạt máy, đồ đựng thức ăn cá nhân của lính, chiếc xẻng đào đất của quân đội, chiếc radio bán dẫn…

Đồn Thổ Mộ đổi chủ nhưng phong thái vẫn vậy, vẫn như một tổ mối đùn lên, xấu xí, thô kệch, nham nhở như một vết sẹo giữa đám ruộng xanh mướt. Lòng dạ xốn xang trong một nỗi khát khao được bước vào căn đồn này một lần nữa, được đi lại, được bò trên mặt đất giữa những ụ đất, đồng thôøi cũng nổi lên trong trí óc một câu hỏi không thể trả lời… tại sao mình có thể hi sinh nhiều như vậy, coi nhẹ ngay cả tính mạng, người yêu cho cái ụ đất xấu xí này... Vân ơi, anh đã mất em cho cái ụ đất xấu xí này, tại sao? Tại sao phút này vẫn thiết tha với nó.

Sau chiến tranh, thằng Sáu về Phước Lễ làm ăn ổn định, đủ sống, vẫn độc thân, có hai chiếc thuyền thúng để đánh bắt ven biển và một tàu nhỏ của gia đình bỏ phế vì máy móc hư hỏng nằm chềnh ềnh trên bãi. Sáu than thở:

- Không có tiền và cũng không muốn sửa chữa... Nhà nước bây giờ chủ trương tập đoàn sản xuất, chẳng có gì là tư hữu cả, gọi là của mình chỉ là hình thức vì mọi phương tiện sản xuất đều phải trong hợp tác xã. Kiếm được không bao nhiêu vì không có tàu lớn đánh bắt xa bờ, thuyền thúng chỉ kiếm ăn lai rai vậy mà vẫn phải đóng thuế và cho Nhà nước thu mua với giá quy định. Ông thày về đây mình rau cháo sống với nhau qua ngày. Chắc không đói vì dù sao dân chài lúc nào cũng có đồ ăn từ biển… những lúc xa bờ là tự do, không ai kiểm soát được mình.

Tuấn đưa tay lên môi ra hiệu và nói thầm:

- Đừng xưng hô như vậy, bây giờ anh là hạ sỹ Tuấn đã học tập tốt để trở về với nhân dân. Em cứ nói anh là em họ về đây học nghề chài, phụ em tăng gia sản xuất. Em cứ xưng hô mày tao với anh để không ai để ý. Anh sẽ gọi em bằng anh và xưng em.

Sáu che miệng cười nói:

- Kỳ quá...em không dám đâu.

Tuấn cố giải thích.

- Bây giờ là thời đại đảo ngược, muốn sống sót thì mình cũng phải ngược đảo mọi chuyện. Ba năm qua ở Sài Gòn, nếu anh không đảo ngược cuộc đời mình thì đã không thoát được... anh quen cuộc sống ngụy trang để mưu sinh thoát hiểm rồi. Sáu có nhớ ông thượng sỹ già dễ thương nhất đại đội không?

- Dạ nhớ!

- Ông ấy là thiếu tá Cộng Sản nằm vùng trong đại đội mình... Ngày trình diện học tập, anh may mắn gặp ông ta nên thoát không phải đi cải tạo vì được chứng nhận chỉ là hạ sỹ. Đấy cuộc đời chúng ta đảo ngược như thế đấy. Em nhớ bài học nguỵ trang những lần mình đi phục kích không, thằng nào lộ ra trước thằng đó thác.

Tuấn cẩn thận dặn dò Sáu:

- Kể từ nay, anh là em của em, tới ở với em học nghề. Anh vụng về nên trước mặt đám quan chức em phải chửi bới anh thậm tệ, đừng ngại ngùng gì cả... đó là em thực tình thương anh, muốn che chở cho anh.

Hai thầy trò cùng cười. Tuấn nói bây giờ mình dượt tuồng nhé, dượt nghiêm chỉnh, em gọi anh là thằng Tuấn mày ngu quá, dậy hoài mà không tiến bộ chút nào... nói đi. Phải quyết tâm nói dối, quyết tâm bịa đặt thì nói láo sẽ thành sự thật.

Tách hộ khẩu về được Phước Lễ, Tuấn phát hiện

được một điều là cung cách vận hành quản lý của Nhà nước rất chặt chẽ, kiến hiệu ở mức địa phương nhưng lại rất sơ hở khi vượt khỏi đơn vị phường khóm.

Ở đơn vị địa phương, những tổ trưởng dân phố, những ông cán bộ chính trị, những anh công an khu vực là những ông thần uy quyền giám sát chặt chẽ linh hồn mọi con người nhưng vượt khỏi phạm vi này là quân hồi vô phèng, không ai nghe ai. Một mảnh giấy chứng nhận với con dấu củ khoai vẫn có giá trị như một văn thư từ trung ương, đôi khi lệnh từ cao xuống lại không hiệu nghiệm so với văn hoá bôi trơn.

Tuấn từng học điều này khi tham dự một khoá huấn luyện ở tổng cục chiến tranh chính trị.

Bài bản nguỵ trang mưu sinh thoát hiểm của hai thầy trò Tuấn diễn ra tốt đẹp đến độ nhiều lúc anh công an khu vươc còn lên tiếng bên vực Tuấn khi bị Sáu chửi bới la mắng quá đáng.

Làng chài Phước Hải thuộc quân Đất Đỏ là một làng đánh cá trù phú lâu đời cả trăm tuổi và không xa lạ gì với Tuấn vì khi đồn trú ở Thổ Mộ, những ngày yên lành Tuấn thường về đây ăn cắp những phút thanh bình.

Sinh hoạt cuả dân chài ở đây chuẩn bị từ nửa đêm, ra biển từ một giờ sáng tới năm giờ chiều mới về bến. Không khí nhộn nhịp tưng bừng lúc thuyền về bến. Trong nắng vàng hoàng hôn, thanh niên, phụ nữ, cả những cụ già tíu tít mỗi người một việc, người lo gỡ lưới, người chuyển cá lên bờ chuẩn bị bán sỉ cho lái cá.

Từ ngày dưới chế độ mới, sinh hoạt chìm xuống trong giai đoạn đầu vì sự quản lý an ninh nhằm ngăn cản những cuộc vượt biên vẫn liên tục xảy ra. Đã có những con tàu đánh cá còn tốt hai hay ba block ra khơi và không về nữa.

Chủ trương mọi phương tiện sản xuất là của Nhà nước nên phải tập trung trong những hợp tác xã làm người dân nản lòng không muốn bám biển nữa mà chỉ đánh bắt đủ ăn.

Sáu than thở:

- Ông thầy thấy không, trước đây nhà nào cũng có Honda, bây giờ xe đạp cũng không có, trước kia thuyền lớn thuyền nhỏ bây giờ ngó coi, toàn thuyền thúng chỉ đánh bắt quanh bờ, làm sao có mẻ lớn được. Xăng dầu mắc như quỷ mà còn bị kiểm soát khắt khe. Nhà nào có tàu đủ lớn để đánh xa bờ thì buộc gia nhập đủ thứ tổ chức nào là nghiệp đoàn, hợp tác xã, tổ khai thác hải sản, tuyến ven biển, tuyến xa bờ, thực chất là một hình thức kiểm soát nhân dân và tịch thu phương tiện sản xuất cá nhân nhưng chủ ghe vẫn phải điều động con tàu không công cho hợp tác xã.

Tuấn im lặng thăm dò:

- Nhà mình có cái ghe hư sao không sửa lại, đánh xa bờ mới có ăn…

- Tiền đâu? Em chỉ ăn theo mấy cái ghe lớn thỉnh thoảng đánh xa bờ.

- Sửa ghe tốn nhiều tiền không?

- Ghe này nhỏ hai lốc máy nhưng cũng phải trên dưới mười cây thì mới an toàn sử dụng được...

Tuấn suy nghĩ rồi nói:

- Chuyện này lo được, bà mẹ tôi đang tính sang một phần căn nhà cho người ta chắc có tiền.

Thực ra ngay từ phút nhận đươc lá thư ngắn ngủi

của Vân, ý định vượt biên loé lên rồi không thể nào gạt bỏ ra khỏi trí óc, càng ngày càng thôi thúc, trở thành thân thiết, quấn quýt như chính hình ảnh Vân đang cận kề bên mình luôn luôn nhắc nhở.

Tách được hộ khẩu về Phước Lễ là chặng khó khăn đầu tiên, bước tiếp theo ra sao chưa biết nhưng nhất quyết phải tìm đường ra đi. Tuấn cười thầm với ý nghĩ kỳ quặc trong đầu... Vân ơi dù phải chèo thuyền vượt biển anh cũng sẽ tìm tới em.

Con tàu hư nát từ bữa đó bỗng có một sức hút kỳ lạ như một ám ảnh. Phút nào rảnh rỗi, Tuấn lại mò ra leo lên con tàu đang nằm phơi xác trên bãi, xem xét tỉ mỉ từng vết hở trên sườn tàu, cái chân vịt bắt đầu rỉ sét, tay lái kêu rên ken két khi chạm vào. Có những buổi Tuấn leo lên con tàu nằm dài trong đó thả lỏng trí óc trong cơn mơ mộng về một chuyến ra khơi và được gặp lại Vân. Khát khao bùng cháy trong trí óc.

Tuấn ở Phước Hải thấm thoát đã nửa năm, đã biết cách chèo thuyền thúng và đôi lần xin theo thuyền lớn đánh bắt xa bờ.

Lần đầu tiên ra khơi, mới thấy cái uy lực mênh mông của trời nước đè chụp xuống con tàu mong manh, thách đố lòng can đảm của dân chài. Mỗi chuyến ra khơi là một lần đối diện với thách thức hiểm nguy bất chợt. Biển cả hiền lành nuôi dưỡng nhưng có thể hung hiểm không ngờ. Tuấn học những bài học đầu tiên về hải hành, học cách tách sóng, tránh sóng ngang, đoán khí tượng bằng mắt. Giữa đi biển và chiến tranh coi bộ cùng một triết lý. Dân chài nói sóng to phải đâm thẳng vào sóng nếu không thuyền sẽ lật, phải vào chết để tìm sự sống, giống như thời đi lính bị phục kích, bỏ chạy là chết, xông thẳng vào mũi súng là còn có cơ may sống sót. Tuấn đang chuẩn bị áp dụng bài học vào chết tìm sống này.

Tuấn bàn với Sáu:

- Tiền sửa chữa có thể lo được nhưng trước tiên phải thỏa hiệp với tay công an khu vực.

Anh chàng công an này người miền Nam quê ở Củ Chi, từng sống nhiều năm trong địa đạo nhưng lại khá hiền lành, xuề xoà không thích nói chuyện chính trị khác hẳn tay công an ở Sài Gòn. Những lúc dân tình ca thán chuyện thuế má, chuyện hợp tác xã thu mua quá đáng anh ta chỉ xoa dịu nhẹ nhàng… Xin bà con thương cho... tôi chỉ thi hành chỉ thị của trên.

Nhìn anh chàng này làm Tuấn nhớ lại những lần hành quân tảo thanh, kéo từ dưới hầm lên một anh du kích mặc quân đùi, ở trần, mặt ngơ ngác lo sợ trước mũi súng dí vào đầu. Bây giờ anh công an trước mặt Tuấn đổi vị trí, Tuấn là người mới chui dưới hầm lên, anh ta có súng, có quyền dí súng vào đầu Tuấn bóp cò. Anh ta không bóp cò cũng như Tuấn đã đưa cho anh du kích ly nước, điếu thuốc lá và một nụ cười trấn an.

Tuấn nói với Sáu:

- Tôi nghĩ cần động viên anh công an cho mình giấy giới thiệu về Sài Gòn thu mua đồ phụ tùng sửa chữa. Từ ngày tới đây thấy anh ta hiền lành và có cảm tình với tôi. Mình nói với anh ta khi nào tàu hoạt động được sẽ chia ba... như vậy chắc anh ta sẽ hết long.

Tuấn nói với anh chàng công an:

- Đồng chí thấy không, phương tiện sản xuất là của Nhà nước, con tàu của anh Sáu bỏ chết thế này phí quá, bỏ ít vốn sửa chữa lại là có sản xuất liền. Tàu hoạt động lại tôi, anh Sáu và đồng chí chia ba... Sáu có tàu, đồng chí cố vấn, tôi bao sau.

Đề nghị hợp lý và hấp dẫn, anh chàng công an gật đầu liền.

- Phần tôi cần đóng góp gì? Anh Công an hỏi

- Có đồng chí chỉ đạo là đủ rồi. Trước mắt là phải về Sài Gòn kiếm người biết sửa máy, vô Chợ Lớn mua phụ tùng, phần vỏ tàu cần sửa tôi và Sáu lo ngay ở đây, chỉ cần đồng chí cho giấy giới thiệu thu mua vật liệu sửa tàu và cho phép thợ máy tới đây tạm trú. Đồng chí cho phép thì mới làm được.

Với giấy giới thiệu của hợp tác xã ngư nghiệp và công an Phước Hải, Tuấn thoải mái về Sài Gòn lo việc móc nối tổ chức vượt biên.

Có gia đình một ông bác sỹ chịu bỏ tiền sửa tàu, một anh trung sỹ cơ khí hải quân trước làm cho Duyên đoàn đặc nhiệm 88 ở Cát Lái rất vững tay nghề, một anh chàng trung uý hải quân được thả về sớm vì có quan hệ gia đình cách mạng, anh này từng có chút kinh nghiệm đi biển trên chiến hạm, một tài công người Việt gốc Hoa từng lái ghe chở gạo từ Lục Tỉnh lên Sài Gòn.

Tạm ổn nhưng khó khăn chính là xăng dầu bị kiểm soát chặt chẽ, mỗi chuyến ra khơi chỉ được mua số xăng hạn chế vừa đủ chạy loanh quanh ven biển.

Chính sách kinh tế tập trung, mỗi lần ra biển phải khai trình số nhiên liệu mang theo vừa đủ cho đi về, muốn đi xa hơn một chút là phải mua xăng lậu từ tài xế xe quân đội và cũng rất khó khăn nguy hiểm, phải lén lút đón xe trên đường trong đêm tối, mua từng can nhỏ rồi tìm cách chôn dấu tích trữ dần dần nếu muốn đi xa. Mà tàu muốn vượt biên cần ít nhất năm sáu can xăng nếu muốn tới được Mã Lai hay Phi Luật Tân.

Vấn đề thật nan giải vì muốn làm được chuyện này phải có người địa phương và có đường dây với quân đội là nguồn duy nhất có dầu xăng. Không thể cấm việc hành nghề đánh cá nên cũng không ngăn được việc vượt biên. Cách duy nhất là kiểm soát gắt gao xăng dầu.

Không xăng thì không đi xa được nhưng Nhà nước dù làm thế nào vẫn không ngăn được những người quyết chí ra đi vì ngoài xăng lậu những chủ ghe còn đồng loã chia sẻ cho ghe vượt biên thực phẩm và xăng dầu. Cái sinh hoạt chia sẻ này hầu như công khai vì hôm nay người ta vượt biên, ngày mai biết đâu chẳng đến lượt mình.

Tình thấy trò rất thân thiết nhưng Tuấn vẫn giấu chưa dám nói cho Sáu biết ý định vượt biên vì không chắc anh chàng sẽ đồng ý. Tuấn tự nhủ, cứ lo cho con tàu xong rồi sẽ tuỳ cơ ứng biến.

Cung cách chuẩn bị con tàu cũng làm Sáu hơi ngạc nhiên. Tầu nhỏ nhưng không thấy Tuấn chú ý tới ngăn đá chứa cá mà đáy tàu lại có nhiều can chứa nước và những trái dừa khô. Giữa hai ngươi dường như đều có điều muốn hỏi, muốn nói nhưng vẫn ngần ngại…

Vô tình một bữa Tuấn hỏi Sáu..

- Mấy thuyền lớn đánh bắt xa bờ có thường ra tới hải phận quốc tế không nhỉ?

Sáu đáp:

- Thời tiết tốt, biển êm, ít tốn nhiên liệu đôi khi cũng tới.

- Thuyền của mình hai block một can xăng chạy được bao xa?

- Còn tuỳ biển lặng hay động... khoảng 30 cây số.

Tuấn thở dài nói:

- Thời buổi này làm ăn khó khăn quá, nếu muốn đánh xa làm sao mua thêm xăng được nhỉ?

Sáu không trả lời câu hỏi, loanh quanh nhưng bất chợt ngó Tuấn hỏi rất nghiêm chỉnh.

- Ông thày tính vượt biên phải không?

Thoáng hoảng hốt Tuấn không dám nhìn thẳng người hỏi, chỉ cúi đầu đáp ngắn…

- Không...

Một nụ cười nở rộng trên môi, Sáu nói:

- Ông thày không tin em phải không?

Tuấn nín thinh, không dám chối cãi.

Sáu lại nói:

- Em và ông thầy mấy lần vào sanh ra tử sống chết có nhau tình nghĩa như trời biển lẽ nào em hại ông thày.

Bây giờ Tuấn mới dám biện minh đồng thời xác nhận:

- Muốn nói với Sáu từ lâu rồi nhưng không biết phải nói thế nào, tàu là của Sáu, vượt biên là ý của riêng tôi... Thú thật, nếu nói ra mà Sáu không đồng ý tôi cũng đành phải bỏ chờ cơ hội khác.

- Thật ra em cũng định nói ý định vượt biên với ông thày ngay từ lúc ông thày đề nghị sửa tầu. Nghe ông thày có người nhà ở ngoại quốc em càng hào hứng nhưng chưa có dịp nói. Có cơ sở ở ngoại quốc ít ra không sơ chết đói buổi đầu bỡ ngỡ. Thật ra không chỉ mình em đâu. Ở đây, ít nhất một hai ông chủ ghe cũng đang nhấp nhỏm chuyện vượt biên. Không có tàu nhưng em vẫn liên lạc bí mật với họ trong việc chuẩn bị. Tàu của họ lớn nên chuẩn bị công phu lắm vì chở nhiều người. Nghe ông thày đề nghị sửa ghe của mình em mừng hết lớn, cũng định nói thẳng với ông thày chuyện vượt biên nhưng chưa dám.

Bây giờ thì Tuấn mới có thể cười thoải mái:

- Vậy mà mấy tháng nay teo quá cứ phân vân không biết phải nói thế nào, bây giờ Sáu tính sao?

- Phải đi thôi, sống thế này thì ai mà sống nổi. Hết thi đua đến nỗ lực, gia tăng, thi đua rồi cải thiện nhưng cuối cùng mình chẳng còn gì. Mới đầu nghe nói ai cũng hăng hái nhưng ít lâu sau là oải ra, muốn sống thì phải tìm cách thông đồng ăn cắp, nói dối, mánh mung... Được cái cha công an khu vöïc cũng dễ dãi nên còn thở được.

Xăng dầu thì lo được, mấy chủ ghe ở đây đều có đường dây quan hệ với boïn lính ở căn cứ núi Minh Đạm, nơi đây trước là chiến khu của họ nên vẫn hoạt động bí mật nhờ đó vẫn có xăng lậu. Cứ phục bên đường ban đêm, thấy đèn pha xe chạy qua tay cầm can xăng đứng đợi, tài xế nào có xăng bán thì biết ý ngừng lại cho hút xăng. Xăng mua được phải đem vùi trong cát, giấu trên thuyền.

Chừng nào thuyền sửa xong, mình lấy cớ phải chạy thử rà máy một thời gian để ổn định, chưa thể đánh bắt ngay được nên chưa vô hợp tác xã. Thời gian này để chuẩn bị mà không bị nghi ngờ...

- Hai người sửa máy và tài công thực ra là người của mình cùng đi vượt biên, họ xin tạm cư ở đây có lý do ngụy trang nhưng còn gia đình ông bác sỹ một vợ hai con tính làm sao?

- Căn ngày đi, nói họ chia làm hai toán tới Long Hải rồi chiều tới chợ Phước Lễ chiều tối giấu trong nhà mình, khuya cho lên thuyền thúng chở ra ghe.

- Sáu làm tài công được không?

- Trước khi đi lính, em từ nhỏ đã theo ông già đi biển, chưa thực sự điều khiển ghe nhưng cũng biết đủ xài…

Thuyền đã sửa xong. Đúng như kế hoạch, một giờ đêm Tuấn chở mấy người trong gia đình ông bác sỹ ra thuyền.

Đêm khuya, tiếng máy nổ nghe quá rõ như tiếng kẻng báo động vì ghe còn gần bờ làm mọi người lo sợ thất ruột nhưng Sáu trấn an… chuyện thuyền ra khơi giữa đêm là thông thường, chẳng ai để ý đâu. Con tàu tăng tốc, nhìn phía Vũng Tầu, ngọn hải đăng trên Núi Lớn quét những lưỡi sáng dài trên mặt biển

Bình minh… trời sáng dần rực rỡ, những cồn mây hồng tím cuối chân trời biến đổi liên tục, khu cửa biển Vũng Tầu loáng thoáng có những thuyền cá khác cũng ra khơi.

Ông lính hải quân vui vẻ cho biết nếu tính đúng thì chắc chắn đã ra đến hải phận quốc tế, có thể sẽ gặp tầu buôn, chưa biết chừng sẽ được họ vớt. Dù sao nếu biển êm thế này nhiều lắm ba ngày là tới được Mã Lai.

Ông sỹ quan hải quan đề nghị vì không có bản đồ chỉ dựa vào hải bàn để định hướng nên để chắc chắn, có lẽ phải tiếp tục đi xa hơn về hướng Đông trước khi theo hướng Tây Nam để tránh việc bị dòng hải lưu trôi dạt vào bờ. Hơn nữa đi gần bờ nếu thời tiết xấu đi, sóng ngang sẽ lớn hơn. Đi xa bờ khi có bão, sóng to hơn nhưng thuyền cưỡi sóng thụt lên thụt xuống, lên bờ xuống ruộng coi ghê nhưng lại ít nguy hiểm so với sóng ngang lật thuyền.

Sáu cãi lại nói nói biển êm nên phải thừa thắng xông lên cứ tiếp tục con đường, tới nơi sớm phút nào hay phút đó. Sáu cười giải thích biển cả như đàn bà, nổi quạu bất tử…

Rất tự tin Sáu nói:

- Em theo ông già đi biển từ nhỏ, từng đánh bắt gần Mã Lai có khi còn bị tàu tuần xua đuổi chạy có cờ... biển êm, em nghĩ nên tranh thủ đi mau tới nơi vì biển cả hay dở chứng không lường trước được..

Mặt trời đã lên cao, biển lặng, không một thoáng gió, nhìn xa như mặt hồ êm ả sóng nhấp nhô. Ông lính hải quân giải thích trong nghề đi biển gọi là "biển dầu", tụi Tây gọi là "me đuyn" (mer d' huile). Bây giờ mới đầu tháng tư không nghe các cụ nói sao "tháng ba bà già đi biển"

Nhìn xa cuối chân trời mây trắng xây thành như những hải đảo nõn nà nổi bật trên nền trời xanh thẫm, yên bình và huy hoàng như ước mộng một chân trời hạnh phúc đón chào.

Con tàu lướt êm trong tiếng máy rù rì. Mọi người hân hoan nhìn nhau. Ông bác sỹ ôm vai vợ nói "thoát rồi em".

Ngồi tựa ở mũi tàu, gió mát đùa trên tóc, nhìn chân trời nắng gió thênh thang phía trước, lòng Tuấn cũng rộn ràng niềm hân hoan nghĩ đến phút giây đầu tiên liên lạc được với Vân. Chắc Vân sẽ khóc. Tuấn nghĩ thế và cười với chính mình... Chắc mình cũng khóc mất.

Cơn mộng mị tiếp tục nở ra trong đầu hình ảnh

giây phút đầu tiên đoàn tụ, ôm Vân trong tay và nói... Vân ơi, nói đi, nói đây là sự thực không phải cơn mê… anh vẫn sợ chỉ là một giấc mơ… sẽ vụt tan biến. Tuấn sờ tay xuống ván thuyền, không phải cơn mê mà thực sự anh đang ngồi trên nột con thuyền đã rời khỏi mảnh đất Việt Nam. Anh đã thoát...

Buổi tối, sóng lớn hơn một chút nhưng anh chàng thợ máy đề nghị chạy chừng mười hai tiếng phải cho máy nghỉ chừng ba tiếng

Tàu tắt máy, tiếng sóng vỗ vào mạn thuyền trở nên rõ ràng hơn. Bồng bềnh trong biển đen tăm tối không bờ bến khiến người ta có cảm giác bất an. Chỉ khi ngửa mặt ngó lên nền trời đầy sao long lanh, nỗi sợ hãi dường như dịu lại. Những ngôi sao như điểm chuẩn toạ độ của sự sống… gợi nhớ lại những đêm đi phục kích, trong đêm tối mịt mùng nhìn hình bóng mù mờ cuả một bìa làng, một ngọn cây đu đưa như dấu vết mơ hồ của cuộc sống.

Sáu hứng chí đổ rượu đế vào chiếc thau nhôm nướng mấy con cá khô, mở cơm nắm ra rồi mọi ngươi cùng ăn nhậu vui vẻ quanh ánh lửa bập bùng.

Sang ngày thứ nhì, mọi việc vẫn yên ả, tàu chạy chậm vì không muốn ép máy.

Đến buổi trưa có những triệu chứng bất thường làm tài công lo ngại. Trời đang sáng nhưng tối dần lại, gió mạnh hơn, cuối chân trời những cuộn mây đen xám ùn ùn nổi lên những hình thù kỳ dị, đầy đe dọa, vây hãm. Nét lo sợ không giấu được trong ánh mắt mọi người. Gió mỗi lúc một mạnh hơn làm con tàu lắc lư rùng mình. Mau chóng, mây đen phủ kín bầu trời tạo một khung cảnh dữ tợn, sóng vỗ mạnh vào mạn tàu, con tầu oằn mình như người bị bẻ xương kêu răng rắc. Những tia chớp ngoằn nghoèo cùng tiếng sấm nổ long óc, ù tai. Cơn mưa bão phủ chụp, mịt mờ bốn phía.

Một tia chớp rực rỡ vừa nháng lên cho thấy một bức tường nước chắn ngay trước mũi tàu trong đó những con cá lớn nhỏ lướt trước mắt như một bức tranh sống động.

Con tàu nhỏ mong manh như một cọng rác bồng bềnh theo sóng, mấy người đàn ông vật vã chống đỡ, la hét om sòm. Những cột nước khổng lồ phủ chụp xuống nhưng tàu phải mở máy tối đa để cưỡi sóng.

Con tàu nổi trên đầu ngọn sóng rồi rơi xuống thật sâu tới đáy sóng, hụt hững như rơi xuống một hố thẳm tối đen trong địa ngục làm thót ruột. Mỗi lần tầu rơi xuống chân sóng là như rơi xuống cõi chết, chỉ hồi sinh khi leo lại trên ngọn sóng.

Tới khua, cơn bão tan dần, mọi người hết sức tát nước vì máy bơm ngập nước không hoạt động. Những ánh chớp còn loé lên trên bầu trời làm không khí như ngập trong một thứ ánh sáng xanh trong veo, tinh sạch.

Máy tàu hoạt động quá sức liệt luôn không khởi động đươc nữa. Anh chàng thợ máy và Sáu đang nỗ lực sửa chữa nhưng không biết có được hay không làm mọi người lo lắng.

Một ngày mới, vẫn không sửa được máy, con tàu trôi dạt vô định hướng.

Sáng ngày thứ ba sau cơn bão chợt có tiếng chim hải âu và những cánh trắng chao liệng gần tầu.

Mọi người nhao nhao vì Sáu cho biết tàu đang dạt tới gần đất liền nhưng không biết đang ở đâu. Hi vọng nếu không tới Mã Lai thì cũng là chỏm đuôi của bán đảo Thái Lan.

Tàu trôi gần hơn vào bờ, hiện rõ hơn không phải đất liền mà là một quần đảo xinh tươi với những hàng dừa thẳng tắp. Mọi người xôn xao bàn tán.

Ông bác sỹ cho rằng có thể đây là đảo Pulo Wai trong vịnh Thái Lan gần Phú Quốc nơi chúa Nguyễn bôn tẩu nhưng ông sỹ quan hải quân thì cho rằng tàu không thể lạc xa quá như vậy, có thể đây là Côn Đảo.

Côn Đảo! Nhận xét này làm mọi ngươi xanh mặt. Bà vợ ông bác sĩ và hai đứa con tụ lại ôm nhau luôn miệng niệm Phật.

Cũng đành cho số phận vì tàu không thể nổ máy. Nhìn từ xa chỉ thấy một vệt xanh mờ nhưng ở khoảng cách gần hơn đã nhìn thấy hình dáng rõ hơn của những rặng cây.

Có tiếng la lớn của tài công..

- Có thuyền chạy tới!

Mọi người gắng nhìn nhưng không thể phân định, một lúc sau mới nhận ra không phải thuyền quân sự nhưng trên cột buồm nhấp nhánh một chấm mầu đỏ. Có tiếng la hoảng hốt của ai đó.

- Chết rồi thuyền công an

Chiếc ghe máy chạy lại gần hơn phất phới lá cờ đỏ sao vàng. Tiếng thằng Sáu la to:

- Bình tĩnh, vẫy tay như cầu cứu!

Chiếc tàu tuần cạp sát vào ghe vượt biên. Sáu bình tĩnh lo phụ cột hai ghe sát vào nhau. Hai ba người lính tay cầm Ak trên ghe lớn nhảy sang thuyền. Sáu bình tĩnh ứng phó nói lớn:

- Cám ơn các đồng chí! May quá ghe bị bão, máy hư, trôi hai ngày rồi.

Tay công an không nói, lầm lì đi quan sát khắp thuyền, nhìn những trai dừa khô lều bều ở đáy tầu, con mắt cú vọ quay về phía bà vợ ông bác sỹ và hai đứa nhỏ như vừa khám phá một điều gì thích thú lắm.

Hắn hất hàm hỏi tài công.

- Ai là chủ tàu?

Sáu mau mắn đáp:

- Dạ em…

- Tàu gốc ở đâu?

- Dạ, làng Phước Lễ-Bà Rịa.

Giọng nói chợt mang vẻ tinh quái, anh công an nói:

- Lưới cá đâu mất cả hà... Mấy anh tài thật, bắt cá bằng tay à?

Chết mẹ rồi, trong lúc vội vã ra đi không ai nghĩ tới chuyện mang theo lưới vì nghĩ không cần thiết.

Sáu chống chế yếu đuối.

- Bão nên tui em vứt cả xuống biển cho nhẹ tàu.

Tay công an không ý kiến nhưng quay sang nói:

- Mấy người đưa giấy tờ coi!

Hắn ta coi giấy tờ rồi nhìn về phía người đàn bà với hai đứa trẻ co rúm hoảng hốt trong một góc thuyền.

Vẻ đắc thắng hắn nói:

- Chà, mấy người Sài Gòn này đánh cá giỏi quá há...

Giọng lưỡi đột nhiên thay đổi, đe doạ:

- Dm... tụi mày vượt biên thì nhận đi nói vòng vo tam quốc mất thì giờ.

Cả tàu im lặng chết đứng chỉ có tiếng khóc dấm dứt của người đàn bà. Tay công an ra lệnh:

- Khẩn trương còng tụi nó lại, cột dây kéo tàu vào bờ.

Trong đồn công an, mấy người gốc lính Ngụy được giam riêng để điều tra.

Chương 15

Tuấn bị giam trên đảo khoảng một tháng trong phòng giam có lẽ từ thời Pháp thuộc vì còn thấy những chiếc còng chân rỉ sét gắn trên những bệ xi măng. Không bị còng, nhưng hàng ngày đươc gọi lên sở chỉ huy đồn công an làm lời khai rồi được dẫn đi làm lao động loanh quanh trên đảo.

Đảo thật đẹp và hùng vĩ nếu không nhìn thấy những chiếc cùm chân rỉ sét theo thời gian hoặc những phòng giam loang lổ rêu mốc câm nín như vẫn ôm ấp một dĩ vãng kinh hoàng, nơi đây từng ghi dấu bước chân của nhiều mảnh đời tù tội, từ những tướng cướp giết người tới những nhà cách mạng, những tù nhân chính trị qua nhiều thời đại, và phút này, có thêm dấu vết của người tù tên Nguyễn Anh Tuấn.

Ý nghĩ này chợt nổi lên ngộ nghĩnh khi liên tưởng

tới câu nói cuả Caesar người chiến binh lừng danh La Mã "Veni Vidi Vici", (tôi đã tới, đã thấy, đã chinh phục) .

Cũng là một người lính, Tuấn đã tới hòn đảo ngục tù này, đã được thấy những chiếc cùm hoen rỉ, những dãy nhà giam lầm lì đe doạ, những bức tường rêu mốc lởm chởm mảnh chai, những cánh cửa nhà giam câm nín bất cần đoái hoài tới thân phận những mảnh đời tù tội. Tuấn không đến đây như một người chinh phục, một kẻ chiến thắng mà là một tù nhân..

Dù sao… thì mình đã có dịp in dấu chân nơi đây, Tuấn chợt nghĩ… Chẳng phải là điều để hãnh diện hay sao? Địa danh này từng nghe qua nhiều lần như một huyền thoại kể hoài không hết, từ những toán thực dân Anh chiếm đảo để lập căn cứ nhưng bị chúa Nguyễn Phúc Chu tàn sát trong một cuộc nổi loạn, rồi thời thực dân Pháp hàng vạn nhà ái quốc từng qua đây hay để lại nắm xương tàn, rồi thời quốc gia là nơi giam giữ tù Cộng Sản, một thời rùm beng chuyện chuồng cọp và bây giờ lật ngược lại, có Tuấn thêm vào danh sách... một anh lính Ngụy.

Dòng sông lịch sử vẫn trôi đi qua bao ghềnh thác, bao khúc quanh và thân phận con người cứ cuốn trôi theo. Bây giờ chính quyền mới biến nó thành một khu triển lãm lịch sử. Lịch sử liệu có ngừng lại ở đây hay còn viết thêm tên một người tù mới, Tuấn tự hỏi?

Chưa thể biết sẽ bị giam ở đây bao lâu nhưng nếu không bị đi lao động thì ngày nào cũng phải viết lời khai dù vẫn bị chê là chưa thành khẩn. Ý nghĩ sẽ bị giữ lại đây vô thời hạn thoáng làm Tuấn hoảng hốt trong một liên tưởng khi làm tạp dịch gần những phòng giam chết lịm như bất biến, lạnh lùng thách thức thời gian và hữu hạn một đời người.

Tuấn cố khai thật ngắn để tránh những chi tiết đối chọi nhưng cũng có những chi tiết thật khó ổn thỏa, địa chỉ hộ khẩu khai ở Phước Lễ nhưng gã công an vặn hỏi:

- Anh khai báo là hạ sỹ nhưng thuộc đơn vị nào, thủ trưởng cuả anh là ai?

Mấy câu hỏi này thì trả lời được vì Tuấn có thể khai rõ tên một đơn vị khác ở Đất Đỏ với đầy đủ chi tiết mà chắc chắn họ không thể có phương tiện kiểm chứng thế nhưng câu hỏi khó khăn nhất là những địa chỉ trong mười năm qua.

- Địa chỉ hộ khẩu trước của anh ở đâu? Tay công an hỏi.

Tuấn nghĩ thật mau… khai địa chỉ Vân, không thể khai địa chỉ thật vì căn nhà của Vân bây giờ đã có chủ mới. Không ai biết chủ cũ là ai.

Bài học sống với chính thể mới trong mấy năm qua là cứ thành khẩn nói dối thì gian dối sẽ thành chân lý, bắt chước những ông cán bộ sau một hồi thuyết giảng luôn luôn chấm dứt bằng câu kết luận “đó là một chân lý hiển nhiên”. Dễ hiểu thôi… Tuấn chợt nghĩ. Mấy thằng nói dối thường hay thề thốt rằng điều mình nói là sự thật.

Rồi một buổi tối, mấy người tù vượt biên lại đươïSc gặp nhau từng cặp, từng cặp trong chiếc còng số tám, xô đẩy lên một con thuyền trở về đất liền.

Mấy người đàn ông bị tống vào khám Chí Hoà.

Tin tức rỉ tai trấn an trong khám... “ không sao đâu, vươt biên nhiều quá nên thường chỉ giữ ít lâu, cho đi lao động vài tháng rồi thả ra. Ra tù nhưng mất hộ khẩu là đi kinh tế mới thôi. Đơn giản như đan rổ...và đúng chính sách Nhà nước, tăng gia sản xuất để dân giàu nước mạnh…”

Tuấn ở Chí Hoà ba tháng nhưng không được thả ra mà được chuyển tới nhà giam Phan Đăng Lưu.

Từ ngày dưới chế độ bây giờ, cái tên Phan Đăng Lưu trở thành mối đe doạ quen thuộc với người dân Sài Gòn, còn hơn cả khám Chí Hoà vì đây là một nhà tù bí hiểm mang tính chính trị nổi tiếng khắc nghiệt, đặc biệt để giam giữ điều tra đầu não trí tuệ của miền Nam gồm những phong trào chống đối chế độ, những văn nghệ sỹ mà họ gọi là bọn biệt kích cầm bút, những nhà hoạt động tôn giáo hoặc những tổ chức vượt biên. Gọi chung là những phần tử phản động tàn dư của Mỹ Ngụy được CIA gài lại đang âm mưu lật đổ chế độ.

Chính thể mới đặc biệt nhạy cảm với những thành phần này, đặc biệt là những người bị tình nghi có dính líu hoạt động cho tổ chức kháng chiến phục quốc Trần Văn Bá đã bắt đầu hoạt động sôi nổi tại Paris trong khuôn khổ Mặt trận Thống Nhất Các Lực Lượng Yêu Nước Giải Phóng Việt Nam của Lê Quốc Túy.

Một vài tin tức mơ hồ về hoạt động của nhóm hải quân Hoàng Cơ Minh cũng lan truyền về Việt Nam với việc ông này thành lập Lực Lượng Quân Nhân Việt Nam Hải Ngoại

Chính thể mới chỉ quan tâm tới những hoạt động mang tính cách có tổ chức và âm mưu. Một mình đứng giữa chợ chửi bới chế độ không sao nhưng nếu bị tình nghi có “tổ chức” là lãnh đủ.Vượt biên thì phải có tổ chức, có âm mưu, dễ hiểu!

Ngay từ những ngày đầu sau 30 - 4, không thiếu tin đồn về những tổ chức kháng chiến lan truyền rộng rãi trong dư luận.

Đây là những món ăn quý hiếm được mọi người ưa thích.

Ngươi ta sầm xì nói với nhau những tin đồn dù không thể kiểm chứng nhưng vẫn được tin tưởng. Dường như sự tin tưởng dù vô căn cứ này mang lại một niềm vui kín đáo, một thoả mãn mơ hồ, một phản kháng bị động.

Có tin tướng Ngô Quang Trưởng và Nguyễn Cao Kỳ đã trở về lãnh đạo kháng chiến ở miền Tây phù hợp với tin một số quân nhân Việt Nam Cộng Hoà còn tiếp tục chiến đấu và một số thuộc dân quân Hoà Hảo mới bị bắt ở vùng núi Sam Châu Đốc...

Vẫn chỉ là nhưng tin đồn nhưng tin một sỹ quan Quân đội Nhân dân bị bắn chết bằng súng hãm thanh trong Passage Eden được gắn liền với hoạt động của kháng chiến phục quốc..

Giữa những tin đồn này cũng là những hoạt động phản gián gài bẫy của công an nên vàng thau lẫn lộn. Dù vậy, người ta vẫn không sợ và những tin đồn kháng chiến phục quốc vẫn được biến đổi, phóng đại, loan truyền từ tai người này qua tai người khác trong những quán cà phê vỉa hè, bên vệ đường giưã hai người bạn...

Nhà giam Phan Đăng Lưu có khu tập thể và khu biệt giam dành cho những thành phần ác ôn cần phải tra cưú đặc biệt.

Những tù nhân trong cái nhà giam ghê gớm này càng đáng sợ hơn vì tội danh nguy hiểm nhất là tội tình nghi mà bản án có thể từ một vài ngày, vài tháng ngồi viết khai báo hay sẽ kéo dài vô hạn định.

Phòng biệt giam không có giường nằm. Tù nhân phải nằm trên sàn xi măng và nếu bị còng thì chỉ nằm mà không ngồi được.

Tuấn bị gọi lên làm việc nhiều đêm. Mới đầu tay công an ăn nói tử tế, dụ dỗ:

- Anh Tuấn à, cách mạng luôn khoan hồng với những đứa con lầm lạc của Tổ quốc, anh nghĩ đã thành khẩn khai báo tội lỗi của anh chưa?

Tuấn nói:

- Thưa cán bộ, từ Côn Sơn tới đây… cả tháng rồi tôi liên tục viết tự kiểm mà nghĩ mãi, hết lòng thành khẩn cũng chỉ có chừng đó thôi, tôi là hạ sĩ quan nguỵ nhưng đã học tập tốt và là công dân tốt của nước Cộng hoà Xã hội Chủ nghĩa Việt Nam. Tôi luôn tranh thủ lao động tốt để góp phần xây dựng dân giàu nước mạnh.

- Tại sao anh tổ chức vượt biên.

- Không có, tụi tôi đánh bắt cá, chẳng may bị bão trôi dạt tới Côn Sơn.

- Hộ khẩu gốc cuả anh ở đâu?

- Tôi khai báo rồi .

Tay công anh bất thần sầm mặt xuống gằn giọng

- Nói láo, ngoan cố… Nhìn đây, anh là trung uý trinh sát tiểu khu Bình Dương được gắn huy chương anh dũng bội tinh ngôi sao đồng trong cuộc hành quân tiêu diệt một đại đội quân cách mạng ở Suối Tầu Ô, sau làm đại đội trưởng địa phương quân Đất Đỏ, thăng cấp đại uý ngày 20 – 4 -1975... Nhìn coi!

Hắn ta chìa trước mặt Tuấn bản tướng mạo quân vụ và đổi giọng la lớn:

- Còn chỗi cãi nữa không? Trong lúc bọn Ngụy quân tụi mày thành khẩn đi học tập để trở thành công dân tốt thì mày được CIA gài lại, man khai lý lịch, nằm vùng nhằm âm mưu lật đổ chế độ.

Mày tưởng cách mạng không biết sao... toàn bộ tội ác chiến tranh của tụi mày trong computer Bộ Tổng Tham Mưu Nguỵ đã được chuyên viên nước bạn Nga Sô cho hoạt động lại, nghe rõ chưa...

Nghe tay công an đọc bản tướng mạo quân vụ, Tuấn đớ người ra trong câm lặng.

Im lặng hồi lâu để dò xét phản ứng cuả Tuấn, gã công an lại đổi giọng tử tế.

- Anh phải thành khẩn khai báo! Cách mạng biết hết, hỏi chẳng qua là để biết lòng thành khẩn hối cải của anh mà thôi... Anh quan hệ thế nào với tổ chức phục quốc của tên phản động Trần Văn Bá, liên lạc viên của anh là ai?

Câu hỏi làm Tuấn sửng sốt vì thực tình chưa hề nghe đến cái tên này bao giờ, có thể nó lẫn lộn trong những mẩu tin truyền miệng vu vơ về kháng chiến này nọ trong giai đoạn Tuấn làm nghề chạy hàng sách và buôn lậu. Tin loại này thì thiếu gì, chỉ nghe qua cho lên tinh thần. Tuấn mạnh dạn nói:

- Tôi không biết và không dính líu gì tới mấy chuyện này... Từ ngày thống nhất tôi chỉ lo kiếm sống qua ngày thôi.

Tay công an đột nhiên đập tay xuống bàn gằn giọng.

- Vẫn ngoan cố, thứ mày phải mang bắn bỏ thôi... nhưng thứ mày không đáng phí một viên đạn. Chối hả...

nhìn đây!

Hắn chìa cho Tuấn coi tấm hình một người lạ và tiếp tục:

- Nhìn kỹ coi, mày biết thằng này không? Mày từng âm mưu với nó, nhớ lại đi!

Tuấn nhìn tấm hình người đàn ông, cố lục trí nhớ và dần loé lên vài chi tiết. Anh chàng này là một con buôn như nhiều con buôn hàng sách Sài Gòn. Tuấn có gặp anh ta vài lần khi về Sài Gòn mua đồ sửa tàu và được anh ta giới thiệu mua hải bàn của một anh lính cơ khí hải quân. Hình như anh ta có nói lăng nhăng vài chuyện gì đó về kháng chiến này nọ nhưng chỉ là chuyện nghe qua rồi bỏ. Tuấn nói:

- Tôi có gặp người này vài lần để mua vật dụng sửa tàu nhưng không quan hệ thân thiết.

- Mày nói láo! Thằng này là tổ trưởng một bộ phận kết nạp bọn phản động trong nươùc của tên Bá và tên Lê Quốc Tuý. Nó bị bắt và khai hết rồi...còn mày là CIA gài lại để liên lạc với tụi nó...

Tuấn cố biện minh trong tuyệt vọng:

- Tôi thực không quen biết, chỉ giao thiệp với người này trong việc buôn bán thôi

- Nói láo, ngoan cố. Tay công an lại gầm lên và bất thần phóng một quả đấm làm Tuấn ngã bật ngửa khỏi ghế.

- Khai thật đi, mày là CIA gài lại... mày tưởng cách mạng không biết sao... mày khai man lý lịch, xài giấy tờ giả mạo nằm vùng để móc nối bọn phản loạn. Đâu chỉ có tên Bá thôi ... còn tên Hoàng Cơ Minh nữa... Chạy theo đế quốc tưởng được trọng dụng không ngờ bị bỏ rơi phải làm thợ sơn... bày đặt quy tụ bọn tàn dư quân Cộng Hoà... Còn bọn Võ Đại Tôn cũng tuyên truyền ầm ĩ ở Mỹ là sẽ về Việt Nam kháng chiến này nọ... Để coi, chúng sẽ bị dàn mỏng ra, chặt ra từng khúc. Hàng tỷ võ khí cuả đế quốc còn bị đánh tan xác kéo nhau bỏ chạy... không yên thân bám đít ăn bơ sữa Mỹ mà còn nói láo khoét.

Cơn đau còn váng vất, Tuấn cúi đầu như khuất phục mặc gã thao thao chửi bới bọn phản động, bọn phản quốc tay sai đế quốc nhưng trong lòng thầm cám ơn tay công an vô tình tiết lộ những chống đối đang gia tăng từ bên ngoài và trong nước. Thành bại chưa biết nhưng chính miệng hắn ta đã xác nhận tin đồn về các phong trào kháng chiến là có thật...

Trước đó, ngay từ những ngày đầu cuả chế độ mới đã nổ ra ồn ào vụ chống đối công khai của nhà thờ Vinh Sơn ngay giữa Sài Gòn. Hoạt động của nhóm này mau chóng lan ra nhiều tỉnh thị. Ngươi dân Sài Gòn hoan hỉ nhìn hoạt động cuả nhóm này nhưng không hào hứng tham gia vì ấn tượng sức mạnh cuả kẻ chiến thắng còn đè nặng áp đảo, đe dọa.

Ấn tượng cuộc sụp đổ thảm hại và mau chóng của quân đội với hàng vạn binh sỹ trang bị tối tân còn cháy sáng trong óc nên ngay sau tháng tư 1975 không ai tin rằng những chống đối công khai, lộ liễu mang vẻ trình diễn hoạt náo và hầu như không tưởng cuả một nhà thờ Công Giáo sẽ đưa tới thành công. Nghe nói có ông thiếu tướng Nguyễn Viết Hưng tư lệnh quân đoàn biệt kích là lãnh tụ cuả tổ chức Dân Quân Phục Quốc.

Những người lớn tuổi từng có hiểu biết về Cộng Sản lắc đầu lo ngại khi tổ chức này phóng ra tuyên ngôn lùm xùm của nền Đệ Tam Cộng Hòa, ấn định lại hệ thống chính quyền, phong chức lung tung, ông này làm cố vấn pháp luật, ông kia là cố vấn chính trị, nói thật mà nghe như nói giỡn trước họng súng Ak và T54.

Người Sài Gòn cảm tình thì có nhưng cuồng nhiệt tham gia thì không. Thậm chí có người còn nghi ngờ đây là một trò giàn cảnh gài bẫy để hốt trọn ổ mọi chống đối vì lãnh tụ cuả nó chỉ là một anh trung sỹ trong quân lực chế độ cũ tự phong là đô trưởng Sài Gòn…

Hình ảnh những chiếc tăng T54 ủi sập cổng Dinh Độc Lập và lời tuyên bố đầu hàng thảm hại cuả Dương Văn Minh còn hiển hiện khiến những hoạt động chính trị cởi truồng của nhà thờ Vinh Sơn giống như đang nghe một câu chuyện thần tiên.

Thật ra người Sài Gòn nhìn vào cung cách hoạt động của nhóm này giống như nhìn một cơn giẫy chết cuồng nộ hơn là một cuộc cách mạng có cơ may thành công.

Kẻ chiến thắng đang ở thế thượng phong đầy tự tin và cũng trong giai đoạn đang muốn ve vuốt quần chúng buổi ban đầu để tuyên truyền luận điệu khoan hồng phủ dụ nên tạm ngó lơ nhưng đến cuối năm đã tung ra một cuộc đàn áp tàn bạo nhóm Dân quân Phục quốc trong nhà thờ Vinh Sơn. Trung sỹ Nguyễn Việt Hưng bị án tử hình nhưng có bị giết không, chẳng ai biết, cũng chẳng ai để ý vì trước mặt mọi người còn hàng vạn vấn đề cơm áo sinh tồn ngaỳ một khó khăn, nguy hiểm hơn.

Dù sao thì cũng là tia hi vọng mong manh bộc phát bộc tàn trong tuyệt vọng đã nháng lên dù mọi người đã nhìn thấy ngay sự vô vọng.

Thế nhưng chỉ một năm sau khi guồng máy chính thể mới siết lại dần thì tâm tư muốn đề kháng nghiêm chỉnh bắt đầu nhen nhúm, không ồn ào nhưng ẩn sâu, nung nấu trong lòng mọi người.

Tin tức về những nhóm kháng chiến nhiều hơn và cũng được tin tưởng hơn dù vẫn chỉ là những tin đồn mơ hồ không thể kiểm chứng và được thêu dệt tuỳ ý. Gia đình nào mà không có người thân xa gần bị đi học tập cải tạo, bị tước đoạt tài sản đẩy đi kinh tế mới nên kháng chiến trở thành món ăn tinh thần quý giá.

Đêm đó không biết có phải vì rêm mình sau trận đòn hay không nhưng những tiết lộ vô tình của gã công an làm Tuấn bỗng thấy phấn chấn.

Không ngủ được, Tuấn miên man với những mộng tưởng và chợt nghĩ quả thật thì thiên binh vạn mã miền Nam đã thua nhưng biết đâu đó, có khi một nhóm nhỏ lại làm nên việc lớn... Thiếu gì chuyện lật ngược thế cờ này... Fidel Castro lúc đầu đâu có bao nhiêu người mà đánh gục được Batista... Ngay cả Việt Minh lúc đầu có bao nhiêu người, bao nhiêu súng ở Tân Trào mà bây giờ.... Tuấn đang ngồi đây trong nhà tù này… Mềm yếu như nước cũng có thể thành cuồng lũ, nhẹ như gió cũng có thể làm sập lâu đài thành quách… Đó mới là cái “chân ní” của cách mạng... Đúng như tay công an khu vực vẫn thuyết giảng. Tuấn mỉm cười một mình trong đêm.

Suốt một tháng trời ở Phan Đăng Lưu, đói khát, biệt giam, cùm xích, đe doạ thủ tiêu, cuối cùng Tuấn đành ký đại nhận tội người của CIA gài lại có quan hệ với bè lũ phản động Phục Quốc chống lại Tổ quốc, ăn năn hối hận xin được khoan hồng.

Chương 16

Tội danh đã xác định… người của CIA gài lại âm mưu lật đổ chế độ, Tuấn được chuyển tới một nhà giam khác nơi giam giữ khoảng vài chục người đủ mọi thành phần xã hội nhưng chung một tội danh, tình nghi làm gián điệp cho Mỹ hoặc tham gia những tổ chức chính trị, đảng phái, hoặc giới an ninh chế độ cũ, những biệt kích cầm bút.

Lệnh hành quân khẩn cấp… chín giờ tối, sau tiếng còi tập họp, mọi người được nhồi lên một chiếc Motova bít bùng chật cứng, người nọ xô đẩy dày xéo lên người kia như một chuyến xe chở xúc vật.

Chuyển từ Phan Đăng Lưu tới trại Suối Máu ở Tam Hiệp Biên Hoà, thực tình Tuấn vẫn chưa thể hình dung thân phận mình sẽ ra sao vì thành phần trong lán đa số không phải là quân nhân mà lại có rất nhiều thường dân, có cả một linh mục và nhóm thanh niên trẻ tuổi bị tình nghi dính líu tới các nhóm mà họ gọi là Phục quốc quân. Đặc biệt có một anh hạ sĩ an ninh làm việc ở Bộ Tổng Tham Mưu mà nhiệm vụ đơn giản chỉ là cầm một thứ gương soi phía dưới xe cộ ra vào để kiểm soát chất nổ cũng bị nghi ngờ là CIA. An ninh, tôn giáo, biệt kích cầm bút, tâm lý chiến, đảng phái. Đây là những đối tượng được đặc biệt chiếu cố.

Trại này trước kia để giam giữ tù Cộng Sản, miền Nam gọi là Phiến Cộng.

Để hạ mức quan trọng và tư thế quốc tế cuả Mặt Trận Giải Phóng Miền Nam ngay từ thời Tổng thống Diệm người ta chỉ coi những người bị giam giữ, kể cả cán binh Cộng sản, du kích, chỉ là những tên phiến loạn, những tên ăn cướp…

Bây giờ dù gọi như thế nào đi nữa thì thực tế Cộng Sản đang làm chủ cả nước Việt Nam. Suối Máu đảo ngược thành nhà tù của lính quốc gia, nơi giam giữ những tên biệt kích đủ loại, tàn dư bọn nguỵ quân nguỵ quyền nợ máu nhân dân ngập tới mũi đang đươc cách mạng khoan hồng cải tạo!

Trại không xa quốc lộ 1, nhìn xe cộ ngược xuôi trên đường lòng không khỏi nao nao thương nhớ cuộc đời cũ.

Một buổi tối, tiếng kẻng tập hợp lại khua vang thúc giục, tất cả được lùa lên những chiếc xe bít bùng đưa tới nhà ga Sài Gòn rồi dồn lên những toa tàu chở hàng… nhưng không ai biết biết sẽ đi đâu.

Con tầu Thống Nhất ì ạch chuyển bánh, đám tù nhìn qua khe hở cố ghi nhớ chút hình ảnh cuối cùng đang lướt mau của Sài Gòn.

Hai ngày hai đêm mới tới Hà Nội, trong đêm tối đoàn tù ngơ ngác, tơi tả, co ro đổ xuống sân ga trong cơn gió bấc và được chào đón bằng một hàng vệ binh bên cạnh những con khuyển quân to lớn gầm gừ. Từng cặp đính vơi nhau bằng chiếc còng số 8 và được dồn ngay lên xe Motova bít bùng chở đi.

Lính tráng quen gối đất nằm sương mưa nắng nhưng những cơn gió mùa Đông Bắc lùa theo đường dẫn là những rặng núi hình dẻ quạt từ biên giới Hoa Việt, thọc sâu xuống đồng bằng Bắc Việt, từ rặng Hoàng Liên Sơn đến rặng Bắc Sơn như những bờ đê lùa băng tuyết từ Vân Nam xuống thật tàn ác, không nương tay. Giá buốt luồn sâu vào gan ruột, đâm xoáy trên da thịt những con người đã bắt đầu tiêu hết mỡ. Đoàn tù co rúm lại, run rẩy chúi lủi vào nhau, lom khom cúi đầu khuất phục. Bài học logic vật chất quyết định tinh thần cuả anh quản giáo trong trại Suối Máu thấm thía và cụ thể hơn bao giờ hết.

Mỗi ngày… mỗi ngày, từng chút… từng chút một, như thân cây mối mọt mỗi ngày mất đi một hạt gỗ, đã rỗng tuếch bên trong nhưng vẫn đứng chờ ngày rơi rụng thêm một hạt gỗ kết liễu. Từ nhà tù Côn Đảo tới Phan Đăng Lưu, bao tử xẹp lép tới tận cùng suốt chuyến tàu Thống Nhất và phút này chúi đầu trước cơn gió bấc làm mù mịt, tê liệt trí óc.

Đám tù bị tách ra thành nhiều toán. Toán của Tuấn được chuyển sang tuyến đường Cao Bằng Lạng Sơn về Vĩnh Phú.

Đến nhà Ga Ám Thượng, tù đươc chở bằng xe Motova khoảng 30 cây số rồi lại phải xuống xe đi bộ và dùng đò qua sông.

Trại Tân Lập Vĩnh Phú trước đây là một nhà tù của thực dân Pháp nằm giữa hai tỉnh Phú Thọ - Vĩnh Phúc được thiết lập ở một vị trí hiểm trở như một ốc đảo cô lập thuận lợi cho việc giam cầm, ngăn cản vượt thoát vì nằm giưã một khu vực nhiều nhánh sông nhỏ từ sông Hồng và những đầm lầy ô nhiễm độc hại. Đầm lầy và những nhánh sông nhỏ là những thành luỹ thiên nhiên làm nản lòng ý định vượt ngục.

Ở nhà tù Phan Đăng Lưu, chất mỡ, chất đạm dự trữ trong người còn nhiều do không phải lao động, lại không đói khát lắm nên tinh thần còn tỉnh táo nhưng đến Vĩnh Phú, Tuấn nhận ra sự hành hạ của cơn đói thật kinh hoàng, nó trở thành cuộc chiến đấu thường trực, tàn khốc giữa nhân tính và bản năng sinh tồn.

Càng ác độc hơn vì cách mạng không đẩy người ta phải chết rục sau một vài tháng khốn khổ như thời Ất Dậu, thực dân và quân phiệt Nhật giết gần hai triệu người Việt.

Cách mạng nuôi tù đủ để không thể chết được, vẫn phải cố sống trong sự héo mòn cuả nhân tính.

Tay quản giáo gân cổ lên, tiếp tục giáo huấn về đường lối giáo dục cải tạo khoan hồng và nhân đạo của của cách mạng:

- Tôi biết các anh ăn vậy là chưa no nhưng dứt khoát không đói!

Không đói! Tức là đủ để không chết ngay vì đói nhưng cái đói, cái lạnh đủ uy lực để keó con người xuống gần hơn với những bản năng sinh tồn, biến họ thành những xác chết đi trong cuộc đời, vẫn còn níu kéo lại một chút trí tuệ lập loè để biết đau đớn, dày vò và nhận ra rằng mỗi giây phút trôi qua, chút nhân tính héo hắt cũng đang tàn lụi dần, con người đang dần hoá thân thành một con súc vật.

Tuấn nhớ có đọc đâu đấy một câu chuyện về Stalin. Trong những bữa nhậu địa ngục được tổ chức hàng đêm với những đồng chí thân cận, Stalin thường rót rượu ép mọi người uống tới mức tối đa và lặng lẽ quan sát các đồng chí bộc lộ không che đậy trong cơn say sự hèn yếu bẩm sinh của con người.

Khi nhân tính mờ mịt trong men rượu là lúc không còn kiềm chế được những bản năng thấp hèn nhất… những ý nghĩ che dấu, những âm mưu bắt đầu bộc lộ.

Stalin hưởng thụ khoái cảm khi nhìn con người bộc lộ những yếu hèn của mình trong cơn say. Đám quản giáo cũng hưởng thụ sự khốn khổ của đám tù. Họ nhìn những biểu lộ yếu hèn của tù nhân như đang hưởng thụ khoái cảm thống trị cuả kẻ chiến thắng trong một bữa đại tiệc.

Những bữa nhậu của Stalin keó dài tới mờ sáng nhưng vẫn phải đi làm, giống như tiếng kẻng từ năm giờ sáng trong trại, đâm vào trí óc làm đau đớn từng thớ thịt, từng tế bào trên cơ thể, tàn nhẫn cắt đứt giấc mơ mong manh về ngày cũ, về một mái ấm gia đình hạnh phúc, về người tình, về những bữa ăn ngon lành thịnh soạn...

Trái đấm vào mặt ở Phan Đăng Lưu tuy đau đớn song trí óc còn đủ sức lực để gồng lên chống đỡ, thách thức đối thủ, nhưng chỉ có đói là thứ võ khí vô địch, vô phương chống đỡ.

Đói kinh hoàng, đói huy hoàng, đói kiên trì, đói ẩn nhẫn, không nương tay, không tha thứ. Một cái chết từ từ, lặng lẽ, không hôi thối, không ồn ào.

Cuộc đấu tranh để còn chút nhân phẩm thật tàn khốc và đau đớn .

Lịch sử tiến hoá của nhân loại đang được tái diễn linh động trong những trại cải tạo này.

Con người cổ xưa sống bằng hái lượm giữa thiên nhiên phong phú rộng lượng nhưng cũng có lúc thiên nhiên trở mặt… hạn hán, cháy rừng, đói quá, con người kiếm ăn trên những xác động vật hôi thối mà cọp beo bỏ dở. Chế độ ăn mót clavenger giúp sống còn qua cơn cơ hàn. Bằng mọi giá phải sống còn.

Có con nghé mới sanh bị chết. Đói quá, trại viên xin được làm đồ ăn nhưng bị từ chối và đươc lệnh mang chôn. Hai ba ngày sau trong cơn đói thôi thúc, con nghé được lén lút đào lên, thịt đã phân hủy bốc mùi hôi thối nhưng vẫn được mang về bỏ vào nồi nấu thành một thứ nước canh lệt sệt.

Tuấn được chia một cốc nhỏ nhưng mùi hôi thối quá nên đành mang cho một anh bạn tù. Anh ta cầm lên uống một hơi ngon lành. Con người thành con vượn cổ xưa đi ăn mót xác thối của beo cọp bỏ lại.

Những ngày đầu cải tạo người ta còn hi vọng, còn suy nghĩ nhiều, còn có chút ý định khiếu nại hay phản kháng nhưng rồi rất nhanh chóng, mọi người đều nhận ra rằng họ thực sự là những tù nhân chung thân không bản án.

Tay cán bộ quản giáo khẳng định:

- Cách mạng không có nhà tù, các anh là những ngươi có tội lỗi với Tổ quốc, nợ máu với Nhân dân, các anh tình nguyện vào đây để được giáo dục cải thiện thành người tốt, phương pháp cai tạo tốt chính là lao động. Lao động là thước đo mức cải tạo. Phải luôn nhớ đây là lao động cải tạo, cách mạng không có nhà tù.

Quản giáo đang nói ngon trớn bỗng trong đám tù ngồi bệt dưới đất có ai đó nói khẽ:

- Thối quá…..

Câu nói hoà trong những tiếng cười rất nhỏ.

Cười hay đói nhăn răng là một sự kiện tập thể. Trốn trong tập thể là trốn trong quần chúng. Tập thể được nhân dân bảo vệ che giấu nên những tiếng cười gây nhiễm lan mau chóng trong đám tù.

Cán bộ ngừng nói đập bàn quát:

- Anh nào vừa nói bậy giơ tay lên?

Không thấy động tĩnh gì, im lặng nặng nề bao trùm.

Quản giáo lại gồng lên sỉ vả:

- Các anh! Bọn tàn dư Mỹ Ngụy, phong kiến, đồi truy đầu óc tư tưởng phản động luôn chống phá ngăn cản con đường cách mạng. Anh nào nói láo không nhận tội tôi sẽ thanh lý tập thể.

Cả hội trường im lặng trong lúc một cánh tay rụt rè đưa lên

Cán bộ quát:

- Đứng lên, cho biết anh mới nói cái gì?

Người tù dè dặt:

- Thành thật khai báo cán bộ, có anh nào vừa đánh rắm thối quá!

Những nụ cười không thành tiếng, lan truyền rộng rãi, không kìm hãm được.

- Ai... anh chỉ điểm coi?

- Dạ tôi không biết…

- Anh nói vậy là nguy biện, là không "lô gích". Này nhé, anh nói có người đánh rắm mà lại không tố cáo được ai là chủ mưu. Các anh có học mà nói như vậy là phản duy vật biện chứng, có quả trứng mà không có con gà. Thực ra anh là một tên phản động cực kỳ ngoan cố, đã được Đảng khoan hồng giáo dục mà vẫn không cải thiện, vẫn giữ óc não xỏ xiên… ngoan cố… phá hoại cuả bọn trí thức tiểu tư sản. Đồng chí vệ binh đâu đưa anh này vào trại kiên giam ngay.

Xã hội chủ nghĩa không có nhà tù, tay quản giáo kiên định…. đây không phải là nhà tù nhưng có hàng rào kẽm gai, nếu các anh tự ý vượt qua hàng rào vệ binh sẽ nổ súng. Đơn giản là vậy. Trong hàng raò này có những điều lệ mà các anh phải tuân hành nhưng nhất trí không là nhà tù. Các anh phải lao động để tự nuôi mình trong thời gian học tập, cải tạo. Đơn giản là thế. Tuỳ các anh muốn nghĩ thế nào cũng được. Trại phải là một đơn vị kinh tế tự quản.

Từ sáu giờ sáng, kẻng đánh thức mọi người dậy để bắt đầu một ngày lao động đủ 8 tiếng. Nạp năng lượng với hai miếng bột luộc áp dụng triệt để khẩu hiệu làm hết sức mình, hưởng theo quy định, mỗi tháng 12 ký lô ngũ cốc đủ loại, từ gạo mục, sắn khô tới bắp, khoai, bo bo… Lao động không đủ quy định thì cũng rất logic là phải giảm phần ăn xuống 11 ký lô trong vài ngày hay một tháng. Nếu năng suất vẫn dưới quy định thì đi kiên lao vì đó là thể hiện ý chống đối.

Một ngày lao động về tới trại khoảng bẩy hay tám giờ chiều, tranh thủ nuốt vài củ sắn, củ khoai sùng. Nhưng nào có được yên thân, nhiều ngày còn phải phấn đấu họp tổ, bầu bình kiểm thảo tới khuya.

Thời gian đầu, còn một chút khí lực khi chất dự

trữ trong cơ thể chưa cạn kiệt, nhưng rồi chút khả năng suy nghĩ cũng héo hon dần theo cái bao tử lép kẹp làm người ta mụ đi trong cơn gió lạnh, chỉ còn lại phản xạ của bản năng sinh tồn.

Người nào có khả năng tự điều chỉnh thì sống còn, ngược lại là bị tiêu diệt. Không chỉ điều chỉnh bao tử mà còn phải làm hoà với những nỗi khát khao thôi thúc, những giấc mơ vẫn thường xuyên bùng dậy, hành hạ từng cơn khi tỉnh thức và ngay cả trong giấc ngủ.

Đói là thứ khí cụ tra tấn tàn bạo nhất vì nó kiên trì hành hạ và hạ nhục con người.

Chia phần cơm không đều, một ông đại tá, ngày nào từng xông pha mũi tên hòn đạn, bật khóc nói “Sao phần tôi ít thế này?”.

Một người tù đang ăn cơm ngã ra chết, người bạn vét ngay cơm trong miệng anh ta bỏ vào miệng mình. Bất cứ thứ gì nhúc nhích đều trở thành thực phẩm, cóc nhái, rắn, rết, chuột. Ăn uống bậy bạ nên hầu hết tù nhân được luân phiên thử nghiệm những căn bệnh khác nhau. Trước tiên là bệnh đói, sau đó là phù thủng, kiết lỵ, sốt rét, sơ gan, thủng ruột.

Rồi một trận sốt rét cấp tính sập xuống. Tuấn tưởng như không còn sống nổi nữa… vật vã, mê sảng sau những cơn nóng lạnh nối nhau… Vậy mà Tuấn vẫn sống sót sau khi được bạn tù cho uống một bát nước giun đất nghiền nát với một loại ốc sên trên rừng. Không thể giải thích nhưng sau hai bát thuốc này cơn bệnh lui dần.

Sau trận ốm, sức khoẻ cuả Tuấn không thể hồi phục được nữa, năng suất kém dần, dù bạn tù giúp đỡ chia sẻ nhưng vẫn không thể nào đạt được chỉ tiêu. Khẩu phần ăn bị rút đi, hàng ngày còn bị tra tấn bởi sự bình bầu, đe doạ, sỉ vả của cán bộ quản giáo. Bình bầu, tự kiểm, phê bình, nhận tội lỗi giống như những ngọn roi quất vào con ngựa đã kiệt sức đang tiến dần tới chỗ chết.

Trong buổi kiểm điểm thành tích thi đua cán bộ quản giáo phê bình:

- Anh Tuấn à, anh không có tinh thần thi đua vượt khó vượt khổ. Đất nước ta đang gặp khó khăn, đế quốc Mỹ phong toả cô lập, những nước anh em cũng đang gặp trở ngại, đòi hỏi mọi người phải gia tăng sản xuất… vậy mà anh liên tục không đạt chỉ tiêu, gây trở ngại cho các tổ sản xuất có mặt anh. Thế là thế nào?

Mọi lần Tuấn chỉ cúi đầu nhận tội, hứa sẽ tự phê, tự kiểm và phấn đấu nhiều hơn… nhưng sau cơn ốm sốt rét, người mệt rũ liệt làm cơn oán hận chợt sôi trào không kiềm giữ:

- Cán bộ nói xã hội chủ nghĩa làm theo năng lực hưởng theo nhu cầu... Tôi đã làm hết năng lực nhưng nhu cầu ngày hai nắm bột luộc còn bị cắt giảm thì làm sao sản xuất được.

- Anh nói sao… không sản xuất được? Chuyên gia Nhà nước và Đảng đã nghiên cứu chuyên sâu và xác nhận khẩu phần cuả các anh đủ để lao động tốt. Tất nhiên cách mạng không thể nuôi các anh bằng bơ sữa dư thừa như bọn đế quốc. Anh không sản xuất đủ chỉ tiêu như người khác là vì anh muốn phản kháng, anh muốn chống đối đường lối giáo dục bằng lao động.

- Tôi không chống đối… chỉ góp ý xây dựng thôi nhưng nhìn coi… chúng tôi đều đói khát bệnh hoạn làm sao sản xuất tốt được.

- Luận điệu tiêu cực của anh là chủ bại ngại khó ngại khổ. Đảng ta đã khắc phục mọi khó khăn mới ngoan cường đánh gục ba đế quốc Nhật, Pháp, Mỹ. Tư tưởng phản động thoái hoá cuả anh làm các anh em khác không yên tâm học tập.

Sau buổi tự phê tự kiểm đó, Tuần bị phạt kỷ luật kiên giam cùm chân hai tuần lễ.

Bản án được đọc tại sân trại để "các anh nhìn vào làm gương"

Trước 1975, Tuấn có nghe nói tới chuồng cọp hoặc phạt giam connex. Chuồng cọp là những cái lồng dã chiến lộ thiên quây lại với kẽm gai còn connex là những hộp sắt lớn để chứa đồ như một căn phòng nhỏ nhưng đi lại thoải mái và thường chỉ bị giam vài ngày, được ăn uống đầy đủ làm vệ sinh hàng ngày. Khu kiên giam thì đúng nghĩa là những chuồng chó mái tranh thấp lè tè, phải cúi đầu mới chui vào được, tường bằng đất. Tù nhân ăn uống, vệ sinh tại chỗ.

Ra khỏi trại kiên giam, Tuấn chỉ còn da bọc xương, râu tóc như một dã nhân, không đi được, phải bò lết một thời gian.

Vừa hơi hồi phục, Tuấn được biên chế vào đội đi rừng

Cái điều khốn khổ nhất của tù nhân là luôn luôn phải chuyển trại. Ở một trại tù dù nổi tiếng tàn bạo như những Goulag cuả Nga Xô ở Tây Bá Lợi Á, sau một thời gian, tù nhân sẽ chết hoặc bằng một cách nào đó phải điều chỉnh và xoay sở tìm cho mình một góc nhỏ thiên đàng giữa địa ngục. Một người bạn tù thân thiết, một chỗ nằm lạnh lẽo nhưng đã quen thuộc, một công việc dơ bẩn hay cực nhọc nhưng đã nghĩ ra cách luồn lách để đạt chỉ tiêu.

Nhà cầm quyền rất sợ âm mưu vì khi có âm mưu thì mọi khối quần chúng dù nhỏ bé như trong một trại tù vẫn có thể tạo thành một sức mạnh nổi loạn, như cuộc tuyệt thực ở trại Tân Lập cuối năm 1977 hoặc những vụ trốn trại. Không thể trốn trại nếu không có âm mưu, âm mưu lớn nhỏ.

Ngay trong một trại, để chống âm mưu, tù nhân cũng liên tục bị biên chế từ đội này sang đội khác dù hành động này làm giảm năng suất lao động vì tù nhân không quen việc. Tù nhân đội cây xanh phải học và rút kinh nghiệm vò bóp phân Bắc bằng tay. Phân người ngấm vào lỗ chân lông hôi thối không thể rưả được vì không có xà phòng. Sau một thời gian học đươc cách thoa bùn vào tay trước khi vò cứt. Bùn bịt kín lỗ chân lông nên rửa tay là hết thối.

Vừa khắc phục được chuyện bóp phân, Tuấn lại bị đổi vào đội làm đá, lại mất một thời gian mới khám phá cách đập đá hiệu quả nếu biết đập theo những thớ đá. Nhưng vứa bắt đầu quen chỗ thì lại bị đổi sang đội làm tre…

Chương 17

Tù tội, nhiều phen tưởng chết nhưng vẫn không chết được. Có những lúc cơ thể phù thũng vì ăn toàn gạo mục ẩm, ấn tay vào da thịt trũng xuống như một vết lõm lì lợm. Một lần đi làm rừng, Tuấn trượt chân té xuống sườn núi chết lịm hồi lâu, nằm bất động ngửa mặt ngó trời xanh trên cao, êm đềm những cụm mây trắng lặng lờ cuối chân trời, bàn chân bị một nhánh cây nhỏ xuyên ngang như rơi xuống một hầm chông.

Không ai hay biết, Tuấn cứ nằm như thế trong một cảm giác nửa mê nửa tỉnh và ý thức là mình đang bước dần sâu hơn vào cõi chết dù bên ngoài mình vẫn là sự sống hân hoan, tiếng gió xào xạc trong bụi cây, tiếng chim ríu rít trong tổ. Xa xa dưới vực sâu thấp thoáng một hai cánh chim lẻ loi trong bóng nắng vàng úa dịu dàng của ngày đang tàn.

Trời tối dần trong hiu quạnh núi đồi… tâm trí bình thản, đờ đẫn, bại liệt… mê mê, tỉnh tỉnh…

Rồi Tuấn tỉnh dậy trong trạm cứu thương, một chân bị kẹp cứng giữa hai mảnh ván, chung quanh là một hai bạn tù.

Vậy là mình chưa chết, phát hiện dửng dung, bình thản… chưa chết!

Người bạn tù nói:

- Không thấy anh về chỗ tập họp, mọi người nghĩ anh vượt trại, tụi vệ binh túa ra đi lùng may thấy bó tre bỏ bên bờ vực và tìm thấy anh. Chân phải bị dập sương, không có bột bó chỉ kẹp hai mảnh gỗ, anh phải nằm yên cầu mong nó tự lành.

Tuấn nằm yên, trí óc lơ lửng trong những suy tưởng về sự mong manh giưã hai bờ sinh tử.

Đúng ra thì anh đã thực sự chết trên cái sườn núi đó, những ánh đuốc lập loè trong đêm tối, tiếng người lao xao thòng dây kéo anh lên như vọng lại từ một cõi khác… rồi chợt phút này, đang nằm đây trong bệnh xá dường như cũng chỉ là sự nối tiếp cái chết trong một cảnh giới khác.

Không, mình đã chết rồi! Tuấn tự nhủ vậy. Phải rất lâu Tuấn mới thực sự tin là mình còn sống, vẫn còn trong một trại tù. Nhận biết này làm mệt mỏi như cảm giác đói khát bất chợt cồn cào… nhắc nhở kêu gào rất cụ thể.

Người bạn tù đỡ Tuấn dậy, cho uống một ly nước cháo đường. Vị ngọt, ấm của chất nước như phép màu ngấm sức sống, lan mau trong cơ thể… như một xác nhận. Vậy là mày còn sống…Tuấn ơi mày chưa thực sự chết!

Chết đôi khi cũng khó như ý muốn sống còn, Tuấn chợt nghĩ… Nhớ kỷ niệm thời mới bước vào đời lính, bài học quân trường lúc nào Tuấn cũng nai nịt nón sắt áo giáp và thuyết giảng đám lính dưới quyền về nghĩa vụ phải bảo vệ sự sống của chính mình. Anh trung sỹ quen trận mạc chả mấy khi đội nón sắt chỉ cười nói:

- Đôi khi chết cũng khó lắm chuẩn uý ơi, ông trời chưa cho chết thì không chết được đâu!

Tám năm qua lay lắt sống giữa những trại cải tạo, lúc nằm đau ngất trên sườn núi rồi lịm đi trong bóng đêm mù mịt, đặc quánh phải chăng được chết cũng là một hạnh phúc, cũng hạnh phúc như khi bát cháo đường nóng ấm đang trôi xuống cuống họng.

Tuấn được nghỉ lao động một thời gian do gãy chân, rồi được biên chế vào đội anh nuôi. Vết gãy ở chân đã khỏi, không phải dùng nạng nhưng thành tật… bước đi chập chững, xiêu lệch. Ngày mưa, cúi nhìn trong vũng nước không còn nhận ra mình nữa. Một con dã nhân tả tơi, rách rưới… râu tóc hỗn loạn lung linh méo mó giữa đám lá và mây trời .

Đã tám năm từ ngày in dấu chân trong trại tù Côn Đảo, ý niệm về cuộc đời bên ngoài trại tù hầu như không còn nữa, trở thành trừu tượng kể cả ý niệm về ái tình hay dục vọng.

Dĩ vãng cũng không còn hành hạ đớn đau như trước mà chỉ còn một ý niệm mơ hồ, lãng đãng. Trại Tân lập, Cổng trời, Hoàng Liên Sơn hay Lào Cai... chỉ là những nơi chốn, những tên gọi như tên những thành phố trong một thế giới riêng biệt, một cảnh giới khác không liên quan gì tới cuộc đời bên ngoài. Hai thế giới này tiếp diễn song hành với nhau nhưng vẫn biệt lập, phân chia bởi một tấm màn vô hình, không thể vượt phá ra được.

Kể từ 1980, lao xao đâu đó nghe như có một điều gì đang chuyển động, thái độ của đám quản giáo có vẻ bớt gay gắt hơn, những trao đổi giữa tù và cai tù thân mật tâm tình hơn khi một vài tù nhân bắt đầu đươc phóng thích.

Đoán chừng vậy thôi để nuôi hi vọng nhưng có thể đã có một điều gì đang chuyển động vì từ 1982 môt số tù nhân hạng nặng lần lượt được phóng thích ngoại trừ những thành phần an ninh tình báo và người của CIA gài lại trong đó có Tuấn.

Mọi người âm thầm chờ đợi, dấu vết cụ thể nhất là đám quản giáo cũng thay đổi thái độ, trở nên thân thiện hơn khi trao đổi những tâm tình thần kín

- Rồi đây mấy anh dời đi Mỹ đổi đời, còn tụi em chẳng biết bao giờ mới ra khỏi đây.

Số người được thả ngày một nhiều hơn, lâu lâu lại có mười lăm hai chục người được gọi ra tập họp ở sân trại nghe lời phủ dụ và chúc mừng của quản giáo. Những người còn lại, không vui, không buồn, cũng không háo hức chờ đợi.

Những năm tháng cải tạo, không bản án làm ngươi ta quen dần với thế giới quanh mình đến mức ngay cả thoáng sợ hãi một đổi thay, hay hoảng hốt trước viễn cảnh bất chợt bị đẩy ra khỏi nơi này… một nơi chốn đã trở thành thân quen, mọi sinh hoạt đã trở thành thành phản xạ.

Một lần đi làm rừng, Tuấn có dịp gặp một gia đình trí thức trung lưu Hà Nội gốc, được đưa lên vùng cao từ 1961 trong kế hoạch ngũ niên nhằm di chuyển một khối lượng lớn dân thành thị lên miền Trung Du, Thượng Du. Ngươi chồng là một giáo viên, bà vợ là con gái hàng Đào một thời yểu điệu giáng kiều thơm như trong thơ Quang Dũng.

Họ đến đây, dừng lại bên một con lộ nhỏ, giữa núi rừng thâm u.

Đã trên 30 năm nước chảy qua cầu, Hà Nôi cũng trôi vào vùng nhớ mịt mù, bây giờ nơi này thành Hà Nội của riêng họ, Tuấn nghĩ thế… Có thể họ cũng có một hạnh phúc nào đó như hạnh phúc bất ngờ hôm nay, qua 8 năm trời đói khát, Tuấn được cặp vợ chồng cho hưởng đại tiệc một bát cơm đầy, vài quả cà và một cái cổ gà luộc.

Không dám ăn hết, Tuấn bỏ khúc xương vào gô mang về để luộc nhừ và sẽ nhai nốt chút xương. Hạnh phúc quá!

Ông giáo già ngồi uống rượu thoải mái, vẻ an nhiên tự tại, thở những đợt khói dài vào gió. Ông giáo viên chân yếu tay mềm với chút vốn kiến thức dùng mìn phá núi rồi cũng dựng nên căn nhà khang trang có vườn tược và một xưởng sửa chữa nông cụ ven đường. Cô con gái lấy một anh thợ mộc rồi sinh cho ông ba bốn đứa cháu. Cô gái Hà Nội khăn nhung, áo nhung trong chợ phiên năm nào bây giờ thành bà lão đang cho lợn ăn.

Đêm tối sẽ phủ chụp xuống nơi này giữa rừng thiêng và những trái núi sừng sững trấn át, như những bức tường cuả một nhà giam vô hình vây bủa khu xóm lèo tèo vài căn hộ, chẳng khác gì những lán trong trại của Tuấn. Một nhà tù bên ngoài một nhà tù. Họ sống, đang sống, cũng là đời sống thôi.

Tuấn hỏi người đàn bà:

- Bác có nhớ Hà Nội?

Không có câu trả lời, chỉ thấy người phụ nữ như vừa rơm rơm nước mắt rồi một nụ cười rất nhỏ.

- Trên ba chục năm rồi còn gì. Hồi đó em hai mươi còn ông nhà em mới ngoài ba mươi... em ở phố hàng Đào còn ông ấy ở phố Hàng Bồ, cả hai đi hội chợ gặp nhau. Hồi đó còn trẻ quá!

Bà ta lặp lại nhiều lần như một tiếng thở dài... Hồi đó còn trẻ quá, còn trẻ quá!

Tám năm rồi... tám năm rồi sao? Tám năm đần độn, u mê như như một giả nhân giữa rừng già, rồi cũng sẽ quên đi, rồi sẽ mục nát thành cây cỏ trong khu rừng này, sẽ như cặp vợ chồng người Hà Nội này, rồi cũng êm trôi theo ngày tháng.

Tin tức về một thỏa thuận giữa Mỹ và Nhà nước Việt Nam mở dần thêm những chi tiết mới nhưng không có gì cụ thể ngoài việc có thêm nhiều người được phóng thích và thái độ ngày một dễ dãi hơn của đám cán bộ, thậm chí một vài anh vệ binh còn đưa cho người được phóng thích địa chỉ của mình và không quên dặn dò "Ra nước ngoài anh nhớ liên lạc với em, dù sao thì mình cũng từng sống chung với nhau".

Tuấn lẳng lặng quan sát nhưng không thấy lòng mình xôn xao gì cả, vẫn thức dậy theo tiếng kẻng chuẩn bị một ngày lao động.

Đang lui cui chuẩn bị thì Tuấn và mười người khác được lệnh tập trung riêng ở một sân trại. Chưa biết chuyện gì xảy ra vì có thể sẽ lại chuyển trại nhưng lần này khác với vẻ khẩn trương thường lệ khi đám vệ binh tớn tác khám xét ồn ào, thủ trưởng dõng dạc đọc tên một số người và ôn tồn nói:

- Các anh sau đây đã hoàn tất học tập tốt, xứng đáng để trở thành công dân của nước Cộng Hòa Xã Hội Chủ Nghĩa Việt Nam. Tôi được lệnh trả lại tự do cho các anh và chúc mừng các anh về với gia đình.

Những người được đọc tên tha tù lắng nghe trong im lặng, sững sờ nhưng không lộ chút phản ứng vui mừng ồn ào nào.

Mọi người lẳng lặng trở vào lán bàn giao cho người ở lại mọi vật dụng chiếc Gô, chiếc nón lá, chiếc bị xắch tay nhà binh đã mòn rách.

Mọi người được mời lên ban chỉ huy làm việc và được yêu cầu ký vào biên bản xác nhận không bị hành hạ khi học tập ở những trại cải tạo.

Quản giáo tuyên bố:

- Một chuyến xe sẽ đưa các anh tới Ga Hàng Cỏ, Hà Nội. Nhà nước đài thọ vé tàu xuôi Nam cùng một số tiền nhỏ làm lệ phí.

Chuyến xe molova thả Tuấn xuống cửa nhà ga.

Người vệ binh áp tải tươi cười nói:

- Tôi không còn trách nhiệm gì với các anh nữa, chúc các anh may mắn!

Anh ta bỏ đi, Tuấn đứng ngơ ngác một mình trước cửa nhà ga trong một cảm giác hoang mang kỳ lạ. Cái cảm giác như thấy thân người mình nhẹ bỗng hẳn, như vừa cất đi một gánh nặng đồng thời lại thấy gai gai bất ổn như vừa phạm tội lỗi gì đó sẽ bị trừng phạt hoặc nếu bước vội đi thật mau hay bỏ chạy sẽ có sợi xích giựt ngược lại. Giống như chỉ là một thử thách lừa dối.

Buổi trưa hè Hà Nội vùng chí tuyến, nắng chết sững đổ bóng tròn xoe dưới chân. Phải đợi tới tối may ra mới biết chắc có chuyến đi. Nếu không có tàu, hành khách sẽ phải ngủ lại sân ga không biết bao lâu.

Ga Hàng Cỏ ngày trước đẹp lộng lẫy, theo khuôn mẫu nhà ga trung ương Paris với khu đại sảnh uy nghi có những vòm mái cao vút đầy ấn tượng. Hồi nhỏ Tuấn thường vào đây, ngửa cổ ngó vòm mái cong trên cao rồi quay vòng vòng cho tới chóng mặt ngã lăn quay ra.

Trong đợt oanh tạc 12 ngày đêm năm 1972 để áp lực hoà đàm Balê, nhà ga bị bom Mỹ đánh sập. Khu đại sảnh xây lại vá víu, như một thiếu nữ sinh đẹp mang vết sẹo ghê gớm trên gương mặt.

Tuấn lớn lên trong khu vực này năm 1949 khi từ chiến khu Việt Bắc trở về thành.

Như con sóc lạc vào một khu vườn lạ, Tuấn rụt rè băng qua con đường Hàng Lọng nay là Lê Duẩn, trước mặt là đường Gia Long nay là Trần Hưng Đạo con đường lộng lẫy chở đầy mộng mơ phiêu liêu hồn nhiên cuả những mùa hè niên thiếu, vẫn cái nắng chết sững cuả kỷ niệm ngào ngạt, tràn ngập trong trí óc. Cũng con đường này, góc phố này hàng cổ thụ cao vút, những mùa hạ nóng giẫy, tiếng ve kêu rền rĩ.

Hà Nội vẫn thế dù mang một vẻ luộm thuộm, tạm bợ, vá víu như bộ mặt cuả Ga Hàng Cỏ còn mang vết thẹo chiến tranh. Bên vệ đường, vài quán hàng tạm bợ.

Lại nhớ câu thơ của Apollinaire, "ngày tháng trôi qua, còn tôi nán lại"…. Ba mươi hai năm, cậu bé mười ba tuổi đầu có phải là một người tù khổ sai tàn tạ, tóc đã sớm ngả mầu sương khói đang chao đảo bước đi trên con đường xưa, cố níu lại chuỗi ngày thơ ấu.

Tuấn đứng lặng trong kỷ niệm choáng váng, lướt mau trong đầu cuộc phiêu du qua mọi con đường Hà Nội 1949. Đi tiếp một chút nữa là tới khu nhà cổ theo kiểu mẫu Paris từ thời thuộc địa ngay trước cửa trung tâm khu Đấu Xảo, có những hàng cây cổ thụ cao đầy bóng mát, rền rĩ tiếng ve sầu trong mùa hạ, quẹo trái là chùa Quán Sứ, những đêm giao thừa theo mẹ lên chùa hái lộc, quẹo phải qua hồ Thuyền Quang rồi hồ Bẩy Mẫu với chùa Thuỷ Vân trong khu làng Vân Hồ im lìm say ngủ trong nắng giữa một rừng hoa sen nở rộ ánh hồng trong mùa hạ, ngược về phố Huế, ép tai vào cột đèn nghe ngóng chờ đợi tiếng tầu điện leng keng chở Tuấn tới trường Chu Văn An, qua hồ Hoàn Kiếm, rồi phố hàng Đào, chợ Đồng Xuân.

Bốn chục năm sao nghe như mới hôm qua. Những ngày tháng tù đày lấy đi trong đầu Tuấn ý niệm về dòng chảy cuả thời gian

Tám giờ tối hôm sau, tàu về đến ga Bình Triệu, ga cuối tuyến Bắc Nam, hành khách xuống đây vì nhà ga Sài Gòn cũ trên đường Phạm Ngũ Lão bị dẹp bỏ để làm công viên 23 tháng 9.

Đặt chân xuống sân ga, Tuấn chợt muốn bật khóc. Niềm xúc động làm nghẹn hơi thở, ngay cả ý định điên cuồng là muốn nằm úp mặt xuống đất thở hút tràn đầy trong phế phổi cái mùi đất nồng ẩm quen thuộc của Sài Gòn. Dĩ vãng nối đuôi nhau như những đợt sóng xô bờ dàn dụa cảm xúc đến độ làm toàn thân run rẩy, muốn sụm xuống. Tám năm, chợt tưởng như mới hồi sinh từ địa ngục. Mẹ ơi, Vân ơi anh đã trở về, đã về lại Saigon.

Ba mươi năm trở lại Hà Nội, nỗi mừng vui như gặp lại người bạn thủa thiếu thời. Nhưng phút này, đặt chân lại trên mảnh đất miền Nam, máu huyết như bừng bừng chảy trong huyết quản làm nghẹn hơi thở. Tuấn phải tựa lưng vào bờ tường để không khỏi ngã quỵ.

Một người chạy xe ôm vừa trờ tới:

- Ông về đâu?

Câu hỏi bất chợt làm Tuấn hoảng hốt.

Về đâu bây giờ? Tám năm rồi bặt tin, không biết mẹ còn ở nhà cũ hay đã dời đi. Khi Tuấn vượt biên mẹ đã ngoài sáu mươi… với những khó khăn của cuộc sống, tuổi già, một thân một mình làm sao chống đỡ.

Anh xe ôm lặp lại câu hỏi:

- Ông muốn về đâu?

Như chợt bừng tỉnh, Tuấn đáp:

- Tôi ở Cầu Bông Dakao ông tính bao nhiêu? Tuấn nhẩm sơ trong đầu số tiền còn lại không biết có đủ không.

Người lái xe ngó Tuấn hồi lâu rồi hỏi:

- Tù cải tạo?

Tuấn gật đầu

- Vâng… mới ra tù miền Bắc.

Nụ cười hiền lành nở vội trên môi, anh xe ôm nói:

- Ông thầy lên xe đi, không lấy tiền đâu… em cũng là lính nè… cùng cảnh ngộ mà.

Ở đầu ngõ, Tuấn luẩn quẩn đi qua đi lại nhiều vòng trong bối rối, trì hoãn như sợ không dám đối đầu với thực tế và những dự trù đau đớn. Mẹ bây giờ ra sao, hy vọng được gặp lại mẹ trong căn nhà này.

Rụt rè, Tuấn khẽ bước lại gần nhà cũ. Nhìn qua cửa sổ, thấy trên tường treo một bộ quân phục quân hàm đại tá Cộng Sản.

Đang phân vân, lưỡng lự định gõ cửa hỏi thăm thì cửa bỗng xịch mở, một người đàn ông cao lớn bước ra nhìn Tuấn gằn giọng.

- Mày rình mò cái gì đây? Người đàn ông quan sát Tuấn hỏi tiếp… Tù cải tạo hả?

Tuấn không trả lời chỉ nói:

- Tôi muốn kiếm cụ Xuân trước ở đây.

- Không có cụ Xuân nào hết… Đây là nhà tao, đi đi! Người đàn ông nói và đóng sầm cửa lại

Những lo âu hàng đêm về an nguy của mẹ phút này thành hiện thực. Nhà đã mất, mẹ không còn ở đây, sống chết ra sao không biết. Tuấn bỏ đi, đứng trên cây cầu ngó dài theo con kinh Thị Nghè như một con rắn đen oằn oại trong đêm.

Đêm Sài Gòn ấm áp bao dung, ngoài vỉa hè những người cởi trần nằm ngủ thoải mái trên những chiếc ghế bố. Tuấn cũng trải tấm chăn đan bằng bao cát cuả mình xuống một mái hiên nằm ngủ.

Bừng mắt dậy, Sài Gòn đổi tên nhưng vẫn là Sài Gòn. Đầu hẻm quán cà phê bình dân, bên vỉa hè gánh cơm tấm còn bốc khói, cuối đường quán cơm bình dân khách khứa lao động tíu tít. Linh hồn Sài Gòn sống như Tuấn đã sống sót để trở về.

Dò hỏi chị sẩm bán xe mì đầu ngõ Tuấn đau đớn được biết căn nhà đã đổi chủ hai ba lần, mẹ đã qua đời, không biết chôn cất ở đâu.

Trong nhiều ngày, Tuấn sống lang thang, ngủ ở cửa rạp hát, mái hiên nhà hàng, xin đồ ăn dư thừa và làm bất cứ việc gì để cố sống. Cải tạo ăn bo bo, bột luộc không đầy bao tử mà vẫn sống, Sài Gòn sẽ cưu mang mình… Tuấn nghĩ thế.

Chợt nhớ đến căn phòng ngày xưa ở Hàng Sanh, Tuấn lang thang tìm về chốn cũ.

Căn nhà xưa không thay đổi gì nhiều nhưng vườn hoa cải bên hông nhà đã dẹp bỏ để xây nhà, chỉ để lại một con hẻm nhỏ làm lối đi về phía sau. Tuấn đứng ngẩn ngơ trước cưả nhà, lòng quặn đau với dĩ vãng những tháng ngày hạnh phúc bên Vân và… một trời kỷ niệm lao xao

Chủ mới là một phụ nữ gầy còm có một đứa con trai năm tuổi. Bộ dạng của một tù cải tạo không giấu được, vừa thấy Tuấn chị ta hỏi ngay:

- Tù cải tạo?

Tuấn không trả lời thẳng câu hỏi.

- Tôi ở đây… trước đây.

- Anh muốn gì?

- Không, nhìn lại thôi!

- Anh cần gì không?

- Không, tôi không có gia đình, không hộ khẩu… cũng chẳng biết phải làm gì, lang thang thế này thôi.

Người đàn bà nhìn Tuấn thoáng ái ngại:

- Đói không?

- Không…..

Nhìn con hẻm nhỏ có mái che, Tuấn nói:

- Cho tôi ngủ nhờ hẻm này được không? Tôi kiếm việc làm trả tiền cho chị.

Ngần ngừ một chút rồi chị ta nói:

- Thôi được, tôi cho anh mượn cái ghế bố. Sáng ra anh phải dẹp chỗ lấy lối đi

Lát sau chị ta lại mang thêm cho Tuấn một chiếc mền dạ, một chiếc gối, một chiếc mùng nhà binh cũ.

Tuấn loay hoay dọn lại chỗ nằm.

Mùa hè miền Nam, gió mơn man từ phía sông Tân Cảng thổi về mát rượi.

Tám năm trời nằm co ro trong giá lạnh, chết giấc, biệt tăm thân tù giữa rừng già… phút này ngả mình trên chiếc ghế bố nhà binh, tựa đầu trên gối êm, che phủ thân mình dưới lớp chăn ấm áp, Tuấn trôi mau trong một cơn mộng tràn đầy hạnh phúc. Mơ thấy Vân vừa ngồi xuống bên cạnh, cúi xuống hôn anh. Tuấn mở rộng vòng tay ôm ghì thân thể mềm mại, ấm áp của người yêu. Đột nhiên Vân oà khóc vùng bỏ chạy.. Tiếng kêu ú ớ trong cổ họng, đã mở mắt mà âm thanh chưa bật ra được…Vân, Vân…

Không có tiếng kẻng kinh hoàng nhưng Tuấn vẫn bật dậy từ năm giờ sáng lò mò ra quán cafê chú Ngầu, một người Tàu có cô con gái xinh đẹp tên A Múi và người con trai là sỹ quan hải quân.

Quán bị tịch thu khi chú ngồi tù vì tội vượt biên.

Hai người con ở ngoại quốc vẫn tiếp tế nên chú thuê lại được một góc nhà. Tiệm cafê bây giờ mở bán lưu động bên vỉa hè mỗi buổi sáng với một chiếc bàn nhỏ, và vài cái ghế nhựa thấp… duy chỉ còn chiếc hoả lò đỏ rực than hồng ấm cúng buổi sớm mai và mùi càfê thơm lừng trong chiếc vợt bí tất dài lê thê thì vẫn thế.

Tuấn lò dò ngồi xuống nói:

- Cho tôi một ly xây chừng.

Ông già lom khom rót càfe từ chiếc ấm đất vào ly, vẫn theo cung cách quen thuộc tràn đầy ra chiếc đĩa. Đặt ly cafe xuống, ông ta chợt ngó chừng người khách rồi bật reo lên:

- A thằng Tuấn phải không? Ông vẫn gọi Tuấn bằng thằng và hồi trước có lúc từng nói "Tuấn à, mày thích con Múi không, tao cho theo không đó!"

Tuấn cũng mừng rỡ:

- Chú Ngầu ….. Con Tuấn đây!

- Mày đi cải tạo mới về?

- Vâng…

- Bây giờ sống ở đâu?

Tuấn chỉ tay về phía nhà người đàn bà và nói:

- Chị đó cho ngủ nhờ ở con hẻm cạnh nhà.

Chuyện cũ mới tíu tít.

- Con Múi và thằng Sù đang ở bên Anh vẫn gửi tiền giúp đỡ ông già dư sống nhưng tao nhớ nghề và quen làm việc rồi ngồi yên không chịu được. Mày làm gì chưa nếu không tới đây mỗi sáng phụ tao kiếm chút cháo. Không có con Múi lại tuổi lớn nhiều lúc cũng mệt.

Chú Ngầu cho biết con mụ chủ nhà này là cán bộ, chồng nó đi chiến trường C bị giết chết. Nó cán bộ, lại vợ liệt sỹ nên được chiếm căn nhà này vì chủ nhà đã vượt biên. Ả ta ốm ho lao nghe nói đã khỏi, được biên chế vào làm thư ký trong hợp tác xã rau và là tổ trưởng khu phố.

Tuấn nhận lời làm cho chú Ngầu và đươc chú cho vay ít vốn mua đồ nghề làm sửa xe đạp, xe gắn máy ngay trước cửa nhà.

Cuộc sống rồi cũng êm, xem ra hạnh phúc cũng không quá cầu kỳ… chị chủ nhà coi cũng bằng lòng với số tiền Tuấn đóng góp.

Mùa mưa bắt đầu, cơn mưa bất chợt đổ xuống trong đêm, che che đậy đậy cũng không hết ướt. Buổi sáng, nhìn Tuấn co ro, ướt át bà chủ nhà đề nghị:

- Thôi anh tạm dọn vào một góc nhà chờ hết mùa mưa.

Mùa mưa đã qua nhưng Tuấn vẫn chưa dọn trở ra ngoài con hẻm. Mọi chuyện chỉ là thói quen thôi, không cần giải thích, không biện minh, hoặc cái nhu cầu nguyên sơ của mọi sinh vật tự biện minh cho những gì sẽ xảy ra. Một người đàn ông, một người đàn bà sống chung trong cùng một căn phòng… thêm một chút lợi tức, một vài chia sẻ khi tối lửa tắt đèn và một tiếng khóc oe oe trong đêm.

Chương 18

Căn nhà hai tầng làm theo kiến trúc Tây Ban Nha, mái ngói đỏ giống như những căn nhà miền Nam Nước Pháp… sang trọng, ẩn dật. Trước cửa garage đậu hai chiếc xe Mercedes, một chiếc xe thể thao màu đỏ mui trần của Khiêm, chiếc sedan trắng toát là của Vân.

Nhà trên núi, phía sau nhà là sân rộng có hồ bơi nhỏ nước xanh trong vắt, một bồn tắm nước nóng Jacuzzi ngoài trời, một sân tenis, bên cạnh những tàn cây cổ thụ rợp mát, chung quanh trồng nhiều hoa đủ màu sắc rực rỡ, có người làm vườn săn sóc, tỉa xén hàng tuần.

Trên lầu là phòng khách rộng mênh mông, cửa kính chiếm hầu hết bờ tường. Trông xuống phía dưới là thung lũng, xa xa là những dải núi thấp nến vàng ửng lúc hoàng hôn đẹp huy hoàng.

Căn nhà trên khu đất rất rộng chừng nửa mẫu mang hình ảnh tiêu biểu một gia đình trong xã hội trung lưu cao cấp upper middle class của nước Mỹ.

Vân thôi làm cho hãng bảo hiểm để mở một văn phòng riêng, Khiêm cũng thăng tiến là giám đốc một bộ phận nghiên cứu ứng dụng tia laser trong quốc phòng.

Đối với người Mỹ thì đây là giấc mơ mỹ miều nhất của mọi ước mơ, một cuộc sống bảo đảm, an toàn, ít bị ràng buộc vào guồng máy xã hội máy móc và thôi thúc cơm áo gạo tiền của đẳng cấp phía dưới, cũng không có những lo toan tranh đấu ác liệt và mệt mọi cuả giới đại tư bản.

Vân có cơ sở làm ăn riêng, Khiêm là cấp lãnh đạo và chuyên môn nên không còn cái cảnh phải chồm dậy đi làm đúng giờ như những năm trước. Đời sống êm trôi trong những tập quán ngày qua ngày làm mất đi ý niệm về dòng chảy thời gian. Chớp mắt đã sắp tới kỷ niệm mười năm lễ cưới vàng mà Vân chẳng hề nhớ.

Một buổi sớm sắp đi làm, nhìn xuống sân, Vân hoảng hốt tưởng như mình hoa mắt vì thấy chiếc xe màu đen của nàng bỗng hoá thành màu trắng toát.

Như bị điện giựt, Vân chạy vội xuống sân và phát hiện trước mặt nàng là một chiếc xe mới tinh, mở cửa xe, bên trong là một bó hồng lớn, chiếc chìa khoá xe với hàng chữ:

"Mừng em… Golden Anniversary! Yêu em, yêu em vô cùng. Love you, Khiêm".

Bất ngờ thật hạnh phúc. Khiêm đã kín đáo mua chiếc xe này như một món quà kỷ niệm vàng mười năm ngày cưới. Ôm bó hoa trong tay, lòng Vân nghe dạt dào cảm xúc, ngó lên thấy Khiêm đang cười giơ tay hôn gió vợ.

Cuộc sống ở xứ này bình ổn quá nên mọi chuyện kể cả hạnh phúc như cũng được điều kiện hoá trong một số khuôn mẫu của từng thang cấp xã hội và tiền bạc.

Người nghèo cũng kỷ niệm "sinh nhật vàng mười năm mình còn có nhau", cả gia đình kéo nhau ra tiệm Fast Food Mac Donald ăn chung với nhau một bữa. Đời vẫn vui chẳng thua gì chiếc xe sang trọng Khiêm mua tặng hoặc những buổi tối party phía sân sau nhà, quanh ngọn lửa trại ấm cúng với bạn bè, ly rượu giơ cao, mọi người đều hạnh phúc. Ít nhất trong những phút vui như thế, hoặc những buổi chiều hai vợ chồng bên nhau, thả người trên ghế tựa êm ái, nhìn chiều đi, những cuộn mây đổi màu rực rỡ, nắng thấp vàng trên đỉnh đồi phía xa, bóng tối đang bò dần lên. Khiêm lặng lẽ nắm tay vợ xiết nhẹ.

Hồi mới lấy nhau, Vân khổ sở với cái khuôn mẫu hạnh phúc chuẩn mực như những sản phẩm đóng hộp kiểu Hoa Kỳ nhưng rồi chính Vân cũng được uốn nắn trong cái khuôn mẫu này lúc nào không biết.

Hạnh phúc là thế, rất cụ thể… bốn năm đổi xe mới một lần, đi tour, mở thêm một chi nhánh mới, xây quanh mình những thành quách bảo vệ kiên cố, mọi thứ đều đươc bảo hành, kể cả sự chết.

Bây giờ chính Vân cũng mua bảo hiểm sinh mạng, bỏ tiền đầu tư đây đó, đóng tiền cho quỹ hưu trí 401 K, mua thêm một căn nhà ở Florida để cho thuê. Tháng ngày vẫn trôi qua nhịp nhàng, đều đều quen thuộc.

Hạnh phúc quen thuộc và thừa thãi quá mức nhiều lúc làm người ta trở thành lãnh cảm không nhận biết được nữa.

Gần hai chục năm trên mảnh đất vẫn tự an ủi chỉ là đất tạm dung, nay đã trở thành vĩnh viễn, Vân thực sự trở thành một phụ nữ Mỹ, một nữ doanh nhân lịch lãm, kinh nghiệm và thực tế.

Những kỷ niệm cũ ẩn trốn đi lúc nào không hay, đứt đoạn và xa lạ, dù vẫn quẩn quanh nơi nào đó nhưng chỉ thoáng hiện và mất hút ngay.

Trên đường lái xe tới văn phòng ở Westminster được gọi là thủ đô của người tỵ nạn, nhìn một đám đông người tụ họp phất những lá cờ cờ vàng kỷ niệm 30 - 4 gọi là ngày quốc hận nhưng sao Vân thấy dửng dưng quá, không thể gắn liền những lá cờ này với lá cờ vàng heo hút, lẻ loi Vân đã một lần thấy trên cột cờ một tiền đồn xơ xác hay những lá cờ vàng kéo xuống trên các chiến hạm ở vịnh Subic trong tiếng khóc nức nở đồng loạt nổi lên… Chính Vân cũng từng khóc ngất trong buổi sáng ngày hôm đó, kêu gào tên một người… Tuấn ơi… em chết mất!

Những hình ảnh đó vẫn còn trong trí óc, thoáng hiện nhưng trừu tượng, phẳng lì như đang xem một tấm hình của ai đó, hình ảnh của Vân cũng có trong đó nhưng không nhận ra được nữa.

Buổi sáng ngày thứ bảy trên núi thật đẹp. Tháng tư ở Cali bước vào chu kỳ lộng lẫy nhất của mùa hè, trời không mưa dù vẫn hơi lành lạnh, nắng xanh trong veo, tinh sạch.

Nhìn xuống sân, Khiêm mặc áo ngủ Kimono đang lấy báo và thơ ở thùng thơ trước cuả nhà, vừa đi vừa đọc. Khiêm đang xem một lá thơ, chợt ngừng lại như có vẻ suy nghĩ rồi bước tiếp vào nhà lên tiếng gọi:

- Vân ơi, có thơ của em nè!
- Thư cuả em?
- Địa chỉ ở bên Pháp.
- Lạ nhỉ, em đâu có quen ai ở Pháp.

Cầm lá thơ, Vân liếc vội tên người gửi và nhận ra ngay thơ của cậu Hải. Thoáng ngạc nhiên không biết tại sao ông cậu họ xa này lại có địa chỉ của mình nhưng càng ngạc nhiên hơn khi mở ra bên trong là một lá thơ khác từ Sài Gòn cuả ông bác ruột.

Vân bóc vội lá thơ:

- Cháu Vân!

Không có địa chỉ cuả cháu, phải nhờ chú Hải hỏi dò mãi để chuyển thơ này cho cháu. Trước hết thông báo với cháu một chuyện quan trọng. Nhà nước có lệnh quy hoạch lại thành phố Hồ Chí Minh, Bắc Việt Nghĩa Trang nơi để mộ bố cháu phải rời về Lái Thiêu, bác đã già yếu lại không có phương tiện, cháu cần về Việt Nam gấp để lo cải táng vì mộ vô thừa nhận họ sẽ đào lên vứt đi hết…..

Nhìn Vân Tần ngần đứng đọc thơ, Khiêm lo lắng hỏi:

- Chuyện gì vậy em?

- Thư ông bác ở Sài Gòn nói họ dẹp nghĩa địa nơi để mộ bố em. Ông bác muốn em về lo vụ cải táng và di dời về Mỹ Tho. Nghĩ cũng rờn rợn, không biết tình hình ra sao nhưng chắc cũng phải về thôi.

- Em là phụ nữ chắc không sao đâu, vả lại nghe nói từ lúc ông Võ Văn Kiệt lên dễ chịu nhiều rồi, trong nước cũng đã mở cửa kiểu glasnost cuả Nga.

- Chả biết nữa, gần hai chục năm rồi, đã quên bẵng bây giờ chợt nghĩ lại vẫn thấy gai gai. Cũng liều thôi vì đó là ý muốn tha thiết của mẹ em muốn ở chung với bố. Nghe mẹ nói quê bố ở Thái Bình, một làng ngay bên bờ sông Trà Lý còn quê mẹ ở mãi Phủ Lý đồng chiêm nước nổi. Em tính sẽ không cải táng nhưng hỏa thiêu rồi trộn tro hai cụ chung với nhau mang về quê bố rải xuống sông. Thời buổi này đất chật người càng đông, chả biết thế nào có khi ngày mai lại phải di dời nữa.

Khiêm góp ý:

- Em tính vậy cũng phải vì như đạo Phật thì chỉ

hoả thiêu rồi thả tro xuống sông, xuống biển, hoặc thả trên đất quê hương nuôi cây cỏ, ruộng đồng. Vả lại ngay từ thời nhà Lý đã có chủ trương là người chết không được quyền cạnh tranh với người sống.

Vân cười:

- Anh lại thành sư cụ rồi! Thật ra em cũng nghĩ như thế, như cụ Nguyễn Du nói "Thác là thể phách còn là tinh anh!"

- Đúng thế, cuộc đời không ngừng biến dịch… chẳng có gì tồn tại mãi. Lăng mộ vĩ đại của những Pharaos Ai cập trong kim tự tháp cũng có ngày bị đào xới mang ra làm vật trưng bày.

Vân mang tro mẹ về Việt Nam, làm đúng như bàn với Khiêm, bốc mộ bố rồi hoả thiêu hài cốt, trộn chung hai cụ với nhau mang về tận làng cuả bố ở Thái Bình, thả tro xuống sông Trà Lý.

Tháng tư miền Bắc đang vào mùa hè nhưng còn mát. Năm nay nghe nói trời thương đươc mùa lúa giáp hạt.

Vân đi qua những cánh đồng lúa chín vàng, những người nông dân kĩu kịt gánh lúa giữa một vùng xanh vàng tuyệt đẹp.

Mẹ thường kể vụ mùa này sống chết đối với nông dân miền Bắc. Mất mùa giáp hạt là đói ngay vì đó là khoảng thời gian dài giữa hai mùa luá. Thu hoạch tháng mười của mùa lúa năm trước đã ăn hết, tới tháng bảy năm sau mới đến vụ lúa chiêm.

Những năm mất mùa giáp hạt khổ lắm, Mẹ nói, cơm độn khoai sắn nhiều khi cũng không đủ, cha mẹ thường phải ăn đói nhường cho con trẻ. Gia đình ông nội cô thuộc diện khá giả đó mà cũng phải ăn độn cầm hơi chờ vụ chiêm tháng chín. Các cụ dạy"tích cốc phòng cơ, tích y phòng hàn"là thế, không lo xa là đói lạnh ngay.

Bữa cơm, Vân bỏ dở không vét sạch chiếc bát, mẹ mắng... Cô phí cuả trời mười đời không có. Bà nói và vét sạch bát của Vân vào bát mình không bỏ sót một hạt cơm nào.

Mỗi lần kể chuyện xưa mẹ như nghẹn lời khi nhớ đến nạn đói năm Ất Dậu, gia đình mẹ không có ông nội tiếp cứu thì chết hết rồi. Đói quá, ngươi ta rút cả mái tranh xuống ăn, cạp vỏ cây… chim muông, tôm cá, trâu bò, chuột đồng như chết đâu cả, chỉ còn trơ lại đất khô.

Khổ như thế mà lúc nào cũng nghe mẹ ước mong được về quê "Cóc chết ba năm quay đầu về núi…", mẹ vẫn nói thế, tôi chỉ mong gửi đống xương tàn này về với ông ấy nơi quê nhà.

Thả tro than của bố mẹ trên đất quê nhà, Vân thầm khấn:

- Mẹ ơi, vậy là mẹ đã về quê như ước nguyện rồi đó… con cầu mong mọi mùa giáp hạt đều tốt đẹp như mùa năm nay!

Chương 19

Mới năm năm từ lúc đổi mới, Sài Gòn ngày Vân trở lại đang hồi sinh mau chóng. Phong thái của một thành phố hừng hực sống chao đảo giữa những biến động của chiến tranh không còn nữa. Sài Gòn giờ mang vẻ êm ả của một buổi trưa hè.

Đứng trên sân thượng khách sạn Caravell nhìn ngược xuôi con đường Tự Do vẫn là những mái ngói vàng võ, quen thuộc cuả thời thuộc địa như say ngủ, đỉnh vương cung thánh đường nhô cao một phía, ngược lại khu bến Bạch Đằng lô nhô bóng vài con tàu chợt bừng sống dậy kỷ niệm kinh hoàng trong đêm bỏ chạy khỏi Sài Gòn.

Đường phố vắng và có vẻ sạch sẽ hơn trong khu vực trung tâm thành phố nhưng linh hồn cuả Sài Gòn vẫn tràn đầy nếp sống xưa trong khu vực ngoại vi.

Rất nhiều xe đạp nhưng những chiếc xe honda bắt đầu được mang ra sử dụng nhiều hơn, mới đầu còn chạy bằng dầu hôi nhưng hiện nay thì xăng không còn khan hiếm nữa.

Chợ Tân Định, ngã tư Phú Nhuận con đường Chi Lăng không thay đổi gì nhiều… vẫn bụi bặm, ồn ào nhưng nhà cũ của Vân nay đã có người chiếm ngụ.

Đến trước căn nhà xưa, lòng Vân bàng hoàng như say sóng, hiện lên trong đầu kỷ niệm buổi tối ngồi trên chiếc xe lam trên con đường tăm tối tới bến Bạch Đằng rồi lao lên con tàu định mạng đưa nàng lạc khỏi nơi này trên chục năm trời tưởng sẽ không bao giờ gặp lại.

Vậy mà phút này, Vân đang đứng giữa Sài Gòn.

Cơn mưa rào không hò hẹn, chợt ào ạt đổ xuống, Vân nép vội vào mái hiên một nhà hàng. Thoáng ướt át cuả những cơn mưa rào Sài Gòn đầy thương nhớ, của thanh xuân hồn nhiên làm lòng xao xuyến run rẩy trong nỗi nhớ.

Mưa tuôn xối xả nhưng dứt thật mau… không khí dịu xuống, chiếc xe lại đủng đỉnh lần theo con đường Chi Lăng. Vân nói với bác xích lô:

- Bác ơi, tà tà thôi, thấy mệt thì dừng lại, hai bác cháu mình kiếm nước uống, cháu cũng muốn đi bộ lăng quăng, khu này trước là nhà cháu, trên chục năm rồi mới thấy lại cảnh xưa.

Thấy nhớ quá!

Gần tới ngã tư Hàng Sanh, Vân thoáng phát hiện căn nhà nơi trước đây là căn phòng của Tuấn. Trong một giây, mọi hình ảnh không biết từ đâu ùa về tràn ngập trong trí óc. Vân cuống quýt la lớn:

- Bác ơi, dừng lại… dừng lại đây!

Chiếc xe thắng vội trước căn nhà. Hoảng hốt trống ngực đập hổn hển, rối rít những âm thanh lập lại trong đầu Vân. Đúng rồi, đúng là đây rồi!

Vân tiến mau lại gần hơn và kịp nhận ra bên cạnh chiếc cột đèn là tấm bạt nilon che đậy vá víu như một cái mái nhỏ, một ngươi đàn ông gày gò, mặc chiếc áo màu cứt ngựa lem luốc đang chăm chú sửa chiếc xe Honda, cạnh đó người khách đang ngồi chồm hổm chờ đợi, hai đứa nhỏ bẩn thỉu, lem luốc đang đùa nghịch dưới đất.

Lại gần chút nữa, Vân định lên tiếng hỏi thăm người đàn ông tin tức về người đang cư ngụ trong căn nhà… Bỗng nhiên âm thanh bật ra như một tiếng rên thảm thiết:

- Anh Tuấn, Tuấn ơi…!

Âm thanh như lặp đi lặp lại, vang vọng trong đầu:

- Trời ơi, Tuấn ơi... em Vân, em Vân đây!

Trong một giây trời đất đảo điên, Vân như muốn chồm tới ôm lấy người đàn ông vừa đứng dậy trước mặt nàng nhưng rồi khựng lại.

Người đàn ông, mặt dính dầu mỡ, mái tóc muối tiêu hỗn loạn xoà xuống trán cũng đứng lặng giây lâu rồi chợt thảng thốt bật lên một tiếng ngắn

- Vân…?

Khoảng im lặng chết sững giữa hai người rồi Vân oà khóc nức nở, không thể cầm giữ được, run rẩy nắm lấy tay người đàn ông trong tiếng rên... Tuấn ơi... anh ơi!

Một khoảng im lặng dài rồi Tuấn nói, giọng bình tĩnh, vu vơ chỉ như một ghi nhận

- Em mới về…

Vân vẫn khóc ồn ào, gật đầu.

Hoạt cảnh giữa hai người làm ông khách ngơ ngác đứng ngó. Thoáng nhìn về phía cửa nhà, Vân nhận ra bóng dáng cuả một người phụ nữ gầy còm đang dõi theo hai người.

Tuấn châm điếu thuốc, hít một hơi dài…, vẫn vẻ trầm tĩnh nói:

- Anh bị tù tám năm! Tưởng không sống nổi.

- Em gửi nhiều thơ nhắn tin em đã ở Mỹ nhưng không thấy có tin trả lời.

- Anh có nhận được một thơ của em gửi về địa chỉ nhà anh nhưng không thể trả lời… cũng mừng em đã đi thoát.

Tuấn quay nói với người khách, hôm nay tôi bận để mai coi lại…

Đột nhiên Tuấn nói:

- Vân vào nhà chơi…

Đi bên nhau, Vân nhận ra chân phải Tuấn như có tật, bước đi khập khễnh khó khăn. Phát hiện làm đau thắt trái tim. Tuấn ơi… sao khốn khổ thế này!

Nhìn Tuấn lệt bệt bước đi, thương cảm trào dâng, Vân muốn chồm tới ôm lấy Tuấn.

Hai người vào nhà, thoáng ngập ngừng rồi Tuấn giới thiệu

- Bà Lý... chủ nhà... Đây là cô Vân em họ tôi mới ở Mỹ về.

Vân chào người đàn bà trong một cảm giác vướng víu. Hai đứa nhỏ đã chạy vào bám quanh bà mẹ.

Câu giới thiệu càng cứng nhắc hơn. Tuấn xoa đầu thằng nhỏ nói... Cháu nhỏ tên là Em…rồi ngập ngừng Tuấn tiếp... Nguyễn Vân Em. Rồi thôi, không thấy Tuấn giới thiệu đứa lớn.

Nghe Tuấn giới thiệu tên đứa bé, Vân chợt thấy chao đi trong thoáng xúc động. Em biết anh vẫn yêu em và em vẫn yêu anh... chúng ta không mất nhau, chúng ta chỉ rơi trong một cơn hôn mê rồi chợt tỉnh lại… và mọi chuyện đã đổi thay...

Sự hiện diện của người đàn bà và hai đứa nhỏ khiến mẩu đối thoại giữa hai người như bị một sức mạnh trì kéo xuống trở thành e dè, nặng nề… một sự che dấu khó chịu, vá víu.

Tuấn hỏi:

- Bác cũng ở với cô?

Xưng danh "cô" vô tình làm Vân đau nhói trong trái tim.

- Không... mẹ em mất rồi.

- Mau quá, gần hai chục năm rồi còn gì nữa.

Vân cúi đầu:

- Vâng, mau quá... như ngủ mê!

Vân ngước nhìn quanh căn phòng, bốn bức tường còn lưu giữ một khoảng không gian nhưng mọi vật trong không gian này đều đổi thay. Những đồ vật xa lạ đã chiếm ngự, giành giựt vị trí của những kỷ niệm cũ. Chợt bùng cháy trong trí óc cả một thời yêu dấu. Nhắm mắt lại, Vân còn có thể thấy hiện lên rõ ràng vị trí của từng vật một. Chiếc bàn nơi nàng đã ngồi viết lá thư cuối cùng cho Tuấn, chiếc tủ đựng những bộ quân phục được là ủi thẳng nếp của Tuấn, khung ảnh trên tường treo hình hai người, góc nhà là chiếc giường nơi Vân từng thả mình trên đó, hạnh phúc và mơ mộng trong những ngày Tuấn ở đơn vị.

Giờ đây khoảng không gian đó đã bị chiếm ngụ, bị tước đoạt. Căn phòng trước mặt hỗn tạp, vá víu, chật cứng đủ loại vật dụng đè chồng lên nhau tạo một vẻ bất ổn, tam bợ.

Khoảng yên lặng kéo dài lê thê, Vân cúi mặt đang cố nén tiếng khóc, Tuấn cũng nín thinh hút thuốc liên miên trong lúc người đàn bà cùng hai đứa trẻ rút vào một góc, yên lặng theo dõi.

Rồi Tuấn bật nói:

- Vân về đây lâu không?

Vân ngước lên, không giấu được khoé mắt còn ướt rồi như cố cười vui.

- Em về đây bốc mộ bố em và mang di cốt mẹ về rải ở quê nội. Dự tính ngày mốt về lại Mỹ.

Có tiếng thở dài bất chợt rồi Tuấn nói, cố giữ vẻ bình thản nhưng vẫn không giấu được nét buồn:

- Vậy sao…

Bắt được thoáng thất vọng của Tuấn, Vân chữa lại ngay:

- Không ngờ gặp được anh, để em đổi lại ngày về.

Nét vui mừng mau chóng trở lại trên gương mặt, Tuấn nói:

- Bây giờ cô ở đâu?

- Em ở khách sạn Caravell.

Ngó về phía ngươi đàn bà trong góc phòng Vân nói:

- Gặp lại anh Tuấn mừng quá, em là cánh họ ngoại nhưng hai gia đình thân nhau lắm.

Vân cố giữ điệu vui, vẫy tay gọi hai đứa nhỏ:

- Hai con lại đây cô coi nào. Hôm nay bất ngờ không có quà, mai cô đưa hai con đi mua quà nhé.

Xoa đầu thằng nhỏ, nhìn sang Tuấn…

Vân nói đùa vui:

- Giống bố quá trời, lớn lên đừng đi lính nghe con!

Không thể nói gì hơn trong khung cảnh này, Vân đứng dậy:

- Thôi em xin phép, để ngày mai xin anh chị cho hai cháu đi chơi.

Tiễn Vân ra cửa, Tuấn giải thích:

- Thằng nhỏ là con anh với bà ấy... Thằng lớn là con riêng của bà ta với người chồng trước, bộ đội chết ở Cambốt.

Rồi như phân bua, Tuấn nói:

- Tám năm tù thả về, không nhà không hộ khẩu, anh lang thang ăn mày được bà ấy cho ở nhờ.

Vân nghe không phản ứng. Đi bên Tuấn, niềm thương cảm trào dâng Vân nói vu vơ:

- Có những giây phút em cũng nghĩ mình không còn lý do gì để sống nữa. Nhưng rồi mình vẫn sống, tháng ngày vẫn trôi qua...

Trước khi lên xe, Vân hẹn:

- Thôi anh về, sáng mai mình gặp nhau...

Chiếc xích lô xa dần, ngó lại thấy Tuấn còn nán lại, hơi khói thuốc trong khoảnh khắc che mờ gương mặt rồi tan mau trong không khí. Vẫn vậy, như hình ảnh Tuấn lần đầu gặp nhau ngoài mặt trận, cái dáng gầy gầy đứng im như một pho tượng, vẫn cái dáng bất cần, bướng bỉnh.

Xe xa dần, Tuấn không thể nhìn thấy Vân đang tấm tức khóc.

Chương 20

Quán cafe Givral…

Vân chọn một bàn sát bên cửa kính, đầu óc hoang mang tưởng như lần hẹn hò này vẫn chỉ là một lần hẹn hò ngày trước, vẫn như thế… Vân vẫn ngồi ở chiếc bàn cũ từng ngồi với Tuấn không biết bao lần. Những lúc đó, Tuấn sẽ ngồi xuống trước mặt nàng, hút thuốc trầm lặng, chìm đắm trong dòng suy tưởng. Vân luôn luôn là người phải bắt đầu câu chuyện.

- Anh nghĩ gì vậy?

Thoáng một nụ cười, Tuấn nói:

- Cái pho tượng người lính cầm súng chĩa vào quốc hội. Tại sao người ta có thể vô ý thức quá như vậy… Câu nói bỏ lửng trong im lặng.

Vân ngó ra bên ngoài, pho tượng đen khổng lồ hình một người lính trong tư thế xung phong chĩa súng vào toà nhà quốc hội.

Rồi Tuấn nói, vẫn cái điệu lừng khừng quen thuộc

- Trụ sở quốc hội này trước kia là Nhà hát Tây để diễn tuồng. Vở tuồng dài quá!

Khoảng im lặng dài, rồi Tuấn nói:

- Vậy mà anh đi lính gần mười năm rồi, mười năm…

- Sao anh không thôi đi?

- Một triệu người lính ở miền Nam này ai mà không muốn thôi nhưng làm sao thôi… mấy thằng sinh Bắc tử Nam có muốn thôi không?

Một mình ngồi đợi Tuấn, kỷ niệm ngày cũ cứ chập

chùng kéo về, nhắm mắt lại hiển hiện hình ảnh Tuấn những ngày qua, tràn ngập trong trí óc, một người lính gầy gò, nhưng rắn rỏi, chủ động nhưng ngang ngang, lùng khùng triết lý.

Vân là người khách đầu tiên trong quán.

Suốt đêm qua không ngủ được trong căn phòng khách sạn sang trọng hoành tráng nhất thủ đô, Vân dằn vặt trong một nỗi đớn đau xé ruột gan, trong một cảm giác tội lỗi. Hình ảnh Tuấn một thời xưa yêu dấu chỉ còn lại trước mắt nàng một vóc dáng tàn tạ, nhẫn nhục lê gót mệt nhọc kiếm sống.

Vân muốn đến đây thật sớm để một mình gặm nhấm và hồi sinh lại những ngày xưa giữa Tuấn và nàng, những ngày yêu dấu của mối tình đầu dịu ngọt mộng mơ.

Tuấn vừa đến, dựa chiếc xe đạp vào cột đèn trong vườn hoa bên kia đường. Rất cẩn thận, tỉ mỷ khoá chiếc xe vaò cột đèn bằng một dây xích sắt dài, rồi thận trọng như một nghi lễ, khoá thêm một khoá nữa vào bánh xe. Chưa đủ, Tuấn còn đứng lại quan sát một lần chót trước khi quay gót. Nhìn qua cửa kính của căn phòng máy lạnh rù rì, mọi chuyện bên ngoài diễn ra như đang xem một khúc phim câm chiếu thật chậm, thật chậm.

Hình ảnh đó bùi ngùi, hờn tủi quá làm Vân muốn bật khóc. Chiếc xe đạp đối với Tuấn bây giờ là lẽ sống, là hạnh phúc. Nhuững huy chương, những cao ngạo ngang tàng ngày xưa, bây giờ thu gon lại trong chiếc xe đạp được khoá kỹ hai lần như nghi lễ của một tín đồ trước thần tượng.

Vân vùng đứng dậy, chạy vội đón Tuấn.

Hôm nay, Tuấn như sửa soạn gọn gàng tươm tất.

Cái vẻ tươm tất cố gắng này lại làm nổi lên vẻ tội tình và hẩm hiu trong chiếc áo sơ mi trắng dài tay, quần đen như một cậu học sinh nhà quê lên tỉnh, mái tóc dài được cột túm đằng sau như làm nổi rõ hơn gương mặt gầy guộc chỉ còn phảng phất một chút nét ương ngạch bướng bỉnh ngày xưa.

Dường như Vân đã định mở vòng tay ôm lấy Tuấn nhưng rồi khựng lại, chỉ còn bật ra âm thanh ngắn:

- Anh...

Tuấn cũng chỉ nói ngắn như một ghi nhận

- Em...

- Mình ăn sáng nhé.

Tuấn gật đầu lặng lẽ. Anh ăn chậm rãi trong yên lặng, ăn tận tình, thoải mái, ăn chăm chỉ, không bỏ lại bất cứ thứ gì dù chỉ là một mẩu bánh, một cọng rau. Vân chỉ ăn qua loa, nhìn Tuấn nhiều hơn.

- Anh uống chút vang nhé!

Tuấn gật đầu, vẫn im lặng trầm ngâm, uống gần hết ly rượu, châm thuốc hút và lơ đãng ngó ra ngoài cửa kính. Hơi men làm gương mặt Tuấn như sống động hơn.

Vân phá vỡ sự yên lặng

- Anh ít nói quá! Em nhớ ngày xưa anh đã ít nói bây giờ càng câm nín hơn.

Đột nhiên Tuấn như mỉm cười.

- Anh đang nói chuyện với dĩ vãng... Suốt những năm tù đầy anh vẫn hằng đêm nói chuyện với dĩ vãng. Em đang ngồi trước mặt anh bây giờ mà như hư ảo xa thật xa... làm anh nhớ những đêm tù lạnh đói. Hàng đêm anh vẫn nói chuyện với em để mường tượng chút hơi ấm truyền sang từ em, để được thiếp đi trong cơn mộng, rồi choàng dậy trong tiếng kẻng. Anh sợ tiếng động vì nó tàn ác làm tan vỡ cơn mộng của mình. Anh sống sót được nhờ những con mộng này.

Nước mắt ứa ra trên mi trong tiếng thở dài và tiếng nấc uất nghẹn:

-Tuấn ơi, em...

Vân khóc thực sự rồi.

- Em tưởng mình đã chết ngay hôm đó. Em đã nhào ra khỏi chuyến xe chở mẹ và em vào phi trường. Em phải ở lại với anh, em không thể mất Tuấn, không thể bỏ Tuấn. Rồi em thấy mình mất mẹ, mất Tuấn, mất tất cả, một mình bơ vơ giữa một thành phố tăm tối đang dẫy chết trong kinh hoàng, rồi thấy mình lạc trên con tầu đó, rồi thấy mình vẫn sống…

Bàn tay Tuấn vươn tới nắm tay Vân

- Thôi em, Tuấn nói.

- Điều duy nhất như em vừa nói là chúng ta còn sống và biết là chúng ta còn có nhau. Ở một góc nào đó trong cuộc đời riêng, giữa những thực tế thô thiển vẫn quay cuồng thôi thúc mình vẫn có nhau..

Ngày xưa chúng ta lẫn mộng và thực nên khi tỉnh mộng thì đau đớn hối tiếc. Những năm tù đày, trong tận cùng tuyệt vọng khốn khó đó, dần dần anh khám phá ra một bài học để không còn lẫn lộn giữa mộng và thực. Từ đó, tiếng kẻng đánh thức một ngày tù tội không còn làm anh đau đớn trong tiếc nuối nữa. Anh đã chiến thắng được tiếng kẻng tàn ác đó nên vẫn giữ được trọn vẹn, bất biến cơn mộng của mình và cũng thoả hiệp được với thực tế. Phải thoả hiệp với thực tế không thì chết.

Nhận được lá thư đầu tiên của em, anh nhất quyết

phải vượt biên tìm em. Đã thoát ra được tới hải phận quốc tế nhưng rồi tàu gặp bão, dạt vào Côn Đảo và tù đày từ đó.

- Tới Mỹ ít lâu thì mẹ em mất. Một mình em vật vã để sinh tồn trong cái thành phố vĩ đại và đầy bất trắc đó. Suốt cuộc đời em dựa vào mẹ cho đến lúc có anh... nhưng rồi đột nhiên mất hết. Nhiều ngày tưởng không còn đứng lên được nữa, trong những ngày mùa đông, giữa băng gía trên trời dưới tuyết... Em đã lập gia đình với Khiêm, anh ấy cũng một thân một mình như em.

Tuấn nghe trong yên lặng, ánh mắt như lơ đãng đuổi theo khung cảnh lặng lờ bên ngoài cửa kính, đột nhiên như mỉm cười nói bâng quơ:

- Pho tượng người lính dẹp đi rồi... Căn nhà đẹp đẽ kia bây giờ trở lại thành nhà hát thủ đô, tiếp tục vở tuồng bỏ dở, vai tuồng của mỗi chúng ta vẫn còn phải tiếp diễn thôi.

Vân nhìn ra ngoài chợt phát hiện một khoảng trống không mà nàng không để ý và đã quên lãng. Pho tượng người lính khổng lồ, đen đủi chắn ngang tầm mắt không còn nữa.

- Em nghe nói có chương trình ODP của chính phủ Mỹ cho phép những cựu tù nhân cải tạo được sang Hoa Kỳ định cư. Tuấn đã làm thủ tục xin đi chưa?

Tuấn lắc đầu:

- Sai Gòn bây giờ đang lên cơn sốt chuyện đi Mỹ, biết bao cảnh trái ngang. Bà vợ đã lấy chồng khác quay về đòi đi theo. Chồng cũ, chồng mới điều đình… vợ anh tôi trả lại anh, con tôi bây giờ là con anh. Ông chồng ở tù về lấy vợ mới, vợ cũ tới đánh ghen đòi lại chồng… đó là những thực tế đời sống.

Nó là như thế đó!

Mười năm trước anh quyết định bằng mọi giá phải ra đi tìm em và đã trả giá mắc. Nhưng bây giờ thì không, không phải mình anh mà nhiều người khác cũng không muốn hoặc lưỡng lự chuyện ra đi. Quá nửa đời người để bắt đầu một cuộc phiêu liêu mới, như vậy mệt quá! Tuấn nhún vai:

- Bây giờ, thân anh tàn tạ, què quặt thế này sang Mỹ để làm gì? Anh không còn muốn một lần nữa đi tìm cái ảo vọng hạnh phúc. Những năm tháng tù đày tuyệt đường hi vọng cho anh một bài học về hạnh phúc. Đừng đi tìm hạnh phúc! Nó sẽ đến bất chợt và bất ngờ, ở bất cứ lúc nào, ở bất cứ nơi nào. Nó sẽ lẩn trốn khi ta cố đi tìm. Phút này ngồi trong quán nước quen thuộc nơi chúng ta từng ngồi đã bao lần rồi, với em như đến từ một tiền kiếp là phút hạnh phúc bất ngờ. Anh chẳng mong nó dài lâu. Có lẽ chúng ta chỉ thực sự hạnh phúc khi gặm nhấm những hạnh phúc đã quá vãng.

Vân bật nói:

-Em vậy đó, những năm tháng vừa qua, giữa những thừa mứa của vật chất, có bên cạnh mình một người chồng tốt, rộng lượng tôn trọng mình vậy mà có nhiều lúc em vẫn giật mình tự hỏi “Vân ơi mày có hạnh phúc không?”

Rồi trong đáy sâu của tiềm thức, em phát hiện ra mình chỉ thực sự hạnh phúc khi gặm nhấm lại những ngày đó, trong căn phòng cuả chúng ta... cả những hạnh phúc trong lo âu, chờ đợi khi nghĩ về anh trước mũi tên hòn đạn. Em ân hận không chia sẻ được hạnh phúc này với Khiêm. Hạnh phúc của Khiêm là hạnh phúc của một người Mỹ, là phút này, là có thêm, để rồi vứt đi và có thêm nữa. Mọi thứ đều trôi đi và không nhìn lại, không níu kéo. Trong những năm đầu ở Mỹ em khổ sở và thấy bất ổn vì điều này nhưng bây giờ có lẽ chính em cũng đang trở thành như vậy. Gặp lại Tuấn em như bừng sống dậy...

- Anh cũng chẳng hơn gì chồng em. Từ ngày đi tù về anh dần trở thành người mất trí nhớ. Mất trí nhớ giúp mình sống sót… không hối tiếc, không mong chờ. Sáng sớm giúp chú Ngầu bán cafe, ngồi đợi khách sửa xe, ngày nào kiếm khá dư tiền mua con cá mực, làm vài ly đế… sáng nắng chiều mưa mặc kệ. Ngay cả cái di sản của mình là thằng Vân Em, anh cũng chịu thua. Nó sẽ lớn lên như cây cỏ, trời sinh trời dưỡng.

Đột nhiên Vân nói:

- Tuấn có muốn em hạnh phúc không?

Không đợi Tuấn trả lời Vân lấy ra trong ví ra một chiếc phong bì đưa về phía Tuấn và nói.

- Em không biết nói gì hơn…

Tuấn lặng lẽ cầm phong bì, ngón tay hờ hững bật qua xấp giấy bạc dầy cộm, không ngần ngại, không ý kiến lẳng lặng bỏ phong bì vào túi.

Vân nói:

- Cám ơn anh! Cho phép em vẫn là Vân của anh như ngày xưa… Hai chúng ta vẫn là một. Em khổ sở, đớn đau khi nghĩ về những may mắn, dư thừa phung phí của mình trong lúc Tuấn của em vật vã trong những bất hạnh. Nếu Tuấn còn yêu em, xin anh cho em mãi là Vân của anh. Nếu không là vợ anh thì mãi mãi được là Vân của ngày xưa...

Vân nói và lại oà khóc. Tuấn hoảng hốt vỗ về:

- Không, chúng mình mãi là của nhau... em đừng khóc nữa!

Cơn xúc động qua đi, cả hai trầm lắng trong yên lặng. Vân nói trong tiếng thở dài:

- Thời gian làm mòn đi mọi chuyện, nhiều lúc tưởng đã quên bẵng cái bát gà ác hầm thuốc bắc tanh đắng của anh mà mẹ bắt em uống ngày mình mới quen nhau. Mẹ hân hoan khen "hồi này thấy cô hồng hào lên nhiều đấy". Bây giờ cái vị tanh đắng đó lại tràn ngập trong trí óc em, làm sao em kiếm được những bát thuốc như vậy cho anh?

Tuấn như mỉm cười nói:

- Đó là bài thuốc của tuổi thanh xuân... một lần thôi trong đời. Bây giờ anh sống và làm hoà từng giây với nhööng thực tế hèn mọn thô kệch nhất cuả cuộc sống, từng giây, không một chút mặc cảm, nhẫn nhục chấp nhận dù bất hạnh hay hạnh phúc. Có lẽ nhờ thế mà anh vẫn giữ được trọn vẹn cơn mộng của riêng mình không bị xâm phạm bởi những thôi thúc của đời thường. Một nơi có mái nhà che mưa nắng, đêm sẽ bớt lạnh, những bát cơm đủ no, bà Lý, những đứa con của hai người... như mọi người... thường thôi... Vậy đó!

- Em và Khiêm có cháu nào không?

- Không, bác sỹ nói em không thể có con. Gặp cháu Vân Em, em bỗng có một quyến luyến đặc biệt, một cảm giác kỳ lạ như Vân Em là con riêng của chúng mình.

Đêm qua, nghĩ đến anh trằn trọc mãi không ngủ được, gần sáng thiếp đi em có giấc mơ kỳ lạ. Mơ thấy em sanh đẻ trong nhà thương, người ta mang đến cho em đứa nhỏ lại hóa ra là cháu Vân Em... Lạ thật!

- Anh bất lực nhìn nó lớn lên như cây cỏ, nhưng làm gì được hơn trong cái xã hội cuả những thèm khát và dành giựt này… chỉ mong đây là đất nhà, vốn lành, rồi cũng sẽ tươi tốt thôi.

Hoàn cảnh và lựa chọn của anh hiện nay thì không có cách nào khác. Anh từng lựa chọn, không theo lời em đào ngũ để theo mẹ đi Mỹ nên đã trả giá. Thời lính tráng, một quyết định của mình là sống chết cho mọi người kể cả chính mình nhưng vẫn phải quyết định.

Vân ngập ngừng rồi nói:

- Lần này em muốn anh thay đổi một quyết định được không? Em chia sẻ quyết định ở lại Việt Nam không xin đi Mỹ của anh. Đời chúng mình tốt xấu, may rủi kể như đã xong nhưng em cứ phân vân nghĩ, nếu có cơ hội dễ dàng hơn cho tụi nhỏ thì vẫn hơn. Cơ duyên cho em về đây gặp lại anh và mấy đứa nhỏ, nhìn chúng nó lòng em xao xuyến.

Ngập ngừng Vân nói:

- Em muốn đề nghị thế này! Em và Khiêm không có con, cũng không người thân nào bên đó... Em thử nghĩ có thể nào anh cho em được nhận sắp nhỏ làm con của em, để chúng được nảy nở trên một mảnh đất có nhiều cơ hội hơn.

Tuấn nhớ không, như một lần trong thư viết cho em Tuấn từng nói "chúng ta sống giữa những linh thiêng cuả mảnh đất đã đón mình vào đời, mình chỉ là một phần của họ và cũng sẽ cuốn trôi theo dòng sinh mạng lớn của mảnh đất này"

Hồi đó đọc thư Tuấn em không hiểu lắm nhưng bây giờ em bắt đầu nhận ra những sợi dây mong manh huyền nhiệm và kiên trì níu kéo, kêu gọi mình trở về. Hai chục năm lưu lạc nơi quê người, hôm nay với Tuấn trước mặt, em mãnh liệt tin như thế.

Chương 21

Tuấn thân yêu!

Cuối tháng này là sinh nhật của Vân Em. Nhìn Khiêm đội con trên cổ cùng với Hồng Anh đuà vui đưới vườn lòng em sao vui sướng quá! Khiêm nói anh đã tìm lại được tuổi thơ thất lạc của mình. Như hai đứa nhỏ, Khiêm theo mẹ sang Mỹ từ sáu bảy tuổi. Đời sống của Khiêm là một người Mỹ toàn diện, một cuộc chạy đua để có và có thêm nữa. Chút tiếng Việt cũng héo úa dần theo cuộc tồn sinh. May mắn và rất thành công trong cuộc sống nơi quê người nhưng trong tâm hồn anh ấy luôn thiếu vắng một điều gì đó không thể định hình nhưng âm thầm thôi thúc trong một nỗi khao khát mơ hồ.

Có lần Khiêm tâm sự, trong anh luôn có một nỗi khắc khoải mơ hồ lẽo đẽo theo mình, thường xuyên nhắc nhở nhưng không thể hình dung là điều gì. Em hỏi phải chăng vì hai vợ chồng không có con. Khiêm gạt đi nói anh ấy là người của khoa học nên không mảy may quan tâm tới cái nghĩa vụ truyền giống. Vậy mà từ ngày có hai con, Khiêm hạnh phúc thấy rõ. Chăm chỉ đưa con đi học, về đến nhà là rối rít bầy đủ thứ trò để mấy cha con vui đùa với nhau. Anh ấy nói bây giờ đã biết điều gì vẫn thôi thúc mình mấy chục năm qua. Điều gì? Em hỏi nhưng anh ấy không trả lời chỉ nói những phút đùa vui với hai con lại như hiển hiện hình ảnh của chính mình trở về từ một tiền kiếp xa xăm nào đó… thấy mình trọn vẹn như một thằng bé con bận quần sà lỏn cùng đám bạn lem luốc vui đùa bên những rác bẩn thỉu từ mặt đường cao đổ xuống một con hẻm ngoằn nghèo.

Khiêm nói nhiều năm rồi, tưởng quên đi nhưng cái bóng ma mơ hồ lung linh đó vẫn níu chặt lấy mình như tấm màng nhện mong manh nhưng con mồi không thể vượt thoát được… cho tới chết.

Em hiểu tâm sự cuả Khiêm vì chính em cũng phát hiện ra những sợi tơ mong manh vẫn ràng buộc đời mình từ ngày chúng ta đột nhiên mất nhau.

Nhiều năm mụ mẫm cặm cụi kiếm tiền trên đất lạ… thật nhiều tiền, nhiều đến độ tưởng như không cần thiết nữa nhưng sao cuộc sống như vẫn vắng thiếu một điều gì đó... Vật vã trong nhiều năm nơi quê người, em cố quên đi, cố khoả lấp trong những dư thừa vật chất của cuộc sống nhưng dường như vẫn có một cái gì đó quanh quẩn mãi bên mình, nhắc nhở, níu kéo cho đến một ngày, như trong mơ được gặp lại Tuấn.

Không biết những điều em vừa bắt gặp có phải là những linh thiêng thần bí như thơ ngày xưa Tuấn viết cho em hay không nhưng với em, nó bất chợt hiện hình trong lần về Việt Nam, lúc đứng ở hàng hiên một ngôi nhà để tránh cơn mưa rào bỗng làm giàn giụa nỗi nhớ, như đang trôi dạt về từ một tiền kiếp tưởng đã quên không bao giờ còn gặp lại. Trong cái ướt át mát lạnh của cơn mưa, chợt như thấy Tuấn đứng sát cạnh em, chúng ta cùng cười nép sát vào nhau... Em ở nơi đất nước quê người, tươm tất và sạch sẽ quá, em lại thèm được ngửi cái mùi đất nóng ấm bốc, lên từ mặt đường sau một thoáng mưa bay, thèm được đi trên con hẻm bụi gập ghềnh đất đá vào nhà em, thèm cả cảm giác bồn chồn lo âu, bất ổn mỗi khi nghĩ về anh những ngày chiến trận bùng lên sôi động rồi nỗi vui mừng hân hoan tột cùng khi lại thấy anh… những phút giây hạnh phúc ngắn ngủi giữa lòng thành phố thân thuộc vẫn yên bình.

Lúc trước, mình không cảm nhận được sức mạnh trì kéo này nhưng càng xa quê hương thì sự trì kéo này càng đằm thắm, càng bền bỉ, không rời.

Lạ thay, nơi đó, quê hương càng khốn khó, càng bất hạnh, càng bị trời đất đầy đoạ thì sức trì kéo gọi về càng mạnh. Như mẹ em với nỗi ám ảnh trọn đời chỉ xin được mang nhúm tro tàn về quê cũ, nơi bát cơm chẳng mấy khi được đầy, áo không đủ che cơn Gió Bấc.

Hai con bây giờ rất hạnh phúc. Ít nhất nhìn từ phía bên ngoài. Liệu hạnh phúc này có làm chúng quên đi được mảnh đất đã đón chúng vào đời hay không. Em hỏi hai con có nhớ bố Tuấn mẹ Lý không? Chúng gật đầu nói “nhớ”. Hỏi hai con có yêu má Vân, bố Khiêm không? và nghe chúng trả lời “yêu”.

Các con hạnh phúc, em và Khiêm hạnh phúc. Em mong Tuấn và mẹ Lý của hai con cũng hạnh phúc nhìn các con hạnh phúc.

Như anh vẫn nói hạnh phúc đến từ những mảnh nhỏ không hẹn hò và chỉ biết phút này mình đang hạnh phúc.

Vậy là đủ rồi!

Em hứa mỗi mùa hè sẽ cho hai con về với anh chị

để những linh thiêng của mảnh đất quê nhà sẽ níu chặt chân chúng và sẽ kéo chúng trở về một ngày nào đó.

Tuấn ơi!

Em chưa một lần hé lộ với Khiêm về quan hệ giữa hai chúng mình. Ngày trước em không nói và bây giờ càng thấy không cần thiết phải nói. Đây là điều duy nhất trong cuộc sống vợ chồng mà em giữ cho riêng mình. Có lẽ cũng đúng thôi vì mỗi chúng ta đều cần một một chỗ kín đáo, ẩn mật, bất biến bên cạnh cuộc đời thường để đôi lúc trốn vào đó. Nơi ấy, em vẫn là Vân của Tuấn. Em tin Tuấn cũng có chung một nơi như thế để trốn vào, để chúng ta vẫn tìm lại được nhau, trong căn phòng nhỏ bé nơi trú ẩn cuả hai chúng mình. Em sẽ là ủi những bộ quần áo lính nhầu nát của Tuấn, sửa lại ngay ngắn tấm hình hai chúng mình treo trên vách… Tuấn sẽ ôm em trong vòng tay anh rồi nói "anh yêu em quá Vân ơi!" và em sẽ rung chuyển trong một cơn hạnh phúc. Cuộc đời vẫn tàn phai theo năm tháng nhưng nơi đó vẫn mãi mãi tồn tại ngay cả khi chúng ta không còn nữa.

Yêu anh!

Em Vân

Thư của Vân đến trong một thùng đồ lớn với đủ thứ thuốc men, đồ ăn, thuốc lá, xì gà…

Tuấn mỉm cười chợt liên tưởng tới những gói đồ tiếp tế của bạn tù mà thân tù mồ côi như Tuấn không hề có. Tính Vân vẫn chi li như vậy.

Thằng Sáu nhỏ từ Phước Hải mới ghé thăm ông thày với ít khô cá thiều. Cũng vui, thằng láu cá này nói ông thày có đồ ngoại thăm nuôi thế này phải ăn khô cá thiều để không quên những ngày Thổ Mộ và bữa nhậu đốt giấy nướng cá trên thuyền vượt biên tưởng đã thoát nhưng lãnh búa.

Thằng Sáu bồi hồi nhắc lại.

Em với ông thày tình nghĩa muôn năm... Kiếp sau em lại làm lính của ông thày. Trước kia liều chết ra đi không đươc mà sao bây giờ ông thầy không đi HO.

Tuấn cười đáp:

- Tao đâu có mang theo được thằng Sáu nhỏ, bác Tư ba gác, thằng Tám cà tửng, đâu có bứng đươc con phố này mang theo. Chừng nào cho đi hết nguyên con thì tao đi...

Bữa nhậu bày ra ngay trước cửa nhà, mồi ê hề, rượu tràn trề. Có thêm cả bác Tư ba gác, thằng Tám cà tửng. Bốn người cưa hết một chai Martel mờ mà chưa thấm.

Tám cà tửng văng lia lịa… Đù má, rượu ngoại ngon hết biết. Tuấn nói... tao còn chai thằng già đi bộ, mày vô biểu mụ Lý đưa nốt ra đây... Tới luôn!

Bác Tư gật gù:

- Thằng Tuấn, mày hên quá! Vợ hay bồ tiếp tế vậy?

Tuấn cười đáp ngu ngơ... Đủ thứ mà bác Tư!

- Sao cũng được... Bác Tư than thở, hôm qua chở một xe gạch đầy nặng thấy mụ nội. Thằng già oằn lưng đạp chết bỏ được một trăm ngàn. Tức qùa tao bỏ mua hết vé số. Trúng độc đắc bỏ nghề luôn… Báo hại bị con đĩ mẹ nó chửi te tua... nhưng không sao, đợi ông trúng số mày hết nói... Cho mày nằm nhà ăn mập mình khỏi làm gì hết.

Tám Cà tửng nói:

- Em thì chỉ mơ được một lần đứng trên sân khấu trước hàng ngàn khán giả… em sẽ hát với tất cả tâm tình cống hiến tuyệt vời. Một lần thôi đủ sướng đời.

Thằng Tám cà tửng hứng chí xuống sề câu vọng cổ ngọt xớt

“Thức trắng đêm nay chờ con tàu năm cũ. Viết vạn tình thương ấp ủ trong lòng. Tôi chờ em trước cuả sân ga khi ngọn gió thanh bình trở lại... Sân ga lỡ hướng sai rồi, tàu đêm năm cũ gọi người xa xăm”

Giọng nó ngọt lịm rên ư ử. Mọi người vỗ tay lốp bốp. Mùi quá!

Tám Cà Tưng tới luôn, khuỳnh tay quẹt quẹt làm bộ như đang khẩy đàn rồi vô luôn bolero “Tàu đêm dần tàn tôi đến sân ga đưa tiễn người trai lính về làng.... gió khuya ôi lạnh sao… ướt nhẹ đôi tà áo...”

Buổi chiều êm dịu quá như ước mơ bình dị của những con người ở góc đời này. Chú Ngầu không biết nhậu, cởi trần nằm phưỡn xoa cái bụng nước lèo lim dim ngủ.

Tuấn vẫn phụ chú bán cafe nhưng không lấy tiền công nữa, giới thiệu với mọi người ông này là bố vợ hụt của tui.

Chú cười ha hả khoái chí… Hồi đó tao cho không nó con Múi mà nó không chịu đấy... Mọi người cười vui, mọi người hạnh phúc… ít nhất trong buổi chiều hôm nay như thằng Tám Cà Tửng luôn miệng la “đã quá!”

Gió lộng từ mé sông thổi về dịu mát, vỗ về như hơi men thấm dần trong trí óc. Màu chiều đã đậm dần xung quanh chỗ ngồi làm nổi lên ngôi sao hôm long lanh, rực rỡ trên nền trời xanh xa xôi như hôm nào đó ở đồn Thổ

Mộ. Vân tựa vào vai Tuấn hát nhẹ ... Quê nhà tôi... Tuấn chợt hát thầm trong đầu... Quê nhà tôi chiều khi nắng êm đềm... bao ngươi ra ngồi hay đứng bên thềm, chuyện trò chung với nhau…, đời sống thần tiên.

Tiếng thằng Sáu chập chờn:

-Ông thày tới rồi!

- Tới luôn, dô mày… dô!

Hình bóng Vân chập chờn trước mắt. Tuấn vung tay như muốn chụp bắt làm rượu vung tung toé. Vân ơi anh đang hạnh phúc… hạnh phúc mà buồn, mà có hạnh phúc nào không nổi lên trên nền của tuyệt vọng. Vân ơi, anh tuyệt vọng và hạnh phúc.

Tiếng bà Lý léo nhéo:

- Uống lấy chết à! Tụi mày đừng ép ông ấy uống nữa.

Tiếng thằng Sáu cãi lại:

-Ông thày chưa say đâu.. còn cười kìa! Hôm thằng Hùng chết mới tởn... cả lít đế chứ bộ, thế này thấm gì!

Những âm thanh chập chờn, xa dần, lãng đãng

- Thôi, khiêng ông ấy vào nhà đi...

Bữa tiệc sinh thật thứ tư của Vân Em thân mật và ấm cúng. Đầy đủ đám bạn của Khiêm và Vân, đồ chơi đủ loại tràn ngập…, hai anh em cuống quýt nhào tới nhào lui bóc những gói quà, thử hết món này tới món khác…, nhiều món phức tạp phải nhờ sự giúp sức của bố Khiêm .

Nhìn khiêm tận tình vui chơi với hai đứa trẻ, mấy người bạn đùa trêu:

- Coi anh Khiêm say mê nghịch đồ chơi thấy anh như rút đi được bốn chục tuổi!

Khiêm ngước lên nhìn bạn nhưng không trả lời, tiếp tục nghịch ngợm, khám phá những món đồ chơi mới với hai đứa trẻ. Có lúc, cả ba reo hò vui sướng trong những khám phá mới.

Trẻ con vui người lớn cũng vui lây. Nhìn Vân Em chúm môi thổi những ngọn nến rồi ngơ ngác ngước lên cười như không hiểu giữa những tiếng vỗ tay ồn ào, tiếng chai sâm banh nổ lốp bốp và bài hát Happy Birthday rộn ràng.

Lòng Vân lại ngổn ngang nghĩ tới Tuấn... Nếu anh có ở đây phút này nhìn con hạnh phúc, nhìn em hạnh phúc.

Hai đứa trẻ bị khích động mạnh trong cuộc vui từ chiều, đuổi theo những món đồ chơi một hồi đã mệt lả, kiệt lực. Thằng Hồng Anh nằm vật ra sàn ngủ vùi còn Vân Em nhảy lên ghế sofa, rúc vào lòng Vân ngủ thiếp.

Anh Mỹ đã tới cữ, ngồi vào đàn, ngón tay lướt trên những âm thanh xưa cũ thân yêu, hết bản này tới bản khác, những con đường tình ngày xưa, những mùa thu với những tà áo xanh, nhưng Hà Nội đã xa mờ nhưng vẫn còn lãng đãng trong trí óc, một Sài Gòn của ngày đó chúng mình yêu nhău.

- Chị vân hát đi!

-Tôi ru con được không?

- Ok luôn.

Vân vỗ về Vân Em, hát nhỏ mà như kể truyện:

“Quê nhà tôi chiều khi nắng êm đềm...

Tiếng đàn đuổi theo lời hát...

Chạy dài trên khóm tre… đàn chim ríu rít ca...

Bao người ra ngồi hay đứng bên thềm, chuyện trò chung

với nhau đời sống thần tiên."

Ý nghĩ lại nổi lên trong đầu... Tuấn ơi em đang hát cho anh đấy, cho kiếp sau… kiếp sau anh nhé!

Anh Quang lúc này chắc đã phê lắm, tay ly rượu, tay điếu thuốc lạng quạng đứng dậy giọng ngất ngư nói:

- Hát nhé!

Đứng tựa vào đàn, hít một hơi khói dài mù mịt, nói khật khừ. "Nhớ nhà châm điếu thuốc…"

- Rồi sao nữa anh Quang!

- Ừ, tôi là người lữ khách ... lữ khách gần ba chục năm rồi, bao giờ mới quay về. Ừ thì cũng phải quay về chứ... chúng ta những con thuyền viễn xứ bao giờ mới dương buồm quay về cố lý.

Cái giọng khàn khàn như nghẹn trong hơi rượu và khói thuốc nhận chìm mọi người xuống sâu thật sâu trong nỗi nhớ.

Ngó anh Mỹ, anh Quang cười nói như bỡn cợt:

- Thuyền Viễn xứ lên đường đi!

Trong im vắng, tiếng đàn nổi lên từng giọt chậm rãi… Anh Quang hát mà như nói chuyện "Chiều nay... trên bến muôn phương … có thuyền viễn xứ..."

Tiếng hát ngân dài rồi tiếng đàn chợt ngừng bặt như chìm xuống một đáy hồ đặc quánh, rồi tiếng hát oà vỡ "nhổ neo……..quay về".

Nhìn Vân ôm con, vẫn cái điệu cà khịa tàng tàng rất thân tình và dễ thương, anh Quang nói.

- Chán cái bà này quá, chịu không hiểu nổi! Mấy bữa trước nghe bà than Sài Gòn chán lắm, nóng kinh khủng, bụi rác khắp nơi... Đàn bà ra đường bịt mặt như hiệp sỹ, áo ướt đẫm mồ hôi... Ở Mỹ quen rồi chịu không nổi. Chê đủ thứ mà sao hồi này thấy bà về luôn xoành xoạch vậy.

Vân xiết con trong lòng ngó anh Quang "Đất có Thần mà anh!"

Tác giả: **Hoàng Kiếm Nam**
Tên giả hình: Đông Duy, Hoàng Dược Sư, Zulu, Người Chiến Cuộc, Ngọai Sử Quan, Đông Tà, Ái Lan, Dany Hieu, v.v....

Trước 1975
Cựu học sinh Puginier, Bưởi, Chu Văn An và Dược. Dược sĩ, sĩ quan trường Bộ Binh Thủ Đức khóa 5/69 Trung úy quân lực Việt Nam Cộng Hòa. Phóng viên chiến trường Việt Nam Thông Tấn Xã.

Sinh hoạt báo chí từ 1960, các báo Dân Chúng, Thách Đố, Xây Dựng, Chuông Mai, Chuông Việt, Dân Tiến, v.v...
Cộng tác với các hãng thông tấn UPI, ABC, tạp chí Newsweek.

Sau 1975:
Tin văn, Tin Việt, Trường Sơn, Thời Báo Hồn Việt, Đất Nước, Viet Weekly, v.v...

Tác phẩm đã đăng báo (chưa bao giờ in)
Truyện dài:
Hồ Cẩm Thạch Bão rớt cuối mùa Hồn ủ trên Mây
Tặng phẩm của trùng dương....
Những mảnh tình trên trời (thơ).
Tuyển tập truyện ngắn: (sẽ in) Những chuyện tình không ngắn lắm.

Tạp ghi: Những mảnh nghĩ rời
Sách tranh thơ nhạc “một đời”

Đã xuất bản
Truyện dài: Nơi có mưa rào rải rác (NXB Hội Nhà Văn 2017)

Bộ tài liệu lịch sử 6 tập :
Trong mắt Bão lịch sử

Bộ tai liệu lịch sử 4 tập
MỸ Việt Duyên và Nghiệp

Bí số Vũ Trụ
Nghiên cứu Khoa học va Phật giáo

Hồi ký 2 tập
Tôi làm báo (1 & 2)

Tap ghi (1&2)
Những Mảnh nghĩ rời trên Đất Tạm Dung

Tuyển tập Tranh Thơ Nhạc “Một đời” (a Life)

Định cư tại Hoa kỳ năm 1975. Nghề nghiệp hiện tại: thợ in
Thú vui: Saxophone, Hắc tiêu, ca hát, vẽ tranh và rong chơi.

www.ingramcontent.com/pod-product-compliance
Lightning Source LLC
LaVergne TN
LVHW052250200926
848481LV00002B/328
* 9 7 9 8 3 3 0 4 8 7 7 2 1 *